நிறைகுளம்

பெ.மகேந்திரன்

மின்னங்காடி

பதிப்பக வெளியீடு - 60

விலை : ரூ.300/-

நிறைகுளம்

நாவல்

ஆசிரியர்	: பெ.மகேந்திரன்
முதல் பதிப்பு	: 2024
வெளியீடு	: மின்னங்காடி பதிப்பகம் 24, அண்ணா 3-வது குறுக்குத் தெரு, அவ்வை நகர், பாடி, சென்னை - 50.

Rs. 300/-

Niraikulam

Author	: P.Mahendran
First Edition	: 2024
Published by	: Minnangadi Publications 24, Anna 3rd Cross Street, Avvai Nagar, Padi, Chennai - 50
Website	: www.minnangadi.com
Mail	: minnangadipublications@gmail.com
Phone	: 72992 41264
ISBN	**: 978-93-92973-73-4**

அட்டைப்பட வடிவமைப்பு: குமரன் கலிவரதன்

ஆசிரியர் குறிப்பு

நாவலாசிரியர் பெ.மகேந்திரன் 'வெள்ளாமை' என்னும் நாவல் மூலம் அறிமுகமானவர். தன்னுடைய முதல் நாவலிலேயே சிறந்த படைப்பை அளித்திருந்தார்.

'வெள்ளாமை'யில் கரிசல் வட்டாரத்தில் புதிய தொழில்களின் வரவுகளுக்கிடையே வேளாண் தொழிலை ஒருவித வைராக்கியத்தோடு விடாமல் மேற்கொண்டு வாழ்ந்த ஒரு பெரியவரையும் அவரைச் சூழ்ந்தவர்களையும் பாத்திரங்களாக வைத்து ஒரு காப்பியம் போலச் செதுக்கியிருந்தார். அதன் மூலம் கரிசல் மண்ணின் வாழ்க்கை சார்ந்த எல்லா அம்சங்களையும் கதையோடு பின்னி அதன் இயல்பு மாறாமல் வெளிப்படுத்தியிருந்தார்.

இந்நாவலில் அதே கரிசல் மண்ணின் சம்சாரிகள் வறட்சியையும் அரிதாகப் பெய்யும் பெருமழையையும் எப்படி எதிர்கொண்டு உழவுத் தொழிலைப் பேணிக்காக்கிறார்கள் என்பதோடு அதற்கான யதார்த்தமான தீர்வையும் கதை மூலமே முன் வைக்கிற உத்தியைக் கையாண்டிருக்கிறார்.

கூடவே கதையோடு பின்னிய கிளைக்கதைகள் நெகிழ்ச்சியூட்டும் விதமாக அமைந்துள்ளன.

நாவலை எழுதிய ஆசிரியரே கோட்டோவியங்கள் வரைந்திருப்பது கூடுதல் சிறப்பு.

முன்னுரை

“கோபல்லபுரத்து மக்கள்” நாவலில் இப்படி எழுதியிருக்கிறார் கி.ரா...

‘குமார ரதம்’ என்று அந்த வண்டியின் இரு பக்கங்களிலும் எழுதியிருந்தது. ‘குமார’ என்பதற்கும் ‘ரதம்’ என்பதற்கும் இடையில் ஒரு ராட்டைப் படம் இருந்தது.

அந்த வண்டியை ஓட்டிக்கொண்டு வந்தவரை கழுகுமலை ஐயர் என்று குறிப்பிட்டார்கள். அவர்தான் பிரச்சாரகர். அவர்தான் வண்டியோட்டி.. அந்த வட்டாரம் பூராவும் அந்த மாட்டுவண்டி சுற்றிவரும். தேசவிடுதலை இயக்கத்துக்காக, காங்கிரஸ் பிரச்சாரத்துக்காகவே அந்த வண்டியும் மாடும் கழுகுமலை ஐயரும் வலம் வந்தார்கள்.

கோபல்லபுரத்து மக்களிடம் அவர் பேசத்தொடங்கினார்...

“இந்த வெள்ளைக்காரன் ஏரோப்பிளையம் (ஏரோப்பிளேன்) கண்டுபிடிச்சதைப் பெரிசாகப் பேசுகிறார்கள்... விமானம் மக்களுக்குச் சோறுபோடாது...” என்று பலமாகச் சொன்னார்...

தொடர்ந்து...

“மக்களுக்கு உணவு கிடைக்கக்கூடிய உருப்படியான திட்டங்களை சுதந்திரம் கிடைத்த பிறகு நம்முடைய சுதந்திர சர்க்கார் செய்யும். முதல் காரியமாக அது மேற்குத் தொடர்ச்சி மலைமீது இருக்கும் கீரி ஆற்றைக் கீழே கொண்டுவந்து சங்கரன்கோவில் தாலுகா கோவில்பட்டி தாலுகா ரெண்டையும் - மலையிலிருந்து கடல் வரைக்கும் - செழிப்பாக ஆக்குவதுதான் நம்முடைய முதல்வேலை" என்றார்.

“இந்த கீரி ஆற்றைக் போலத்தான் கங்கை நதியும் ஒரு காலத்தில் பூமியிலுள்ள மக்களுக்குப் பயன்படாமல் இமயமலையின்

உச்சியில் இருந்துகொண்டிருந்தது. அதை பகீரதன் என்கிற ராஜா எவ்வளவோ சிரமப்பட்டு அபாரமான மராமத்து வேலைகள் செய்து கங்கையைத் தரைக்குக் கொண்டுவந்து பூமியை வளப்படுத்தினான். இமயமலையின் உச்சியில் இருக்கும்வரை அதுக்குப்பேர் கங்கை. பூமிக்கு வந்ததும் அந்த ராஜாவின் பெயரான பாகீரதி ஆயிற்று. அதேபோல மேற்குத் தொடர்ச்சி மலைமீது இருக்கும் கீரி ஆற்றை இந்தக் கரிசல் மண்ணில் பாயவிட்டு இந்தப் பூமியை வளப்படுத்தும் நம்முடைய சுதந்திர சர்க்கார்" என்றார் உணர்ச்சியோடு. அதைக்கேட்ட மக்களுக்கு உள்ளூர தேனாமிர்தம் இறங்குவது போலிருந்தது.

தங்கள் கரிசல் காடெல்லாம் மனக்கண்ணில் தீராவாசமாக மாறி, எங்கே கண்டாலும் நெல், வாழை, மா, பலா, கமுகு, கரும்பு என்று தோன்ற ஆரம்பித்தது.....

(கி.ரா.வின் 'கோபல்லபுரத்து மக்கள்' நாவலிலிருந்து...)

அந்த கரிசல்காட்டில் கமுகுமலை ஐயரின் கனவும் இதுவரை பலிக்கவில்லை.

அதைக்கேட்டுக்கொண்டிருந்த கோபல்லபுரத்து மக்களின் மனக்கண்ணில் தோன்றிய காட்சியும் இதுவரை புலப்படவில்லை.

இதை எழுதிவிட்டுப்போன கி.ரா-வின் எதிர்பார்ப்பும் இதுவரை நிறைவேறியபாடில்லை.

பரவாயில்லை... தொடர்ந்து நம்பிக்கையோடு இருப்போம்.

ஒருத்தர் பிழைப்பு தேடி வெளிநாடு போனார். மனிதர் எந்த நாட்டுக்குப் போனாலும் எங்கள் ஊரில் அது 'துபாய்' தான்.

இப்படி துபாய் போன மனிதர் இரண்டு வருசம் கழித்து ஒரு பெரிய சூட்கேசோடு ஊருக்கு வந்தார்... பஸ் ஸ்டாப்பில் இறங்கி ஊரை நோக்கி நடந்தபோது எதிரே வந்த ஒரு சம்சாரி கேட்டார்,

"என்ன தம்பி சவுக்கியங்களா... துபாய்லேருந்து வர்றீகளா...?"

"ஆமாண்ணே..."

"துபாய்ல இந்த வருசம் மழ தண்ணி எப்பிடி... கண்மாய் நெறஞ்சிருக்கா... இல்ல அங்கயும் இப்படித்தானா...?"

அவர் என்ன பதிலைச் சொன்னாரோ தெரியவில்லை.

முழுதும் ஒரு மழைமறைவுப் பிரதேசத்தில் சிக்கிக்கொண்ட கரிசல் பூமியில் ஒருத்தரை ஒருத்தர் பார்க்கும்போது குசலம் விசாரிக்கும் முறை ஆதிகாலம் தொட்டு இப்படித்தான் இருக்கிறது.

'நீரின்றி அமையாது உலகு' என்கிறது வள்ளுவம். ஆனால் ஒத்தப்பொட்டு தண்ணி இல்லாமலே அவ்வப்போது வருகிற கடும் வறட்சிக்காலங்களை இந்த கரிசல் கிராமங்கள் அதுபாட்டுக்கு அனாயாசமாகக் கடந்துபோகத்தான் செய்கின்றன.

அதே மண்ணில் அரிதாக பெருமழை பெய்து சிற்றோடைகளில் தண்ணீர் பெருக்கெடுத்து ஓடி, இருக்கிற குளம் குட்டைகளை உடைத்து, பாடுபட்டு விளையவைத்த பயிர்களை நாசம் பண்ணத்தலைப்படும்போது அதை எதிர்கொள்ளும் திராணியோ, அனுபவமோ இன்றி மக்கள் அல்லாடுவதும் அவ்வப்போது நிகழத்தான் செய்கிறது.

"என்னத்தச்சொல்ல ... இந்த பாழாப்போன மழை ஒரு வருசம் பேய்ஞ்சு கெடுக்குது... ஒரு வருசம் காய்ஞ்சு கெடுக்குது..." என்று இதை சகஜமாக எடுத்துக்கொள்ளும் மனநிலை அவர்களின் வரம் என்றுதான் சொல்லவேண்டும்.

'நீரின்றி அமையாது உலகு' என்று பஞ்ச பூதங்களில் நீரை முதலில் வைத்த வள்ளுவர் 'உழவே தலை' என்று தொழில்களில் முதலாவதாக உழவைச் சொல்கிறார். இந்த நீருக்கும் ஏருக்கும் உள்ள 'ஏளாப்பொருத்தத்தை' அன்றைக்கே கண்டுகொண்டார் போல... இந்த இரண்டுக்குமான உறவு சார்ந்த போராட்டம் தொடர்கதையாகவே இருந்து வருகிறது இன்றுவரை அம்மண்ணில்.

வரலாற்றுப் புத்தகங்களில் ஆற்றங்கரை நாகரிகங்களே பெரிதும் பேசப்படுகின்றன. உலக நாகரிகங்களெல்லாம் ஆற்றங்கரையில் தான் தோன்றின என்று சான்றுகள் தருகின்றன. ஆனால் இந்த மானாவாரி கரிசல் மண்ணின் மக்களுக்கு அவர்களின் நாகரிகத்தைப் பேணவும் வளர்க்கவும் வறண்ட ஒரு கண்மாய்க்கரையே போதுமானதாக இருக்கிறது. உண்மையில் பல பண்பாட்டுக்கூறுகள் ஆறுகளே இல்லாத மானாவாரி மண்ணில் வேரூன்றி நிற்கின்றன. பற்பல விழுமியங்களும் அம்மண்ணில் விரவிக்கிடக்கின்றன. அவர்களின் போராட்ட வாழ்க்கை அவர்களை செம்மைப்படுத்துகிறது.

காலமெல்லாம் மானாவாரி மண்ணில் உழுதுவிட்டு நெற்றியில்

கைவைத்து, கடந்து போகும் மேகக்கூட்டங்களை “இதுல ஒண்ணாச்சும் பேயாதா" என்று ஆர்வத்தோடு புருவங்களைச் சுருக்கிப் பார்த்து நிற்கும் கரிசல் சம்சாரிகளுக்கு “நெறஞ்ச கண்மாய்" என்பது ஒரு பெரிய "திருக்காட்சி" தான்.

அந்த ஏக்கங்களையே ஊர்ப் பெயர்களாகவும் வைத்து தணித்துக்கொள்கிறார்கள். வாகைக்குளம், செவக்குளம், கரிசல்குளம், குருவிகுளம், குறிஞ்சாகுளம் என்று குளங்களாகவும் நடையனேரி, மாறனேரி, உலகனேரி என்று ஏரிகளாகவும் அவர்கள் அவர்களின் ஊர்களுக்கே இப்படித்தான் பெயர் வைத்துக்கொள்கிறார்கள். இந்த 'நிறைகுள'மும் அப்படியான ஒரு ஊர்தான்.

இந்த நீருக்கும் உழவுக்குமான உறவு பெரியது. அந்த முடிச்சு பலமானது. அதுவும் இந்த வானம் பார்த்த பூமியில் நீரின் இருப்பும் அதன் இல்லாமையும் எப்போதும் பேசப்பட்டுக்கொண்டே இருக்கும். 'காய்ஞ்சாலும்' செய்திதான், 'பேய்ஞ்சாலும்' செய்திதான் அம்மண்ணுக்கு. வற்றாத நதி என்று எதுவும் கேள்விப்படாத பூமி. பெய்கிற மழையைச் சேர்த்துவைக்கத் தோது இல்லாத மண். அதையும் தாண்டி சிறு சிறு கண்மாய்களை வெட்டி அமைத்துக்கொண்டு அதையே பூதக்கண்ணாடி மாட்டிக்கொண்டது போல 'காவேரி அணையாகப்' பார்த்து ரசித்துக் கொள்ளும் கூட்டம் அது. அதில் தண்ணீர் ஏறுவதும் இறங்குவதும் தான் அவர்களின் வாழ்க்கை.

இப்படி நான் பார்த்த அந்த கிராமங்களின் ஒட்டுமொத்த அடையாளம்தான் இந்த 'நிறைகுளம்' கிராமம்.

இந்த நிறைகுளத்து மக்களின் வாழ்க்கையில், வழிபாடுகளில், கலாச்சாரத்தில், கவிதைகளில், இசைப்பாட்டுக்களில் என எல்லாவற்றிலும் அவர்கள் அண்ணாந்து பார்க்கும் வானத்தின் 'பெய்தலும் காய்தலும்' தான் முகங்களாய் இருக்கும். ஆசுவாசத்திற்காக திண்ணைகளில் வந்து உட்காரும்போதே, “அங்குட்டு செவக்காட்டுல நேத்து நல்ல மழையாமே... செவக்குளம் கண்மாய் பாதி நெறஞ்சுடுச்சுன்னாங்க...? நம்ம காட்டுல எப்ப பெய்யுமோ..." என்று மழை பற்றிய பேச்சோடுதான் ஆரம்பிக்கிறார்கள்.

கிணறுகளில் மோட்டார்களும் பம்ப் செட்டுகளும் கூட இந்த பெய்தலுக்கும் காய்தலுக்கும் இடையேதான் கிணற்றுப்படிகளில் மேலும் கீழுமாக ஏற்றி இறக்கிப் பயணப்படுகிறது.

பெய்த மழையைக் காப்பாற்ற ஒரு போராட்டம்.... பேயாத மழையை வரவேண்டி ஒரு வழிபாடு... என நீருக்கான தவமாகவே அவர்களின் அன்றாட வாழ்க்கை கழிகிறது. அவர்களின் வழிபாடும் அது சார்ந்தே அமைகிறது.

பெய்கிற மழை பெருமழையாகிற போது 'எங்கே இருக்கிற குளம் குட்டையையெல்லாம் உடைத்துவிட்டுப் போய்விடுமோ... விதைச்சு முளைச்ச பயிரெல்லாம் அழிந்து போகுமோ' என்கிற பதற்றம் தொற்றிக்கொள்கிறது.

மழையின்றிக் காய்கிறபோது தொலைதூரக் கிணறுகளின் அடி ஆழத்தில் கண்ணில் படுகிற தண்ணீர் வரமாகத்தெரிகிறது. தேடலில் இருக்கிற தாகம் குடங்களின் பாரத்தையும் காணாமல் செய்துவிடுகிறது.

இந்த கரிசல்காட்டு சம்சாரிகளின் நீண்டகாலக் கனவு ஒன்று உண்டு... அது.

"இந்த மேமலையில (மேற்குத் தொடர்ச்சிமலை) ஓடுகிற கீரியாற்றையோ, அழகர் ஆற்றையோ மறிச்சு அணை கட்டி தண்ணி கொண்டு வந்தா மேற்கே ராஜபாளையத்துல இருந்து கிழக்கே சாயல்குடி வரைக்கும் ஒட்டு மொத்த கரிசல்காடும் 'காவிரி தீரவாசம்' மாதிரி செழிக்கும்..." என்பதுதான். அந்தக் கனவு இதுவரை நிறைவேறிய பாடில்லை.

இந்த மானாவாரி கரிசல் பூமியில் நீருக்கான போராட்டத்தையும் ஒரு அணை வந்தால் எல்லாம் சரியாகிவிடும் என்ற ஒரு கனவோடும் காலங்கள் கடந்தும் அந்த நம்பிக்கையோடு வாழ்கிறார்கள் என்பதையும் அத்தோடு அவர்கள் எப்படி யதார்த்தமாக அந்த வறட்சியின் சுவையை கையாளவும் ரசித்து வாழவும் பழகியிருக்கிறார்கள் என்பதையும் காட்டுவதே இப்படைப்பின் நோக்கம். இந்தக் கதை அதற்கு ஒரு 'பிடிமானம்'. அவ்வளவுதான்.

வாருங்கள்... நிறைகுளம் கிராமத்திற்குச் செல்வோம்.

1

நிறைகுளம் கிராமத்தில் அது ஒரு சாயங்கால நேரம். கடுமையான கோடைகாலம் வேறு.

பூமி வெம்பிக் கிடந்தது. தொட்ட மண்ணெல்லாம் சூடாகத் தெரிந்தது. ஏதாவது நிழலில் நின்று கொஞ்சம் தொலைவாகப் பார்த்தால், உழுதுபோட்ட மண்ணில் வெப்ப அனல் அலைஅலையாக மேலே ஏறுவது வெறும் கண்ணுக்கே தெரிந்தது. புளியமரங்களிலெல்லாம் பாதி இலைகள் பச்சையும் மீதி இலைகள் பழுப்புமாக மாறிமாறி நிறங்களைக் காட்டிக் கொண்டிருந்தன.

முப்பது வருசங்களுக்கு முன்னே போக்குவரத்து வசதிகள் அவ்வளவாக இல்லாத ஊர் அது. மெயின் ரோட்டில் இறங்கி நடந்துதான் போக வேண்டும். ஊரிலிருந்து அரை மைல் தொலைவில் ஒரு தார்ச் சாலை. அதில் போகிற பேருந்துகளில் ஒரே ஒரு பேருந்து மட்டும் இரண்டு மூன்று வேளைகள் நின்று போகும். அங்கே ஒரு பஸ் ஸ்டாப் உண்டு. அது நிறைகுளம் கிராமத்திற்கேயானது. அங்கே, நிழலுக்கு ஒரு பெரிய புளியமரம்.

புளிய மரத்தில் கிளிகளெல்லாம் சுதாரிப்பே இல்லாமல் கத்தித் திரிந்தன. எலெக்ட்ரிக் தூண்களுக்கிடையே சென்ற வயர்களில் வரிசையாக நின்ற நானவந்தான்கள் இந்த வெம்பாட்டிலும் குதூகலமாக 'குர்றிச்... குர்றிச்....' என்று கத்தி விளையாடிக் கொண்டிருந்தன.

உழுது பயிர் செய்யும் விவசாயிகள் நிறைந்த ஊர். மாதம் மும்மாரி பெய்யும் என்கிற நம்பிக்கையோ அல்லது விளைய வைத்த பொருள் எல்லாம் நல்ல விலைக்குப் போகும் என்கிற நம்பிக்கையோ, எதிர்பார்ப்போ இல்லாமல் ஒவ்வொரு நாளும் ஏதாவது ஒரு வேலையை இழுத்துப்போட்டு செய்கிற வெள்ளந்தி சம்சாரிகளின் கூட்டம் அது.

அன்றைக்கும் அதுபோலவே சில உழவுக்குப் போன சம்சாரிகள் 'எப்படியும் மழைபெய்யும்.... மண்ணை உழுது போட்டு வைப்போம்' என்று நம்பிக்கையோடு உழுதுவிட்டுத் திரும்பி வந்தார்கள். அப்படி வரும்போது, கலப்பையைத் திருப்பிப் போட்டு மேக்காலில் தொங்கவிட்டு வந்து கொண்டிருந்தார்கள். அந்தக் கலப்பையின் முனையில் இருக்கிற இரும்புப் பூண் தரையில் உரசி, 'டர்ர்ர்...ங்ங்...' என்ற ஓசையை ஒரு கோடாக எழுப்பிக் கொண்டிருந்தது.

இப்படி கரிசல் சம்சாரிகள் உழுதுவிட்டுத் திரும்புகிற அழகே தனி... மாடுகள் ரெண்டும் களைப்போடும் 'ஒரு ஏக்கரை உழுதுட்டோமாக்கும்' என்கிற இறுமாப்போடும் நடைபோட்டு வரும்.

"இந்த கரிசக்காட்டுல மழை பெய்யுதோ, இல்லையோ உழவு மட்டும் நிக்காது... ஏதோ மந்திரிச்சுவிட்ட மாதிரி, இப்படி நாள் தவறாம உழுதுபோட்டு வர்றதா நமக்கு வாழ்க்கை விதிச்சிருக்கு..."

திரும்பி வருகிற உழவுமாடுகளைப் பார்த்து கருத்தை உதிர்த்தார் நாராயணசாமி.

"மூணு வருசமா உருப்படியா மழை இல்லை... எந்த நம்பிக்கையோட உழவுக்குப் போய் இப்படி உடம்பைப் புண்ணாக்கிட்டு வர்றாங்களோ தெரியல."

சம்சாரிகள் இந்த வறட்சியிலும் மண்ணை உழுது போட்டு வருகிற லட்சணத்தைப் பார்த்து புலம்பினார் வாத்தியார் ரெங்கசாமி.

"அவருக்கென்ன மாசம் ஒண்ணானா டான்னு சம்பளம் வந்துடும்... நம்ம பொழப்பு அப்பிடியா...?" என்று அவர்களுக்குள் புலம்பிக்கொண்டே மாடுகளை நகர்த்தினார்கள் சம்சாரிகள்.

"மழை பெய்யுதோ, இல்லையோ... அதுக்காக உழுது போடாம மண்ணைத் தரிசாப் போட எந்த சம்சாரிக்கு மனசு வரும்?... இது தெரியாதா வாத்தியாருக்கு... பரீட்சை அப்போ பள்ளிக்கூடம்

போனா போதாதா... ஏன் மாங்குமாங்குன்னு தினமும் போறாரு? படிப்பு மாதிரிதானே வெள்ளாமையும்?" என்று நக்கலடித்த சாத்தூரப்பன், "ஒண்ணு தெரியுமா... வாத்தியார் மட்டுமில்ல... இந்தப் பாடத்தை அந்த பகவான் கிருஷ்ணனுக்கே நம்ம சம்சாரிதான் சொல்லிக்குடுக்க வேண்டியதா போச்சு... கதை இருக்கு... தெரியுமா?" என்று ஆர்வமூட்டினார்.

"சொல்லும் கேட்போம்."

"இது இங்க நடந்த கதையல்ல... அந்த வைகுண்டத்திலே நடந்த கதை...

பூலோகத்திலே கலி முத்திப்போச்சு.. அதர்மம் தலைதூக்கி ஆட ஆரம்பிச்சிருச்சு... எதிலும் நியாயம், தர்மம் என்கிற நியதி இல்லாம போச்சு. ஆரம்பத்தில் அதை நினைச்சு புலம்பிக் கிட்டிருந்த பூலோக மக்கள், போகப்போக அவங்களும் அதுக்குத் துணைபோக ஆரம்பிச்சிட்டாங்க."

"வைகுண்டத்துல உடனே சாமிகளும் தேவர்களும் கூட்டம் போட்டாங்க..

"உடனே கிருஷ்ணர் அவதாரம் எடுக்க முடிவு பண்ணிட்டாராக்கும்..."

"அதுதான் இல்லை. எல்லாவாட்டியும் அவர் அந்த மாதிரி அவதாரம் எடுக்குறதில்ல... அப்படி எடுத்தா எத்தனை அவதாரம் எடுக்கிறது? நம்ம பூலோகத்துல கொஞ்சநஞ்ச கொடுமையா நடக்குது...? சில நேரம் இப்படியும் யோசனை பண்ணுறதுண்டு... நாரதர்தான் இந்த யோசனை சொன்னது."

"என்னவாம் அது..."

"எப்பவும் மழை பெய்யணும்னா பகவான் சங்கை எடுத்து ஊதணும். அதுதான் நடைமுறை..."

"ஒரு வாட்டி பகவான் கிருஷ்ணர் ஒரு அஞ்சு வருசம் தன்னோட பாஞ்ச சன்யத்தை... அதான் அந்த சங்கு ஊதுறதை நிறுத்திட்டு, சங்கை ஓரமா வெச்சுட்டா எல்லாம் சரியாயிடும்... ன்னாராம்."

"அதை நிறுத்திட்டா மழையே பெய்யாதே..."

"பூலோகம் திருந்தி வழிக்கு வரணும்னா அதான் வழி... ஒரு பஞ்சம் வந்துபோனா மக்கள் திருந்துவாங்க..."

"அப்புறம்...?"

"கிருஷ்ணரும் அதைக்கேட்டு, 'சரி, நம்ம சங்கை அஞ்சு வருசம் ஊதாம ஓரமா வெச்சுடுவோம்னு அங்கே இருந்த பரண்மேல கொண்டுபோய் வெச்சிட்டாராம்..."

"ஊரெல்லாம் வறட்சி தாண்டவமாட ஆரம்பிச்சது. ஆனா, இப்படி மழையே இல்லாத நேரத்துல, மூணு வருசம் தாண்டியும் ஒரு கரிசல் காட்டு சம்சாரி அதுக்கெல்லாம் கலங்காம மாடு பூட்டி உழவுக்குப் போகவும் மண்ணை உழுது போடுவதுமாக இருந்தார்."

"சரி."

"இந்தத் தகவல் பகவான் காதுக்குப் போச்சு. கேள்விப்பட்ட பகவான் அப்பேர்ப்பட்ட மனுசனை நேராப்போய் பார்க்கணும்னு ஆசைப்பட்டாராம்... உடனே ஒரு சாதாரண மனுசனா மாறி நம்ம கரிசல்காட்டுக்கு வந்தாராம்... வந்தவர் நேரா அந்த சம்சாரிக்குப் பக்கத்துல போய்க் கேட்டாராம்..."

"என்னன்னு கேட்டாராம்?"

'அய்யா, மூணு வருசமா மழையே இல்லையே, எதை நம்பி இப்படி ஒரு பிரயோசனமில்லாம உழுது போட்டுக்கிட்டிருக்கீரு...?'

'அதைக்கேட்க நீர் யாரு...?'

'இல்லைய்யா... ஒரு துளிகூட மழையில்லையே... சும்மா உழுதுபோட்டு என்ன பிரயோசனம்... அதான் கேட்டேன்...'

'நீர் கேட்கிறது சரிதான்... ஆனா நாளைக்கே ஒரு மழை பேய்ஞ்சா எப்படிச் சமாளிக்கிறது? இந்த வறட்சியிலே வெயில்பட்டு சூடேறி மண்ணு இறுகிக்கிடக்கும்... மூணுநாலு வருசம் தொடர்ந்து உழவுக்குப் போகலன்னா உழவுக்குப் பழக்கின மாடுகளும் தொழிலை மறந்துடும். திரும்பப் பழக்க முடியுமா... அம்புட்டு ஏன்... நமக்கே ஏர் பூட்டிப் புடிச்சு உழுகிறது மறந்துடுமே... அதான், இப்படி தொழில் மறக்காம இருக்க உழுதுக்கிட்டிருக்கேன்'னு சொன்னாராம் சம்சாரி.

இதைக்கேட்டதும் கிருஷ்ணர் உஷாராகி உடனே சுதாரிச்சிக்கிட்டு வேகவேகமா வைகுண்டம் போனாராம். போனதும் பரண்ல வச்சிருந்த சங்கைத் தேடி எடுத்து 'பூம்..'ன்னு ஊதிட்டார். உடனே மழை ஜோர்னு கொட்டிடுச்சு..."

"இம்புட்டுத்தான் கதையா...?"

"இனிமேதான் கதையே..."

"சங்கு சத்தம் கேட்ட நாரதரும் கூடநின்ன தேவர்களும் 'என்ன பகவான் அதுக்குள்ள இப்படி சங்கை ஊதிட்டாரே... இன்னும் கெடு இருக்கே... ஏன் இப்படி'ன்னு வேகமாக வந்து, 'ஏன் பகவானே, இன்னும் ரெண்டு வருசம் கிடக்கே... அதுக்குள்ள இப்படி ஊதிட்டீங்களே...'ன்னு கேட்டாங்களாம்.

பகவான் சொன்னாராம்.

"நான் ஊதுறதை மறந்துட்டா என்னாகிறது? இல்ல, அந்த சங்குதான் குரல் எழுப்புறதை மறந்துட்டா என்ன ஆகிறது? அதான், வேகமா வந்து ஊதிப் பார்த்தேன்'னாராம்...

"இப்படி பகவானுக்கே பிரதிபலன் பார்க்காம 'கடமையைச் செய்'னு கத்துக்கொடுத்தவன் நம்ம கரிசக்காட்டு சம்சாரிதான் தெரியுமா... இவ்வளவு ஏன் இந்த வெயிலையே உரமாக மாத்தி பயிரை விளையவைக்கிற வித்தை தெரிந்தவன் இந்தக் கரிசக்காட்டு விவசாயி" என்று சொல்லிக் கொண்டே உறுமாலை கட்டிக்கொண்டே ஒருவித இறுமாப்போடு கிளம்பிய சாத்தூரப்பன்,

"ஆனா, இப்படி ஒரு துளிகூட மழையைக் காட்டாம அடிக்கிற வெயிலைப் பார்த்தா கிருஷ்ணர் இப்போ, அந்த சங்கை எங்கயோ தொலைச்சுப்புட்டாரோ...ன்னு தோணுது" என்று அங்கலாய்த்துக்கொண்டே நகர்ந்தார்.

சாத்தூரப்பன் ஓர் இலக்கண சுத்தமான கரிசல்காட்டு சம்சாரி. ஒரு ஜோடி உழவு மாடுகள் உண்டு. கூடவே, அவர் வீட்டுத் தொழுவத்தில் ஏழு கறவை மாடுகள் உண்டு. அதை மேய்ச்சலுக்குக் கூட்டிச் செல்வதற்கென்று சுந்தரம் என்று ஒருத்தன் உண்டு!

மனுசங்கள் எல்லோருக்கும் ஒரு வயிறு என்றால், சுந்தரத்திற்கு எட்டு வயிறு.... எட்டு வயிற்றுக்கு என்ன கணக்கு என்றால், அவனுக்கு ஒரு வயிறு... ஏழு மாட்டுக்கு ஏழு வயிறு. மொத்தம் எட்டு.

'மாடுகளின் வயிறு எப்படி அவன் கணக்கில் சேரும்' என்கிற கேள்வி எழலாம்.

அந்த ஏழு மாடுகளின் வயிறும் நிறைந்தால்தான், அவன் வயிறு நிரம்பியதாகத் தெரியும், அவனுக்கு. அதுவரை பசிப்பது போலவே உணர்விருக்கும். கூலிக்கு மாடு மேய்க்கிறவன்தான். ஆனாலும் மாடுகளோடு ரொம்பவே ஒட்டிப்போனவன்.

எங்கேயாவது பந்தியில் உட்கார்ந்து சாப்பிடுகிற வாய்ப்பு கிடைக்கும் போதெல்லாம், இலையில் வைக்கிற காய்கறிகளைப் பார்த்தால் 'இத கன்னுக்குட்டிக்கு வெச்சா நல்லா முழுங்கும்' என்று தனக்குள் பேசிக் கொள்வான்; நினைத்துக்கொள்வான். சாப்பிட்ட வாழை இலைகூட மாட்டைத்தான் நினைவுப்படுத்தும் அவனுக்கு. கிடைக்கிற எதையும் மாடுகளுக்குத் தின்னக் கொடுத்து அதில் சந்தோசப்படப் பழகிக் கொண்டவன்.

பச்சையாக எதைப் பார்த்தாலும் 'அசை போடுகிற' மாடுகளின் வாய்தான் அவன் நினைவுக்கு வரும்.

ஒரு தடவை, கட்டட வேலைக்காக பத்துப் பதினைந்து மைல் தொலைவில் ஒரு சிற்றாற்றின் கரையில் இருந்த செங்கல் சூளைக்குப் போய் செங்கல் எடுத்துவரலாம் என்று வண்டி கட்டிப்போனார் சாத்தூரரப்பன். கூடவே, அவனையும் கூட்டிப்போனார். அந்த சிற்றாறு, அந்தக் கரிசல் மண்ணிலும் ஒருசில ஏக்கர்களில் வாழை மரம் பயிர் செய்ய வகை செய்து கொடுத்தது. அங்கே அந்த ஊரின் ஆற்றங்கரையில் சில ஏக்கர்களில் வாழை பயிரிட்டு 'தளதள'வென பசுமையாக வளர ஆரம்பித்து இடுப்பு உயரத்துக்கு வரிசையாக நின்று கொண்டிருந்தது. நம்ம சுந்தரம் பயலுக்கு அதைப்பார்த்ததும் தன் மாடுகள்தான் நினைவுக்கு வந்தது.

"இதுல மாடுகளை விட்டா நல்லா மேய்ஞ்ச்சிக்கிடும்" என்றான், சாத்தூரரப்பனைப் பார்த்து.

"அட கூறுகெட்ட கூக... மாடு மேயறதுக்கா இங்க வாழை போட்டிருக்காங்க.... செவனேன்னு வரமாட்டியாலே" என்று சொல்லி இழுத்து வந்துவிட்டாராம். ஊர் மந்தையில் உட்கார்ந்து பேசும்போது அடிக்கடி சொல்லுவார் இதை.

பாதையெங்கும், வெயிலில் நின்று மேய்ந்து திரும்பிய மாடுகள் உஷ்ணக் காற்றை மூச்சாக வெளியேற்றிக் கொண்டே நடந்து வந்தன. பின்னாலே சுந்தரம் சில பசுந்தழைகளை எங்கேயோ தேடி ஒடித்துத் தோளில் தொங்கப்போட்டுக் கொண்டு வந்தான் கன்றுகளுக்காக.

தன்னுடைய உழவு மாடுகளுக்குத் தண்ணீர் காட்டிவிட்டு திரும்பவும் போய் வேறுசில மாடுகள் வருகிற பாதையில் அவருடைய மந்தைப் புஞ்சையை ஒட்டி நின்று கொண்டிருந்தார் சாத்தூரப்பன்.

"வர்ற வருசமாச்சும் மழைபெய்யுதான்னு பார்ப்போம். இந்த வருசம்தான் இப்படி 'காய்ஞ்சு' கெடுத்துருச்சு மழை…" என்று பாதையில் திரும்பி வந்து கொண்டிருந்த அந்த மாடுகள் வரிசையாக இட்ட சாணத்தைக் கையில் திரட்டி பக்கத்தில் இருந்த 'மிளகாயடியில்' வீசிக்கொண்டே புலம்பினார் சாத்தூரப்பன்.

மிளகாய் பயிரிட்டு விளைச்சல் முடிந்தபின் அடுத்த பயிர் வைக்கும் வரை அதை 'மிளகாயடி' என்பார்கள். பருத்தி போட்டு ஓய்ந்திருந்தால் 'பருத்தியடி' என்பார்கள். இது சம்சாரிகளின் பேச்சு வழக்கு. அடுத்து என்ன பயிரிடலாம் என்கிற முடிவு எடுப்பதற்கு இந்த சொற்குறிப்பு உதவியாக இருக்கும்.

சம்சாரிகள் இப்படித்தான். மாடுகள் வழிப்பாதையில் சாணம் போட்டால், அது வீணாகி விடக்கூடாது என்று அதைத்திரட்டி பக்கத்தில் பயிர் வைக்கிற மண்ணில் எடுத்து வீசிவிட்டுத்தான் போவார்கள்.

திரும்புகிற மாடுகளில் நான்கைந்து எப்படியும் சாணம் போடும் என்று சாத்தூரப்பனுக்குத் தெரியும். திரும்பும் நேரத்தில் சரியாக அந்தப் பாதையில் வந்து நிற்பார் இப்படி சாணம் அள்ளிப்போட.

அடுத்து சாத்தூரப்பன் கிணற்றைப் பார்த்து நடந்தார். தொலைவில் அவரின் மனைவி ராஜம்மாளும் வந்து கொண்டிருந்தாள் கிணற்றுப்பக்கம் போனவர் எட்டிப் பார்த்து விட்டு, மோட்டாரை நோட்டம்விட்டார். நோட்டம்விட்டவர், கிணற்றில் தண்ணீர் மட்டத்தைப் பார்த்து சலிப்போடு ஒரு பெருமூச்சு விட்டார். கரிசல் மண்ணில் மழைக்கு ரெண்டு குணம் உண்டு. ஒண்ணு, பெய்ஞ்சுகெடுக்கும்.. இல்லையென்றால், காய்ஞ்சு கெடுக்கும். கரிசல் மண்ணில் பருத்தியும் மிளகாயும்தான் பிரதானம், இப்படி ஒரு ரெண்டுங் கட்டான் குணம்படைத்த இந்த கரிசல் மண்ணுக்கு, இந்த ரெண்டு பயிர்கள்தான் லாயக்கு என்று இந்த சம்சாரி வர்க்கத்திலே, யாரோ என்றைக்கோ ஒருகாலத்தில் முடிவுபண்ணிவிட்டுப் போயிருந்தார்கள்.

அந்த மண் தக்கவைத்துக் கொடுக்கிற ஈரத்தில், ஜீவிக்கிற சக்தி இந்த இரண்டு பயிர்களுக்கு இருந்தது. அது ஒன்றுதான் அந்தக் கரிசல் சம்சாரிகள் வாங்கி வந்த ஒரே வரம்.

அந்த மண்ணுக்கு ஒன்றிரண்டு மழை போதும். தண்ணீரைத் தக்கவைத்துக் கொண்டு நிதானமாகச் செடிக்குக் கொடுக்கும். பருத்தி எடுப்பதில் கடைசி எடுப்பு வரைக்கும் பருத்திச்செடி காயாமலே இருக்கும். செடி தானாக பருவம் ஓய்ந்து விளைச்சல் நின்றதும், அப்புறம் ஆடுமாடுகள் கடித்துக்கொள்ள விடுவார்கள். மழை அந்த அளவோடு நின்றால்தான் நல்லது. அதை மீறி ஒன்றி ரண்டு மழை கூடுதலாகப் பெய்து விட்டால் அவ்வளவுதான்.

செடி வளரும் பருவத்தில் தொடர்ந்து மழை பெய்தால், ‘வேர்ப்புழு’ பிடித்து அந்தப் பருத்தி சாம்ராஜ்யத்தையே சாய்த்து விடும். பருத்தி விளைந்து வெடிக்கும்போது மழைபெய்தால், அப்புறம் பருத்தி எங்கே எடுக்க? பஞ்செல்லாம் நனைந்து சம்சாரியை நடுத்தெருவுக்கு கொண்டுவந்து விடும். வீடெல்லாம் வெள்ளைப் பருத்தியைவிட கொத்தப்பருத்தி தான் குவிந்து கிடக்கும். எப்படியோ இந்த உபத்திரங்களிலிருந்து தப்பி, பருத்தித் தாட்டுகளை நிரப்பி வண்டி ஏற்றும் வரை சம்சாரிகள் பாடு திண்டாட்டம்தான். இப்படித்தான் ‘பேய்ஞ்சி’ கெடுப்பது, என்பது.

இது இப்படி என்றால், சில சமயத்தில் மழையே இல்லாமல் ‘காய்ஞ்சு’ கெடுக்கும்.. ‘தாதுவருசப் பஞ்சம்’ தெரிந்ததுதான். அதன் வரலாறு படித்தவர்களுக்குத்தான் அதன் வலி தெரியும், அப்படி இல்லாவிட்டாலும் தொடர்ந்து ஓரிரண்டு வருசம் மழை இல்லாமல் போவது தொடர்கதைதான் அந்த மண்ணுக்கு. அப்படி மழையின்றி காயும்போது, கிணறுகளில் அடி ஆழத்தில் இருக்கிற கமலைக்குழியில்கூட, தண்ணீர் தெரியாது. அப்படி ஒரு சில கிணறுகளில் தண்ணீர் இருந்தாலும், அதை பம்ப் செட் மோட்டாரை வைத்து இறைத்து பயிருக்குச் சேர்ப்பது பெரும்பாடாக இருக்கும். ஆழம் அதிகமானால், மோட்டார் தண்ணீரை இழுக்காது. மோட்டாரையும் பம்ப் செட்டையும் கழற்றி இறக்கி, கிணற்றின் கடைசிப் படிக்கட்டில் தண்ணீருக்குப் பக்கத்தில் போய் கொஞ்சம் இடம்தேடி மாட்டுவார்கள். மேலே இருந்து அந்த மோட்டாரை எட்டிப்பார்த்தால், அதுவும் நம்மோடு சேர்ந்து ‘தண்ணி எங்கே’ என்று கிணற்றுக்குள் எட்டிப்பார்க்கும்.

பாசனத்துக்கு தண்ணீர் இரைக்கலாம் என்று சுவிட்சைப்

போட்டால், "இந்த தண்ணிக்குத்தான் இம்புட்டுப் பாடாக்கும்?" என்பதுபோல அந்த மோட்டார்களும் மல்லுக்கு நிற்கும்.

'வச்ச பயிரைக் காப்பாத்தியாகணுமே' என்கிற வைராக்கியத்தில் சம்சாரிகள் அடிக்கிற குட்டிக்கரணங்களைப் பார்க்க வறட்டுச் சிரிப்புதான் வரும்.

வெயில் தாழ்ந்து குளிர்ந்த நேரம் பார்த்து, மோட்டார் போட்டு நாலு பாத்தி தண்ணீர் பாய்ச்சுவது அல்லது எங்கிருந்தாவது வெட்டுக்கேணிகளில் பாசிபடர்ந்த தண்ணீர்தேடி, 'ஆயில் எஞ்சின்' வைத்து பயிரைக் காப்பாற்ற போராடுவது என்று தொடர்கதையாக இருக்கும், அந்தப் போராட்டம்.

மழை பெய்யும்போது பெய்த மழைக்கேற்ப பயிர்செய்து, களம் சேர்க்கவும் மழைபொய்க்கும்போது அந்த வறட்சியை எதிர் கொள்ளவுமான ஒரு மனோதிடமும் உடல்திறனும் கூடவே, ஒருவித வறட்டு நகைச்சுவையோடு கடந்து போகிற மனப் பக்குவமும் இருந்தது அந்த மக்களின் வரம் என்றுதான் சொல்லவேண்டும்.

ஒரு மழைபெய்தால் போதும்... மளமளவென ஏர்கள் தயாராகும்... மழைக்கு மறுநாள், அப்படியே 'ஈசல்'போலக் கிளம்பிவிடுவார்கள் காட்டைக் பார்க்க. ஒரு பக்கம் ஏர்பூட்டிய மாடுகள் கிளம்பும். ஒரு பக்கம், மண்ணைப் பருவம் பண்ண மண்வெட்டி கடப்பாறைகளோடு ஒரு கூட்டம் கிளம்பும்.

பின்னாலேயே வீட்டில் இருக்கிற மிச்ச மனிதர்கள், 'டீத்தண்ணியோ காபித்தண்ணியோ' காய்ச்சிக் கொண்டு போவார்கள்.

அடுத்து வெள்ளாமை விளைந்து களத்தில் சேர்த்து, தானியம்... பருப்பு என்று வீடு சேர்க்கிறதும், வெடிச்ச பருத்திகளையும் பழுத்த மிளகாய் பழங்களையும் 'எடுப்பு' எடுத்து காயவைத்து எடைபோட்டு தாட்டுகளில் நிரப்பி 'யேவாரிகளிடம்' சேர்ப்பதுமாக ஒரே பரபரப்பாக இருக்கும் ஊர்.

இது எல்லா வருசமும் வாய்க்காது. இரண்டு மூன்று வருசம் தொடர்ந்து மழை பெய்யும். அப்புறம் சில வருசம், தொடர்ந்து மழையின்றி போட்டு எடுக்கும். சிலநேரம் அப்படிப் போட்டு எடுக்கிறது ரெண்டு மூணு வருசங்கள் தொடரும்போது சனம் சிரமப்படும். குடிக்கிற தண்ணிக்கே குடங்களைத் தூக்கி அல்லாடுகிற நிலை வரும்.

பெ.மகேந்திரன் | 17

இந்த வருசம் அப்படி ஒரு வறட்சி தென்பட்டது, நிறைகுளம் கிராமத்திலும் அதைச் சுற்றிய வட்டாரங்களிலும். அந்த வறட்சியான உஷ்ணம்தான் கிணற்றை எட்டிப்பார்த்த சாத்தூரப்பன் விட்ட பெருமூச்சில் வெளிப்பட்டது.

2

நிறைகுளம் பஸ் ஸ்டாப் ஊரிலிருந்து கிழக்கே அரை மைல் தூரம் தள்ளி இருந்தது. நிறைகுளத்து மக்கள் நடந்துபோய் பஸ் ஏறுவார்கள்.

கிராமத்திலிருந்து பஸ் ஸ்டாப்புக்குப் போகிற வழியில் ஊருணி ஒன்று இருக்கிறது. பஸ் ஏறப்போகிற மொத்த ஆட்களும் அந்த ஊருணிக் கரையைத் தொட்டுத்தான் பஸ் ஸ்டாப்புக்குப் போக வேண்டும்.

நல்ல மழை பெய்கிற காலங்களில் ஊருணி பார்க்க பெரிய சமுத்திரம் கணக்காகத் தெரியும்.

தண்ணீர் நிறைஞ்சு இருக்கிற சமயங்களில், ஊருணிக்குத் தெற்குப்புறம் இருக்கிற படிக்கற்களில், யாராவது துணிதுவைத்தால் வடக்குக் கரையொட்டி பஸ் ஸ்டாப்புக்குப் போகிறவர்களின் காதில், துணி கல்லில் படும்போது சத்தம்கேட்காது. துணி தலைக்கு மேலே போகும்போதுதான் 'லொப்' என்று ஒரு சத்தம் காதில் விழும்.

ஊருணிக்கு மேற்குப்புறமிருந்து, ஒரு மண்மேடு ஊருணிக்குள் சாய்வாக இறங்கும். அதன் ஓரமாகத் தடுமாறாமல் இறங்கத் தோதாக சாய்வாக ஒரு பாதை வாய்க்கால்போல இறங்கும். அதன் வழியாக மாடுகள் இறங்கி வாய்வைத்து தண்ணீர் குடிக்கும். ஒருசில மாடுகள் குடித்துக்கொண்டே உள்ளே இறங்கி நீந்தும்.

ஊருணிக்குக் கிழக்கே பஸ் ஸ்டாப்புக்குப் போகிற வழியில் ஒரு புளியந்தோப்பு உண்டு. புளியமரங்களும் வேப்பமரங்களும் நிறைந்த ஊர். புளியமரங்களில் எப்போதும் கொத்துக்கொத்தாக நரம்பு புடைத்து புளியங்காய்கள் தொங்கும். ஊர் சார்பாக 'புளியை' ஏலம் விடுவார்கள். அப்படி ஏலம் எடுப்பவர்கள் அந்த மரங்களில் புளியம்பழம் பறித்து காயவைப்பார்கள். பின்பு தோல் உடைத்து கல்லில் வைத்து, ஓர் இரும்புக் கம்பியால் தட்டி புளியங்கொட்டைகளைத் தனியாகப் பிரிப்பார்கள், இல்லாத வீட்டுப் பிள்ளைகள். அந்தப் புளியங்கொட்டைகளை கால்படி அரைப்படி என்று அளந்து வாங்கிப்போய், வறுத்து ஊறவைத்துப் பின் வேகவைத்துத் திண்பார்கள். சில இருக்கப்பட்டவர்களும் அதன் சுவைக்கு ஆசைப்பட்டு வாங்கிப் போவார்கள்.

சீசன் முடிந்ததும் புளியைத் திரட்டி வைத்து எடைபோட்டு விற்பார்கள். முக்கால்வாசி உள்ளூரிலேயே விற்றுத் தீர்ந்துவிடும்.

'மங்குற காலத்துக்கு மாங்காய்... பொங்குற காலத்துக்குப் புளியங்காய்' என்பார்கள்.

ஏலம் எடுத்தவர்கள், பறிக்கிற புளியை வைத்து ஊர்க்காரர்கள் அந்த வருச மழையைக் கணித்துவிடுவார்கள்.

நல்ல மழைக் காலங்களில் புளி மூட்டைகள் டவுன் சந்தைக்குப் போகும்.

விடுமுறை நாட்களில் பள்ளிக்கூடத்துப் பிள்ளைகள் அந்தப் புளியமரங்களில் குரங்குக் கூட்டமாக ஏறி இறங்கி 'கொம்புதாவி' விளையாடுவார்கள். அதில் விழுந்து கை கால் உடைந்து மாவுக்கட்டுப் போட்டு அலைவார்கள் சில பசங்கள். அவர்கள், அதில் ஆடி விளையாடிக் களைத்து, நேராக அந்த ஊருணிக்குத் தான் போவார்கள்.

அந்த ஊருணியில் அவர்களுக்கென்று ஓர் இடம் உண்டு. ஊருணியின் கிழக்குப்பக்கம் கபடி விளையாடுவதற்கு என தோதான ஒரு மைதானம் உண்டு. விளையாடிக் களைத்ததும், அதை ஒட்டி அப்படியே கரையில் ஏறி உள்ளே இறங்கித் தண்ணீரில் குதிப்பார்கள். அவர்கள் ஏறிக்குதிக்கத் தோதாக, ஒரு கிணற்றுச்சுவர் இருக்கும். அப்படிக் குதித்து முங்கி நீந்தினால், 'ஒரு மூச்சுத் தொலைவில்' பெரிய யானையின் முதுகுபோல ஒரு பாறை நிற்கும். முங்கி நீந்திப் போகிறவர்கள், அதனருகே போனதும் தலையை வெளியே காட்டி கொஞ்சம் ஆசுவாசப்படுத்திக்கொண்டு திரும்பி நீந்தி வருவார்கள்.

ஊருணி நிறைந்திருந்தால், சுற்றியுள்ள நிலங்களிலெல்லாம் பயிர் விளைந்து பச்சைப்பசேல் என்று இருக்கும். அந்தப் பயிர்களுக்குப் பூச்சி மருந்தடிக்கிற சம்சாரிகள், இந்த ஊருணியில் இருந்து குடங்களில் தண்ணீர் கொண்டு போவார்கள்.

நல்ல மழைபெய்தால் சைக்கிளில் வந்து பண்டங்கள், துணி மணிகள் விற்கிற சைக்கிள் 'யேவாரிகள்' சந்தோசமாக வந்து போவார்கள். சேவுப்பொட்டலங்கள் கணக்கின்றி விற்பனை யாகும். வேலைப்பளு தெரியாமலிருக்க சேவும் டீத்தண்ணியும் தானே உபாயங்கள்!

பயிர் விளைந்து நிற்கிற நிலத்திலெல்லாம் பூச்சிகளும் புழுக்களும் 'ஞ்ஞே' என்று கூட்டமாகப் பறந்து கும்மாளமடிக்கும். அது சம்சாரிகளைப் பார்த்து, "இந்த வெள்ளாமை உனக்கா... எனக்கா..." என்று கேட்கிறது மாதிரி இருக்கும்.

அந்தப் பூச்சிகளோடு மல்லுக்கட்ட, ஒவ்வொரு மருந்துக் கம்பெனிக்காரர்களும் ஒவ்வொரு மருந்தையும் விதவிதமான அலுமினிய டப்பாக்களில் கொண்டுவந்து கொடுத்து, "இதைத் தெளிச்சுவிடுங்க... பூச்சி எல்லாம் காணாமல் போகும்..." என்று ஆலோசனை சொல்லிவிட்டுப்போவார்கள். அவர்களும் பல மருந்துகளை மாற்றிக் கலக்கி ஊற்றி அடித்துப் பார்ப்பார்கள்.

இந்தப் பூச்சி புழுக்களை விரட்டியடிக்க, சம்சாரிகள் படுகிற பாட்டைப் பார்க்கணுமே. சம்சாரிகள் கையில் அந்த மருந்து டப்பாக்களை வகைக்கு ஒன்றாகக் கையில் எடுத்துக்கொண்டு, "இதுல ரெண்டு மூடி... அதுல மூணு மூடி..." என்று விகிதக் கணக்கை வைத்து ஆராய்ச்சி பண்ணுவதைப் பார்த்து, பயிர்களில் உள்ள பூச்சிகள் அங்கிருந்து நமுட்டுச் சிரிப்பு சிரிக்கும்.

அந்தப் பயிர்களுக்கு மருந்தடிச்சு மிச்சமாகிற 'காலி' அலுமினிய டப்பாக்கள் வீடுகளில் ஆங்காங்கே கிடக்கும். அது போதும்... பேரீச்சம்பழ யேவாரிக்கு! "ஈயம் பித்தளைக்குப் பேரீச்சம் பழ்ழ்.... ழாம்..." என்று நாலுமுறை கூவிவிட்டு, ஒரு கோணிப்பையை நிரப்பிக்கொண்டுபோவார். போகும்போது, வண்டி முழுக்க மருந்து வாசம்தான் அடிக்கும். இவ்வளவு பாடுகளுக்கு மத்தியிலும் சம்சாரிக்கு இந்த 'மருந்து டப்பா'வை பண்டமாற்ற முறையில் விற்பனை செய்து கிடைக்கிற பேரீச்சம்பழம் லேசான ஆசுவாசத்தைக் கொடுக்கும்.

விளைச்சலைப் பார்த்து சாத்தூர் 'மிளகாய் மண்டிகளிலிருந்தும் ராஜபாளையம் பஞ்சு மார்க்கெட்டிலிருந்தும் வியாபாரிகள்

ஏஜென்ட்களோடு வந்து தரம் பார்த்து 'ரேட்' பேசி அச்சாரம் கொடுத்துவிட்டுப் போவார்கள். அவர்களும் 'ஒரு எட்டு' ஊருணிப்பக்கம் போய், ஒரு சில நிமிடங்கள் நின்று பார்த்து விட்டுத்தான் போவார்கள். அந்தத் தண்ணீரின் அழகு அப்படி!

இதெல்லாம் மழை செழிப்பாகப் பெய்கிற நாட்களில்தான்!

சில வருடங்களாக, மழை இல்லை!

ஊருணியில் தண்ணீர் இல்லை.

புளியங்காய் விளைச்சலில்லை!

பெட்டிக்கடைகளில்கூட மங்குகிற காலத்தின் அடையாளமாக 'கிளி மூக்கு' மாம்பழங்கள்தான் கொஞ்சம் குவிந்திருந்தன.

மாடுகளுக்கும் நன்றி இல்லாமல் போனது. 'அற்றநீர்குளத்து அறுநீர்ப்பறவை' போல தண்ணீரில்லாத அந்த ஊருணிப்பக்கம் இப்போது போவதில்லை.

பள்ளிக்கூடப் பசங்களெல்லாம் வழக்கமான கபடி மைதானத்தை விட்டு, வறண்டு கிடந்த ஊருணிக்குள்ளேயே அவர்கள் விளையாடுவதற்கு மைதானம் அமைத்துக் கொண்டார்கள்.

அந்த ஊருணியில் சில பையன்கள் பெண் பிள்ளைகள் எல்லாம் அவர்கள் வீட்டிலிருக்கிற சைக்கிள்களைக் கொண்டுபோய் சைக்கிள் ஓட்டப்பழகிக் கொண்டிருந்தார்கள்.

சைக்கிள் ஓட்டுகிற அளவுக்கு வளராத பையன்கள், சைக்கிள்களிலிருந்து கழட்டி வீட்டில் தொங்கிய பழைய டயர்களை 'டப் டப்' என்று குச்சியால் தட்டிக்கொண்டே ஓட்டி விளையாடிக்கொண்டிருந்தார்கள்.

இப்படி 'டயர்' வாய்க்கப் பெறாத சில வாண்டுகள், நுங்கு சாப்பிட்டு வீசிய 'பனங்கூந்தலை'க் கொண்டு கூந்தல் வண்டி செய்து ஓட்டிக்கொண்டிருந்தார்கள்.

இப்படி கோடையின் உஷ்ணத்தைக் கிரகித்துக்கொண்டிருந்த மக்களுக்கு இருந்த ஒரே ஒரு ஆறுதல்...

அந்த ஊருணிக்குள் இருந்த வற்றாத கிணறு.

மழையின்றி ஊருணி வற்றும் போதெல்லாம் ஊர்கூடி அந்தக் கிணற்றைச் சுத்தம்செய்து தூர்வாரிக்கொள்வார்கள்!

அந்தக் கிணற்றின் குறுக்குக்கல்லில் ஊர் பொதுவில் இரண்டு மூன்று கப்பிகளை மாட்டிவிடுவார்கள். பெண்கள் அதில் வாளிக் கயிற்றை விட்டு இறைத்துத் தண்ணீர் சுமப்பார்கள்.

முதலில் இடுப்பிலோ, தலையிலோ, தண்ணீர்ப் பானையை வைத்துச் சுமந்தார்கள். அப்படி இடுப்பில் சுமந்த போது வீட்டுக்கு இரண்டு மூன்று பேர் தண்ணீர் சுமக்கிற வேலையில் ஈடுபடுவார்கள். வீடுகளிலிருந்து மொத்ததூரத்தை இரண்டு மூன்றாகப் பிரித்து தண்ணீர்க் குடமும் காலிக் குடமும் சந்திக்கிற புள்ளியாக ஓர் இடத்தைத் தேர்ந்தெடுத்துக்கொள்வார்கள். அந்த இடங்களில் குடங்களை மாற்றி வாங்கிச் சுமப்பார்கள்.

அப்படி குடங்களை மாற்றும்போது காலிக்குடத்தைக் கொடுத்துவிட்டு தண்ணீர்க் குடத்தை வாங்குகிறவர்கள், “இன்னும் நாலு குடம்தான்.... வாசல் தொட்டி நிறைஞ்சுடும்...” என்று சொல்லி தண்ணீர் சுமக்கிறதில் இருக்கிற மனபாரத்தைக் கொஞ்சம்கொஞ்சமாகக் குறைத்துக்கொண்டே இருப்பார்கள்.

எத்தனை நாளைக்குத்தான் இப்படிக் குடங்களை இடுப்பிலும் தலையிலும் சுமப்பது? மனிதன் தன் செயலில் சிரமங்களைக் காண்கிறபோதெல்லாம் அதிலிருந்து விடுதலைபெற, ஏதாவது ஒரு கண்டுபிடிப்பை நிகழ்த்திக் கொள்கிறான். ‘தேவையே கண்டு பிடிப்புகளின் தாய்’ என்று சும்மாவா சொன்னார்கள்?

இப்படி குடங்களில் தண்ணீர் சுமந்த மனிதன், அந்தக் குடங்களைச் சுமப்பதில் உள்ள பாரத்தைக் குறைக்கவும் ஒரு கண்டுபிடிப்பை நிகழ்த்திக் கொண்டான். இது மாதிரியான கண்டுபிடிப்புகளை எல்லாம் ‘விஞ்ஞானி’ யாரும் கண்டு பிடிப்பதில்லை. அந்த மண்ணில் பிறந்து தண்ணீர்க் குடங்களைச் சுமந்து ‘நொம்பலப்பட்ட’ யாரேனும்தான் கண்டுபிடித்திருக்க வேண்டும். ஐந்தாறு குடங்களை அடுக்கி கையால் தள்ளிக் கொண்டு போகிற தள்ளுவண்டிதான் அந்தக் கண்டுபிடிப்பு.

ஒருசில வருடங்களுக்கு முன்னே இந்த மாதிரியான ஒரு கடும்

கோடை ஒன்றில்தான், இப்படி இடுப்பில் சுமக்கிறதுக்கு 'மாற்றாக' சக்கரம் மாட்டிய தள்ளுவண்டி நல்ல ஒரு 'கண்டுபிடிப்பாக' அங்குவந்து முளைத்தது.

தொடக்கத்தில் ஒருசில வீடுகளில் இந்த தள்ளுவண்டிகளை, பட்டறைகளில் செய்து வாங்கி குடங்களை அதில் அடுக்கி இழுத்துக் கொண்டிருந்தார்கள். மெல்ல மெல்ல அதுவே விற்பனைக்கும் வர ஆரம்பித்தது. எல்லா வீடுகளிலும் அந்த வண்டிகளை வாங்க ஆரம்பித்தார்கள்.

3

அந்த ஊருணியை ஒட்டிய வண்டிப்பாதைதான் ஊரையும் பஸ் ஸ்டாப்பையும் இணைத்தது. வண்டிப் பாதையில் நின்ற ஒரு சிறுமேட்டில் சைக்கிளை மிதித்து ஏறமுடியாமல், ஆதிமூலம் இறங்கித் தள்ளிக்கொண்டு வந்து மேலேறி திரும்பவும் சைக்கிளில் ஏறினான்.

சைக்கிள் மிதித்ததில் ஆதிமூலத்துக்கு உடம்பெல்லாம் வியர்த்துக் கொட்டியது. கூடவே வெயிலின் தாக்கம்வேறு. கண் பொட்டிலிருந்து நெற்றியைக் கடந்து வியர்வை கன்னத்தின் வழியே வழிந்தோடியது. ஒரு கையில் சைக்கிள் 'ஹேண்ட் பாரை' பிடித்துக் கொள்ள இன்னொரு கையால் வியர்வையை வழித்துக் கொண்டே நகர்ந்தான்.

சமீபத்தில் அந்த வண்டிப்பாதையில் பஸ் விடுவதற்குத் தோதாக, கருங்கல் ஜல்லி போட்டு ரோடு போடும் வேலை நடந்து கொண்டிருந்தது. அந்த வேலை முடிந்தால், ஊருக்குள் பஸ் விடுவார்கள் என்கிற நம்பிக்கை மக்களிடம் இருந்தது.

ரோடு போடுவதற்காகப் போட்டு சிதறிக்கிடந்த கருங்கல் ஜல்லியில், கப்பிக்கல்லில் ஆதிமூலத்தின் சைக்கிள் கற்களில் ஏறி இறங்கித் தடுமாறி வந்தது. வருகிற வழியில் விலைக்கு வாங்கிய மாட்டை பத்திக் கொண்டுப் போன பக்கத்து ஊர் ஜெர்மனித் தேவர், "என்ன... ஆதிமூலம்... உங்க ஊருக்கு 'ஹைவேஸ்ல' இருந்து ரோடு போடுறாங்க போல....?" என்று கேட்டுவிட்டுப் போய்க் கொண்டே இருந்தார்.

அந்தப் பாதையை ஒட்டி ஊருணிக்கரையில் ஒரு பெரிய சிமெண்ட் மேடை இருந்தது. அதில் ஒரு இச்சி மரம், தளதளவென்று வளர்ந்து நிழல் கொடுத்துக்கொண்டிருந்தது. பக்கத்திலேயே ஒரு வேப்பமரமும் நின்றது. அது தவிர, மேடையைச் சுற்றியும் சில அரளிச் செடிகள், காகித ரோஜாச் செடிகள் என்று ஒரு சின்ன பூங்கா போன்ற பராமரிப்பு உண்டு. எந்தக் கோடையிலும் அது தொடரும்.

அந்த மேடையிலிருந்து இருபதடி தொலைவில் சிறிய பீடம் ஒன்று உண்டு. அதில், ஓர் அய்யனார் சிலையாக நின்று கொண்டிருந்தார்.

அந்த மேடையை ஒட்டி சைக்கிளை நிறுத்திவிட்டு, மேடை மேல் ஏறி கால்மேல் கால்போட்டு ஆசுவாசப்படுத்திக் கொள்ள ஆரம்பித்தான் ஆதிமூலம். மேடைக்கு நேர் எதிரே ரோட்டுக்கு மறுபுறம் கந்தசாமி அண்ணாச்சியின் பெட்டிக்கடை இருந்தது. வெயில் புழுக்கம் தாளாமல், கடைக்கு வெளியில் வந்து நிற்கவும் உள்ளே போகவுமாக இருந்தார்.

மேடையில் ஆதிமூலத்தைப் பார்த்ததும், "என்ன ஆதிமூலம்... நல்ல வெயில்ல வேர்த்துப் போய் வந்திருக்கியே, சர்பத் சாப்பிடறியா?" என்றார்.

ஆதிமூலம் மேடையில் இருந்து இறங்கி பெட்டிக் கடையை நோக்கி நகர்ந்தான். கந்தசாமி மளமளவென சர்பத் தயாராக்கும் வேலையில் இறங்கினார். ஒரு எலுமிச்சம் பழத்தை இரண்டாக அறுத்து, அதை ஒரு மர இடுக்கியில் வைத்து அழுத்தினார். எலுமிச்சம் பழச்சாறு 'பளீச்'சென்று சிதறி, கண்ணாடி டம்ளருக்குள் வழிந்தது. அருகிலேயே ஒரு தண்ணீர் நிரம்பிய பிளாஸ்டிக் பேசினில், ஒரு பாட்டிலில் நன்னாரி சர்பத் பாட்டில் முனிவர் ஒருத்தர் 'ஜலத்தில் தவமிருப்பதுபோல' நின்றிருந்தது. அதை எடுத்து இரண்டு கரண்டி அளவிற்கு நன்னாரியை டம்ளருக்குள் ஊற்றினார். அந்த பிளாஸ்டிக் கூடைக்குள் அருகில் ஒரு தெர்மக்கோல் பெட்டியில் ஐஸ் கட்டிகள் பாலம் பாலமாக அடுக்கி வைக்கப்பட்டிருந்தது. அதை லாவகமாகத் திறந்து ஒரு கட்டியை எடுத்து, ஓரத்தில் தட்டி அதன் துண்டுகளை பாட்டிலுக்குள் போட்டார். ஒரு டம்ளர் தண்ணீரை ஊற்றி, லேசாகக் குலுக்கிவிட்டு, அதை அப்படியே ஆதிமூலத்திடம் நீட்டினார்.

குடித்துவிட்டு "எழுதிக்கோங்க அண்ணாச்சி" என்று கிளம்பினான், ஆதிமூலம் மீண்டும் மேடையை நோக்கி. ஆதிமூலத்தின்

‘அக்கவுண்ட்’க்கென்று ஒரு தனி சிகரெட் அட்டை உண்டு, கடையில்.

ஊரிலிருந்து வெளியூர் போய் வருகிறவர்கள் கொஞ்சம் ஆறஅமர உட்கார்ந்து, தாங்கள் போய்வந்த பயண அனுபவங்களைப் பரிமாறும் மேடையாக அது பயன்பட்டது. வெளியூர் போகாமல் ஊருக்குள்ளேயே காலத்தைக் கழிக்கிறவர்கள், அங்கே வந்து காதுகளைத் திறந்துவைத்துக் கொள்வார்கள். உதடுகளில் கேள்விகளை அடுக்கி வைத்திருப் பார்கள். அவர்களின் சம்பாஷனை, சுவாரஸ்யமாக இருக்கும். அந்தநேரம் சாத்தூரப்பனின் அண்ணன் மகன் ராமகிருஷ்ணன் டவுனிலிருந்து ஒரு டிவிஎஸ்-50-ல் திரும்பிக் கொண்டிருந்தான். ஆதிமூலத்தைப் பார்த்ததும் வண்டியை அங்கே நிப்பாட்டிவிட்டு மேடைக்கு அருகில் வந்தான்.

ராமகிருஷ்ணனின் ஏற்பாட்டில்தான் தொடர்ந்து மனு போட்டு அந்த ‘ரோடு போடும்’ வேலை சாத்தியமானது.

“வாப்பா... ராமகிருஷ்ணன்... எப்படியோ மனுமேல மனுபோட்டு, போராடி ஊருக்குள் பஸ் வர்றதுக்கு ரோடுபோட்டு ஏற்பாடு பண்ணிட்டே.... பெரிய விஷயம்தான்...” என்றான் ஆதிமூலம்.

“இது என்னண்ணே... சின்ன விஷயம்... நம்ம நோக்கம் பெரியது. எப்படியும் அதுல ஜெயிக்கணும்னு இருக்கோம்ணே... அது நிறைவேறிடிச்சுன்னா இந்த மண்ணும் ஒரு செழிப்பான பூமியா மாறும்.... ம்.... பார்ப்போம்...”

“புரியுதுப்பா... நிச்சயம் நாம அதுல ஜெயிப்போம்... நடக்கத்தான் போகுது...” என்று உற்சாகப்படுத்தினான் ஆதிமூலம்.

அப்படி, ராமகிருஷ்ணன் கையில் எடுத்த அந்த வேலை இதுதான்... அந்த வறண்ட கரிசல் பூமிக்கு மேற்கே மேற்குத் தொடர்ச்சி மலையில் ஓர் அணைகட்டி தண்ணீர் வர வைக்கிற முயற்சிதான் அது.

“மேற்குத் தொடர்ச்சி மலையிலே உற்பத்தியாகி மேற்கு நோக்கி கடலிலே போய் கலக்கிற கிரியாற்றைத் திருப்பி ஒரு அணை கட்டி கிழக்கு நோக்கித் திருப்பிவிட்டால், மேற்கே ராஜபாளையத்தில்

இருந்து கிழக்கே கடலாடி, சாயல்குடி வரை ஒட்டுமொத்த கரிசல் மண்ணும் செழிக்கும். இருக்கிற எல்லா டவுன்களிலும் குடிதண்ணீர் பஞ்சமும் தீரும்' என்பதான திட்டம்தான் அது.

அழகர் அணைத் திட்டம் என்கிற திட்டம்தான் அது. பல ஆண்டு காலப் போராட்டம் அது. ராமகிருஷ்ணனுக்கு முன்னாலிருந்தே அதற்கான முயற்சிகள் மேற்கொள்ளப்பட்டு வந்தது. ஆனால், இதுவரை அந்தத் திட்டம் நிறைவேறியபாடில்லை. இப்போது அதற்கான போராட்டத்தைத் தான் ராமகிருஷ்ணன் கையில் எடுத்திருந்தான்.

அதற்காக அந்த வட்டாரத்தில் விவசாயிகளையும் இளைஞர் களையும் திரட்டி 'அழகர் அணைத்திட்டம் விழிப்புணர்வுக் குழு' என்ற ஒன்றை ஏற்படுத்தி மும்முரமாக செயல்பட்டுக் கொண்டிருந்தான்.

ராமகிருஷ்ணன் அடிக்கடி சிறுசிறு கூட்டங்களை நடத்திச் சொல்லி வருவது இதைத்தான்... "எல்லா மண்ணுலயும் மழை ஒரே மாதிரி பெய்யாது. இது பூகோள அமைப்புல உள்ள விஞ்ஞான உண்மை. நம்ம ஊரு வட்டாரம் ஒரு மழை மறைவுப் பகுதியிலே அமைஞ்சிருக்கு. இப்படி வறண்டு கிடக்கிறதுக்கு அது ஒரு முக்கியக் காரணம். ஆனா, மனுசன் நினைச்சா எல்லா மண்ணையும் வளமா வெச்சுக்கிட முடியும்... எத்தனையோ ஆறுகளிலே தண்ணி வீணா கடல்ல போய்க் கலக்குது. அதைத் திருப்பி, அணைகட்டி இந்த மாதிரி மழை மறைவுப் பகுதிக்கு திருப்பிவிட்டா, இந்தப் பூமியை வளமாக்கலாம். இந்தக் கருத்தை அரசாங்கத்தின் கவனத்திற்குக் கொண்டுபோகணும். வெள்ளைக்காரன் காலத்தில் அதற்கான திட்டம் இருந்தது. அதை எல்லோரும் மறந்துட்டாங்க. அதை ரொம்ப அழுத்தமா அரசாங்கத்துக்கு நினைவுபடுத்தணும்" என்று தொடர்ந்து பிரச்சாரம் செய்துகொண்டிருந்தான்.

அந்த மேடையில் கொஞ்ச நேரம் அவர்களுடன் அவனுடன் பேசிக் கொண்டிருந்துவிட்டு, ராமகிருஷ்ணன் புறப்பட்டான்.

"நான் போயி குளிச்சிட்டு செஞ்சிட்டு வர்றேன்..." என்று வண்டியை ஸ்டார்ட் செய்து புறப்பட்டான் ராமகிருஷ்ணன்.

ராமகிருஷ்ணன் வண்டியை ஸ்டார்ட் செய்துவிட்டு கிளம்பியதும், ஆதிமூலம் அவன் போகிற திசையையே பார்த்துக் கொண்டிருந்தான். கண்கள் அவன் போகிறதைப் பார்த்தாலும் மனசு பூராவும் நிலவுகிற தண்ணீர்ப் பஞ்சத்தையே நினைத்து

புலம்பிக்கொண்டிருந்தது.

ஊரெல்லாம் மழைபெய்வதை வரம் என்றும் மழை பொய்ப்பதை சாபம் என்றும் ஏற்றுக்கொண்டு நாட்களைக் கடக்க, ராமகிருஷ்ணன் இதை வேறுவிதமாகப் பார்த்தான்.

"மழை மறைவுப் பகுதியில் அமைஞ்சு போன இந்த மண்ணில், மழையளவு குறைவாகத்தான் இருக்கும். இது காலம் காலமாக இருக்கிற பிரச்சினை. முன்பெல்லாம் விவசாயம் என்பது முழுத்தொழிலாக இருக்கும்போது அதன் ஏற்ற இறக்கங்களை மனசு ஏற்றுக்கொண்டு துணிச்சலோடு வெள்ளாமை வைத்தார்கள். இன்றைக்கு, தொழிற் புரட்சி ஏற்பட்டு வேற பல தொழில் வந்து போச்சு. அதனால் விவசாயம் பண்ணி 'நொம்பலப்பட்டவர்கள்' எல்லாம் ரொம்ப ஈஸியா வேற தொழில் பக்கம் போக ஆரம்பிச்சிட்டாங்க. கொஞ்சநஞ்ச விவசாயத்தையும் காப்பாத்தணும்னா அதுக்கு ஒரே வழி இங்க இருக்கிற தண்ணீர்ப் பிரச்சினையை ஓர் அணை மூலமா தீர்க்கிறதுதான்.. வேறவழியில்லை..." இந்த எந்திர உலகில், அவசர கதியில் இருக்கிற கொஞ்சநஞ்ச தண்ணியையும் மோட்டார் போட்டு உறிஞ்சி செயற்கையாக ஒரு தண்ணீர்ப் பஞ்சத்தை உண்டாக்கிக்கிட்டு இருக்கோம். இதுக்கு உள்ள ஒரே தீர்வு, கடலில் கலக்கிற நீர்போக்குகளை அடையாளம் கண்டு இந்த மண்ணுக்குக் கொண்டு வருவதுதான்" என்று சொல்லுவான். அதற்கான கனவுத் திட்டத்தை எந்நேரமும் மனசில் சுமந்து திரிகிறான்.

"அதற்கான கோரிக்கைகளை வலுப்படுத்தி அரசாங்கத்தின் கவனத்திற்குக் கொண்டு போக வேணும்" என்று சொல்லி வந்தான்.

இந்த முயற்சிக்கு ஒரு வரலாறு உண்டு. 1930-களிலே மேற்குத் தொடர்ச்சி மலையிலே அணை கட்டுவதற்கான சாத்தியக் கூறுகளை ஆராய, ஸ்ரீவில்லிபுத்தூரிலிருந்து ஒரு எஞ்சினியரும் சில விவசாயிகளும் மலையேறிப் போய் முகாம் அமைச்சு ஆராய்ச்சி செய்திருக்கிறார்கள். அதிலே ராமகிருஷ்ணனின் அப்பா அழகர்சாமியும் ஒருத்தர். ஆனால், அந்த முயற்சி ஒரு கனவாகவே நின்றுபோனது. அழகர்சாமி உயிரோடு இருக்கிறவரை அதை லட்சியமாகவே மட்டும் வைத்துப் பெரு முயற்சி எடுத்து வந்தார்.

அந்தக் கனவை அழகர்சாமி, மகன் ராமகிருஷ்ணனுக்குக்

கடத்திவிட்டுப் போயிருந்தார்.

அவனுடைய இந்த முயற்சிகளுக்கு ஆதரவளிக்கிற ஒன்றிரண்டு ஜீவன்களில் ஆதிமூலமும் ஒருவன்.

"இருந்தாலும் இவன் சொல்லுகிற விசயங்களை நிறைவேத்துகிற கடமை அரசாங்கத்துக்குத்தான் உண்டு. அதுவரை நாம் வானத்தைத்தானே நம்பி இருக்கணும்..." என்று ராமகிருஷ்ணன் நகர்ந்தபின் மனசுக்குள் புலம்பிக் கொண்டான் ஆதிமூலம்.

"வராத மழைக்கு எங்கே போக... எந்த மந்திரிகிட்ட மனு கொடுக்க...?"

"எப்படியாச்சும் யார் புண்ணியத்துலயாவது மழை 'ஒரு சகட்டடி' அடிச்சதுன்னா அந்த மகராசனுக்கு கோயில் கட்டலாம்...." என்று சொல்லிக் கொண்டான். கூடவே "கட்டின கோயில்ல எல்லாம் சாமிதானே உட்கார்ந்துருக்கு... அவுக என்ன பண்றாக?..." என்ற கேள்வியும் அவனுக்குள் எழுந்தது.

"வெள்ளாமையை விட்டுத்தள்ளு... ஒரு வருசம் விளைச்சல் இல்லைன்னு கிடக்கவேண்டியதுதான். குடிக்கக்கூட தண்ணி இல்லாமப் போய்க்கிட்டிருக்கே நிலைமை...?" என்று மனசு புலம்பிக் கொண்டே இருந்தது.

அப்போது "கிர்றீச்.. கிர்றீச்.. என்று ஒரு சப்தம் கேட்டது.

புதுவரவாக வாங்கியிருந்த ஒரு புது தள்ளுவண்டியில் நான்கைந்துவெறும் குடங்களை வரிசையாக அடுக்கி தள்ளிக்கொண்டு ஊருணியை நோக்கிப்போய்க்கொண்டிருந்தாள் செல்லம்மாள்.

"தங்கச்சி... ஊருணிக் கிணத்துல தண்ணி இருக்கா... இன்னும் எத்தனை நாளைக்குத் தாக்குப்பிடிக்கும்?" என்று கேட்டான் ஆதிமூலம்.

"நீங்க வேறண்ணே... தண்ணி தூர்ல கெடக்குண்ணே... இன்னும் ஒரு மாசம்கூடத் தாங்காது... இந்தக் கோடையில கஷ்டம்தான். ஏதாச்சும் கோடை மழை ஒண்ணுரெண்டு பேஞ்சாத்தான் உண்டு..."

இதையெல்லாம் கேட்டுக்கொண்டிருந்த ஊருணிக்கு எதிரிலேயே, ரோட்டுக்கு மறுபக்கம் கடை வைத்திருந்த கடைக்காரர் கந்தசாமி அண்ணாச்சி,

"ரேடியோ படிக்கே... கேக்கலயா... இப்பத்தான் சொன்னாங்க...

'தமிழ்நாட்டுல ஆங்காங்கே கனமழை பொழியும்னு...' சவுண்டு வைக்கிறேன் கேளுங்க... கடைசியில் திரும்பவும் சொல்லுவாங்க...."

சொன்னபடியே ஒன்றிரண்டு வெளிநாட்டுப் பயணச் செய்திகளையடுத்து "வங்கக்கடலில் தோன்றிய காற்றழுத்தத் தாழ்வு மையம் காரணமாகத் தமிழகத்தில் குறிப்பாக, தென் மாவட்டங்களில் கனமழை பெய்யும்...." என்று படித்தது ரேடியோ. டிவி எல்லாம் கிராமங்களை எட்டிப்பார்த்திராத காலம் அது. ரேடியோ 'படிக்கிறதையே' கேட்டு வாழ்ந்தவர்கள். அவர்கள் பாஷையில் ரேடியோ எல்லாம் 'படிப்பாளிகள்'.

கேட்ட எல்லோரும் குஷியாகிப் போனார்கள்தான். இருந்தாலும் இப்படியெல்லாம் செய்தி கேட்டு 'ஏமாந்த' அனுபவங்கள் நிறைவே உண்டு அவர்கள் வாழ்க்கையில். அதனால், கொஞ்சம் 'அளவோடு'தான் சந்தோசப்பட்டார்கள். "கேக்க நல்லாதான் இருக்கு.. ஆனா வானத்துல ஒத்தபொட்டு மேகத்தைக் காணோமே... சும்மாச் சொல்றாங்களா?" என்று சந்தேகப்பட்டான் ஆதிமூலம்.

"மனுசன்னா முதல்ல நம்பிக்கை வேணும்வே... ஒரு கதை சொல்லுறேன் கேளும்..." என்று சொல்லிக்கொண்டே கடையை விட்டு ரோட்டைத் தாண்டி மேடைப் பக்கம் வந்தார் கந்தசாமி.

கடைக்கு ஆள்வராத நேரங்களில் எல்லாம் பொட்டலம் போடுவதற்காக கிழித்து வைத்த காகிதங்களைப் படிப்பதுதான் மனுசனுக்குப்பொழுதுபோக்கு. அதில் வருகிற சிறுதுணுக்குகளைக் கூட கதைகளாக்கி வருணித்துச் சொல்லுகிற வித்தை அவருக்குக் கைகூடி வந்திருந்தது. கூட ஒன்றிரண்டு பேர் கூடினார்கள் கதை கேட்க.

"சொல்லும் கேட்போம்... நீர்தான் பெரிய கதை சொல்லியாச்சே...?" என்றான், ஆதிமூலம்.

"இப்படித்தான் நம்ம ஊர் மாதிரி ஓர் ஊர்ல ரொம்ப நாளா மழையே பெய்யல..."

"உம்ம வாயில மண்ணள்ளிப் போட..... கதையிலயும் நம்ம கிரகம்தானா... சரி, சொல்லும்... கேட்போம்..." என்றான் ஆதிமூலம்.

"கதையக் கேளு ஆதிமூலம்....

ரொம்பத் தண்ணிக் கஷ்டத்துல இருந்த சனங்களுக்கு என்ன பண்றதுன்னே தெரியல..."

“இப்படியே போனா எப்படி? ஏதாச்சும் மழைவேண்டி பரிகாரம் பண்ணலாம்னு ஒரு சாமியார்கிட்ட யோசனை கேட்டாங்க!”

“அந்த சாமியாரும் ‘சரின்னுட்டு ஊர்க்காரங்க எல்லாரும் கூடி கண்மாய் கரைக்கு வாங்க. அங்க நின்று கூட்டா பிரார்த்தனை பண்ணுவோம்னு’ வரச்சொன்னாரு...”

“சரிதான்....”

“அப்போ ஊரெல்லாம் கையிலே தேங்காய், பூ, பத்திக்குச்சின்னு பூஜைக்கான சாமான்களை எடுத்துக்கிட்டு புறப்பட்டுப் போனாங்களாம். அப்படிப் போறப்ப ஒரு பொடிப்பயல் மட்டும் கையில ஒரு குடையோட போய் நின்னானாம்...”

“அது ஏனாம்....?”

அதைத்தான் அந்தச் சாமியாரும் கேட்டிருக்கார். “எல்லாரும் கையில் பூவும்தேங்காயும், கொண்டு வந்திருக்காங்க. நீ ஏனப்பா குடையைக் கொண்டு வந்தேன்னு கேட்டாராம்.”

“அதுக்கு அந்தப்பயல் சொன்னானாம். ‘இப்படி எல்லாம் கூடி பிரார்த்தனை பண்ணினா மழை பெய்யும்னு நீங்கதானே சொன்னீங்க.. அதான்னு’ சொன்னானாம்.”

அந்தப்பயல் எம்புட்டு நம்பிக்கையா இருந்திருக்கான் பாரும்...

“நம்பிக்கைதான் ஓய் வாழ்க்கை....” என்று முடித்தார் கடைக்காரர்.

“அண்ணாச்சி நல்லாத்தான் கதை சொல்றீரு... எம்புட்டு நாளைக்குத்தான் இப்படி வறட்டு நம்பிக்கையோட காலத்தக் கடக்கிறதுன்னு தெரியலயே...” என்றான் ஆதிமூலம். கதையைச் சொல்லிவிட்டு திரும்பவும் கடையைக் கவனிக்கப் போய் விட்டார் கடைக்காரர்.

4

கடைக்காரரர் போனதும் தனியாக ஊருணி மேடையில் உட்காந்திருந்த ஆதிமூலத்துக்கு அந்த வெப்பக் காற்று அசதியைக் கொடுத்தது. கொஞ்சம் படுத்து எழுந்தால் தேவலாம் என்று தோன்றியது. இப்படித் தோன்றுகிறவர்களை யெல்லாம் அரவணைத்துக் கொள்ளும், அந்த மேடையும் தளதளவென்று வளர்ந்து நின்ற அந்த இச்சி மரமும்.

தோளில் இருந்த துண்டை எடுத்து மேடையின் ஓர் ஓரத்தில் விரித்துப் படுத்தான்.

துண்டை விரித்து மல்லாந்து படுத்தவனுக்கு யோசனை எங்கெங்கோ போனது. சூரியன் மெல்ல இறங்கி, மரநிழல் மேடையில் விழுவதுபோய், சூரிய வெளிச்சம் நேரே மேடையில் படத்தொடங்கியிருந்தது.

மனுசனின் மனசு எப்போதும் மனக் கண்டுப்பிடிப்புகளை நடத்திக்கொண்டே தான் இருக்கும்.

‘இந்தப் பூமியில் எது எப்படி ஆனது? ஏன் அப்படி ஆனது...?’ என்று சிந்திக்காத மனுசனே இருக்க முடியாது! நாம மட்டும் விதி விலக்கா என்ன? இந்தக் கேள்விகள்தானே மனுசனை விலங்குகளிடமிருந்து வித்தியாசப்படுத்தியது. ‘இவ்வளவு விஞ்ஞானம் வளர்ந்ததும் இப்படி கேள்வி கேட்டுத்தானே?’

இப்படி எல்லாம் அசைபோட்டுக் கொண்டிருந்த ஆதிமூலத்தின்

மனசு, அன்றைக்கு மனுசனின் கண்டுபிடிப்புகளைப் பற்றிய கண்டுபிடிப்புக்குள் இறங்கியது. கரண்ட்டிலிருந்து தொடங்கி மோட்டார், மருந்து, மாத்திரை என்று ஒவ்வொரு கண்டுபிடிப்பாக அவன் மனசுக்குள் ஓடியது.

ஊடாக, இவ்வளவு கண்டுபிடிப்புகளிலேயும் உலகத்துலயே 'உசந்த கண்டுபிடிப்பு' எதுவாயிருக்கும்? என்று ஒரு கேள்வி அவனுக்குள் எழுந்தது.

"வேறென்ன... இந்த கரண்ட்தான்... இன்னைக்கு கரண்ட் இல்லாம எதுவுமே இல்லைன்னு ஆயிடுச்சே..." என்று மனசின் இன்னொரு மூலையிலிருந்து பதில் வந்தது.

'அதெல்லாம் இப்பத்தானப்பா... அதுக்கும் முன்னாடி?' என்று ஒரு கேள்வி அசரீரி போல உள்ளுக்குள்ளேயே எழுந்தது.

இப்படி நாலு கேள்வி எழுந்ததும், உடம்பு தாங்கவில்லை. லேசாக இடது பக்கம் புரண்டு படுத்தான். அப்படிப் படுத்ததும் அந்தக் கேள்விகள் கொஞ்சம் சாந்தமாகின.

இருந்தாலும் 'பதில் இன்னும் வரவில்லையே' என்கிற நிலை திரும்பவும் தொந்தரவு செய்தது.

"வேறென்னவா இருக்கும்..." என்று அவனின் நனவுநிலை கேள்வி எழுப்பியது.

மேற்கில் சூரியன் மறைய தன்னைத் தயார்ப்படுத்திக் கொண்டிருப்பதுபோல தகதகத்துக் கொண்டிருந்தது.

ஆதிமூலம் கண்ணில் அந்தச் சூரியன் சில நொடிகள் பட்டதும், கண்களை மூடியபடி லேசாக எழுந்து சாய்ந்து உட்கார்ந்தான். கண்ணுக்குள் அந்தச் சூரிய வட்டம் பல வண்ணங்களில் மாறிமாறி பல நிறங்களில் தோற்றங்களை ஏற்படுத்திவிட்டு கடைசியில் வெள்ளை நிறத்தில் வட்டமாக வந்துபோனது.

ஒருபக்கம், ஆதிமூலத்தின் மனசுக்குள் 'மனக்கண்டுபிடிப்பு' நிகழ்ந்துகொண்டே இருந்தது. அதன் ஊடாக, இந்தச் 'சூரிய பிம்பம்' வந்துபோனதும் அதைக் கண்டுபிடிப்புகளோடு பொருத்தியது மனம்.

'இந்தப் பூமியிலே மிருகத்திலே இருந்து வளர்ந்து வந்த மனுசன், முதன்முதலாக அறிவுக்கண்ணோடு பார்த்த ஒரு நேர்த்தியான வடிவம் என்றால், அது இந்தச் சூரியனாகத்தான் இருந்திருக்கும்.

மனுசன் இந்தச் சூரியனைப் பார்த்துத்தான், முதன்முதலாக 'வட்டம்' என்கிற வடிவத்தை வரைஞ்சு பார்த்திருப்பான்.... அதற்கப்புறம் வட்ட வடிவிலான பொருட்களைச் செய்ய ஆரம்பித்திருப்பான்.

அதுதான் முதல் கண்டுபிடிப்பும்கூட. அதுதான் இன்னைய வரைக்கும் உசந்த கண்டுபிடிப்பு....' என்று ஒரு கண்டுபிடிப்பின் முடிவை நோக்கி வேகமாகப் பயணித்தது சிந்தனை.

'நல்லாத்தான் போகுது யோசனை....' என்று திருப்திப்பட்டுக் கொண்டே உடலைத்திருப்பி நிலைமாற்றி, காலை மாற்றி உட்கார்ந்தான்.

அப்போது ஊருணிப் பக்கமிருந்து மீண்டும் "கிர்றீச்.. கிர்றீச்...." என்று ஒரு சத்தம் வந்து அவனை நனவுலகத்துக்கு வரவைத்தது.

மெல்லத் திரும்பிப்பார்த்தான்.

அங்கே, தள்ளுவண்டியைத் தள்ளிக்கொண்டு ஊருணிக்குள்ளே போன செல்லம்மாள் நான்கைந்து தண்ணீர்க் குடங்களை நிரப்பி அதை ஒரு சுங்கிடிச் சேலையால் மூடி, வண்டியை ஊருணிக்குள்ளிருந்து கரையை நோக்கி தள்ளிக்கொண்டு திரும்ப வந்து கொண்டிருந்தாள். அந்த வறட்சியான பூமியில் இடுப்பிலும் தலையிலும் குடங்களை வைத்துச் சுமந்த மக்களுக்கு இந்த தள்ளுவண்டிகள் ஒரு வரமாக வந்திருந்தது.

செல்லம்மாள் ஒரு தள்ளுவண்டியில் ஆறேழு குடங்களை வரிசையாக அடுக்கி அதைத்தள்ளிக் கொண்டு போனது வழக்கமான காட்சிதான் என்றாலும், இந்த வறட்சியோடு சேர்த்து இணைத்து யோசித்துப்பார்த்த ஆதிமூலத்தின் சிந்தனை எங்கெங்கோ போனது.

'இந்த தள்ளு வண்டிதான் எவ்வளவு பெரிய கண்டுபிடிப்பு? இந்த நாகரிக மனிதர்களுக்கு ஏதேதோ கண்டுபிடிப்புகள் பெரிசாகத் தெரியலாம். ஆனால் இப்படிச் சுமக்கிறவர்களுக்கு இந்தத் தள்ளுவண்டியல்லோ பெரிய கண்டுபிடிப்பு?'

செல்லம்மாள் அந்த ஊரில் சில 'பெரிய' வீடுகளுக்கும் சில வயதான மனிதர்கள் தனியாகக் கிடக்கிற வீடுகளுக்கும் இப்படி தண்ணீர்க் குடங்களைத் தள்ளுவண்டியில் கொண்டு போய்ச் சேர்ப்பதை ஒரு வேலையாகச் செய்துகொண்டிருந்தாள். கூடவே, இன்னும் சிலரும் தள்ளு வண்டிகளைத் தள்ளிக்கொண்டு போய்க் கொண்டிருந்தார்கள்.

'ஒரு குடத்தையே சிரமப் பட்டு தூக்குகிற சத்தில் இருக்கிற ஒல்லியான உடம்புக்காரியான செல்லம்மாள், நான்கந்தைந்து குடங்களை ஒரு வண்டியில் வெச்சு சுலுவா தள்ளிட்டுப் போறாளே...' என்று யோசித்தவன், அந்த வண்டிகளின் சக்கரத்தைக் கூர்ந்து பார்த்தான்.

"தங்கச்சி... கொஞ்சம் நிப்பாட்டு..." என்றான், செல்லம்மாளைப் பார்த்து.

"சொல்லுங்கண்ணே..."

"என் கேள்விக்கு பதில் சொல்லிட்டுப் போ...."

"என்ன கேள்விண்ணே...."

"உலகத்திலேயே 'உசந்த' கண்டுபிடிப்பு எது....? சொல்லு பார்ப்போம்" என்று கேட்டான்.

செல்லம்மாள் வண்டியை நிறுத்தி ஒரு நிமிசம் யோசித்தாள்.

அப்புறம் தொடர்ந்தாள்.

"அண்ணே... நாட்டில மழை தண்ணியக் காணோம். இப்படி மழைதண்ணி இல்லாட்டா, ஒருபக்கம் பயிர் வாடி வெள்ளாமையே இல்லாமப் போகும். மாடுகன்னுகளும் தண்ணிக்குத் திண்டாடும். அது ஒருபக்கம் அப்படிப் போனாலும், இன்னொருபக்கம் குடிக்கிற தண்ணிக்கு காடுகாடா அலையணும்... உங்களை மாதிரி ஆம்பிளையாட்களெல்லாம் "இப்படி தண்ணீர்ப் பஞ்சம் தலைவிரிச்சி ஆடுதே...ன்னு மேடையில உட்கார்ந்து புலம்புறதோட சரி. பொம்பளைங்கதான் குடங்களைத் தூக்கிட்டு இடுப்பு ஒடிய கிணறுகிணறா அலையணும்.... அப்படித்தான் காலங்காலமா தண்ணிக்கு அலையுறோம்...

ஆனா, இப்போ பாருங்க... யாரோ ஒரு புண்ணியவான் தள்ளுவண்டியைக் கண்டுபுடிச்சான். இந்த வண்டி வந்ததுக்கு அப்புறம், எங்க வேலை 'சுலுவா'ப் போச்சு. நாலு குடத்தை அதிலவெச்சு, லேசாத் தள்ளிட்டு வர்றோம்... இந்த கண்டுபிடிப்பு எங்களுக்கெல்லாம் ஒரு பெரிய வரம்... அதனால..."

"அதனால....?"

"இந்த வண்டி இருக்கே அதோட சக்கரம் ஒரு வட்டம்தானே...."

"ஆமா...."

"அந்த வட்டம்தான் எனக்குத் தெரிஞ்சு உலகத்துலயே உசந்த கண்டுபிடிப்புண்ணே..."

வட்டத்திற்கு தொடக்கப்புள்ளி என்பதே கிடையாது... முடிகிற புள்ளியும் கிடையாது... வடிவங்களிலேயே ஒரு துல்லியமான வடிவம்னா அது வட்டம்தான்.." என சொல்லிவிட்டு வண்டியைத் தள்ளிக்கொண்டே கிளம்பிப் போனாள் செல்லம்மாள்.

"வட்டம் என்ற கண்டுபிடிப்பின் தொடர்ச்சிதானே சக்கரம்? செல்லம்மாள் சொல்கிறது சரிதான். படிக்காத பெண், விபரம் இல்லாத பெண் என்றெல்லாம் யோசிக்க முடியாதபடி, மிகச்சரியா சொல்லிட்டுப் போறாளே?"

செல்லம்மாள் சொன்னதோடு தன் உள்மனக் கேள்விக்கு விடை கிடைத்துவிட்ட திருப்தி, ஆதிமூலத்தின் உதட்டில் லேசான புன்னகையை வரவைத்தது.

பொதுவாக, விஞ்ஞான கண்டுபிடிப்புகள் எல்லாம் மக்கள் காலகாலமாக படுகிற சிரமங்களுக்குத் தீர்வு தருவதாக இருக்கும். ஆனா, அந்தக் குடங்களை இடுப்பில் சுமக்கிறவர்களுக்கு ஒத்தாசையாக வந்த தள்ளுவண்டியோ, சுமக்கிறவர்களுக்கு நிவாரணத்தைக் கொடுக்கிற கண்டுபிடிப்பு என்றாலும், 'எந்த விஞ்ஞானமும் இந்த மண்ணின் வறட்சிக்குத் தீர்வு தருவதில் இல்லையே என்ற புலம்பலுக்குச் சாட்சியாக உலவிக் கொண்டிருக்கிறது.

சின்ன வயதில், தன் ஊரில் இருந்த சர்ச் பள்ளிக்கூடத்தில் படித்தான் ஆதிமூலம். அந்த நாட்களெல்லாம் நினைவுக்கு வந்து போனது. ஜேம்ஸ் வாத்தியார் கணக்குப் பாடத்தில் வட்டத்தைப்பற்றி சொன்னதெல்லாம் வந்து போனது.

'வட்டம் என்பது வரலாற்று முக்கியத்துவம் வாய்ந்த ஒரு கண்டுபிடிப்பு... நாலாயிர வருஷங்களுக்கு முன்னமே அதைப்பத்தின ஆராய்ச்சிகள் நடந்திருக்கு... இன்னிக்கு சக்கரம் இல்லாம எதுவும் கிடையாது... இந்தச் சக்கரத்தை கண்டுபிடிக்க மனுசனுக்குத் தூண்டுதலா அமைஞ்சதே நிலா, சூரியன். இந்த மாதிரியான வடிவங்களில் இருந்து மனுசன் அனுமானம் பண்ணி அமைச்ச வட்ட வடிவம்தான்... பல விஞ்ஞான வளர்ச்சிகளுக்குப் பாதை அமைச்சிருக்கு...' என்று ஆரம்பித்து வட்டத்தைப்பற்றி

கதைகதையாகச் சொல்லிவிட்டுத்தான் பாடம் நடத்துவார்.

அந்த நினைவுகள் எல்லாம் வந்து போனது. மெல்லப்புரண்டு, திரும்பவும் செல்லம்மாள் தள்ளிக் கொண்டுபோன சக்கரத்தை உற்றுப்பார்த்தான். அப்போது அதில் குடங்களை மூடியிருந்த சுங்கடிச் சேலை கண்ணில் பட்டது.

லேசான கட்டங்களுக்கிடையே சந்தனக் கலரிலான சேலையில் சிவப்புப் பூக்கள் தூவியது போன்ற டிசைனில் இருந்த அந்த சுங்கிடிச் சேலை கண்ணில்பட்டதும் ஆதிமூலத்துக்கு ஏனோ அம்மாவின் முகம் நினைவில் வேகமாக வந்துபோனது.

லேசாக உருண்டு படுத்து எழுந்து உட்கார்ந்தவனுக்கு ஏதோ பிரம்மை பிடித்ததுபோலானது சில நிமிசம்.

ஒரு நெட்டைக்கனவு முழிச்சிருக்கும் போதே வந்துபோவது போலத் தெரிந்தது.

லேசாக கண்கள் செருகியதுபோல உணர்ந்தான். கண்களில் கனவு விரிந்தது.

அதில்... கடலும் கரையும் சந்திக்கிற விளிம்பில் பெரிய படகு கரையிலிருந்து விலகி கடலுக்குள் சென்றது. அதில் ஆதிமூலத்தின் தாத்தா சிலம்பம் வாத்தியார் சீமைச்சாமி கையில் சிலம்புக் கம்பைப் பிடித்து கம்பீரமாக நிற்கிறார். பக்கத்தில் பாட்டி செவத்தம்மாள், அவரது கையைத் தழுவிநிற்கிறாள்.

படகு ரொம்ப வேகமாக நடுக்கடலுக்குள் பாய்கிறது. பின்னாலே அப்பா வில்லாயுதம் நீந்திப் போகிறார். அம்மா பர்வதம் பின்னாலே தண்ணீர்மேலே நடந்து போகிறாள். சிறுவனான ஆதிமூலமும் அவன் தங்கை பூமயிலும் கடற்கரை மணலில் நின்று தவிப்போடு பார்த்துக் கொண்டிருக்கிறார்கள்.

திடீரென அம்மா பர்வதம் கடலுக்கு மேலே பெரிய்ய்ய்ய... உருவமாக மாறி எல்லாக் கடலுக்கும் கேட்கிற மாதிரி பெருங்குரலெடுத்துப் பாடுகிறாள்.

“நா ஆக்காட்டி ஆக்காட்டி
அங்க இங்க முட்டைவெச்சேன்
கல்லைத் தொளச்சி
கருமலையில் முட்டையிட்டேன்
நா இட்டது நாலு முட்டை
பொறிச்சது மூணு குஞ்சு

ஐயா… நான்…
இட்டது நாலு முட்டை
பொரிச்சது மூணு குஞ்சு
அந்த மூணு குஞ்சுல
மூத்த குஞ்சுக் கிரை தேடி
மூணு மலை சுத்தி வந்தேன்
நடுக்குஞ்சுக் கிரை தேடி
நாலு மலை சுத்திவந்தேன்
இளைய குஞ்சுக் கிரை தேடி
போகயிலே… போகயில…”

அம்மாவின் குரல் நாலாப் பக்கமும் எதிரொலியாக ஒலிப்பிரவாகம் எடுத்து ஒலித்தது.

“நான் பெத்த மக்கா…” கோயில் மணியாக கணீரென காதில் அசரீரியாக ஒலித்தது அந்த ஒலி.

சட்டென நனவு நிலைக்கு வந்தான், ஆதிமூலம்.

கண்களில் கண்ணீர் திரண்டு வழிந்தது. லேசான தேம்பல் தொண்டைவரை வந்து போனது.

“மனுசன் குருவிக்கூடுபோல அமைச்சு வாழுகிற வாழ்க்கையை காலம் போகிறபோக்கில் சிதைத்துச் சின்னாபின்னமாக்கி விட்டுப் போய்விடுகிறதே…”

நெஞ்சே வெடித்துவிடும் போன்றதொரு சோகம் மனசைக் கவ்வியது.

எந்தச் சோகத்திற்கும் காலம் ஒரு மருந்துதான்…

ஆனால், இருபத்தஞ்சு வருசம் கடந்தும் அந்தச் சோகம் நீங்கலயே… மனபாரம் இறங்கலையே…

அனாதையாக இந்த ஊரில் வந்து ஒதுங்கிய நாட்கள் மனசில் வந்து போனது.

‘இந்த நேரத்தில் சாத்தூரப்பன் அருகில் இருந்தால் மனசுக்கு ஆதரவா இருக்கும்…’ என்று தேடியது மனசு.

5

சிலமனிதர்களின் அன்பும் அரவணைப்பும்தானே எவ்வளவு பெரும் சோகத்திலும் மனிதனை உயிர்ப்போடு உலவச் செய்கிறது?

குகன் போன்றவர்களின் அரவணைப்பு ராமனைப் போன்றோரின் காட்டு வாழ்க்கையைக் கடக்க உதவியதே...

சாத்தூரப்பன் மாதிரியான ஆதரவான மனிதர்களால்தான் இவ்வளவு சோகங்களையும் தாண்டி நாட்களை நகர்த்த முடிகிறது.?

பதினஞ்சு வயசில் ஆதரவின்றி, அனாதைகளாக, பராரிகளாக, தேசாந்திரிகளாக திக்கற்று வந்து நின்ற ஆதிமூலத்திற்கும் அவன் தந்தை வில்லாயுதத்துக்கும் ஆதரவு கொடுத்து அரவணைத்துக் கொண்டது இந்த ஊர். அதிலே சாத்தூரப்பனும் அவர் குடும்பத்தாரும் கொடுத்த ஆதரவும், அரவணைப்பும் ஒரு பிடிமானம் கொடுத்திருந்தது.

தொடர்ந்து சாத்தூரப்பனின் ஆதரவிலும் ஊராரின் அரவணைப்பிலும் சிறுவனாக வளர்ந்து வந்த ஆதிமூலம், அந்த ஊரில் அம்மண்ணுக்கே ஆன வேலைகளைக் கற்றுக் கொண்டான். அந்த வேலைகளில் ஆதிமூலம் காட்டிய சாதுர்யம் அம்மண்ணில் பிறந்த ஒருத்தனைப் போலவே மாற்றிவிட்டிருந்தது.

சிறுவனாக இந்த ஊருக்கு வந்த ஆதிமூலம், சம்சாரிகளாக இந்தக் கரிசல் மண்ணில் மக்கள் படும்பாட்டுக்குத் தன்னால் ஆன

ஒத்தாசைகளைச் செய்ய ஆரம்பித்தான். அதில் அறுவடை செய்து களத்துக்கு வருகிற தானியங்களை, பருப்புகளை காயவைத்து, பிணையலடித்து, காற்றில் தூற்றி மூட்டைகட்டி வீடு சேர்க்கிற களத்து வேலை ரொம்பவே இலகுவாக ஒட்டிக்கொண்டது ஆதிமூலத்துக்கு.

கூடவே, தாத்தா சீமைச்சாமி சிறு வயதில் அன்று கடற்கரை மணலில் சொல்லிக் கொடுத்த சிலம்பத்தைத் தொடர்ந்து பயிற்சி செய்து, இன்றைக்குவரை தினமும் இந்த ஊரில் பத்துப்பதினைந்து இளந்தாரிகளுக்கு சிலம்பம் சொல்லிக் கொடுத்து வருகிறான்.

இப்படி வேலைகளிலே லயித்துக் கிடந்தாலும், ஓய்வுக்காக உட்காருகிற நேரங்களில் சொந்த சோகம் ஆதிமூலத்தை அவ்வப்போது ஆழ்த்தியது.

ஆதரவற்று வந்து இந்த ஊரில் ஒட்டிக்கொண்ட ஆதிமூலத்துக்கு ஊர் மக்களின் ஆதரவைத் தாண்டி, சாத்தூரப்பன் குடும்பத்தின் அரவணைப்பைப் தாண்டி, மனபாரத்தைக் குறைத்து ஒரு இனம்புரியாத ஆறுதலைக் கொடுப்பவராக ஒருவர் இருந்தார். ஊருக்கு வடக்கே 'பிள்ளையார்க்கிடங்கு' என்கிற தண்ணீர்க் குட்டையின் கரையில் உட்காரந்திருந்த 'பிள்ளையார்' தான் அவர்.

ஊருக்கு வடக்கே அரை பர்லாங் தொலைவில் ஓடைத் தண்ணீர் கொஞ்சம் நிதானித்துத் தேங்கிச் செல்லும் ஒரு கிடங்கு உண்டு. அதற்கு, 'பிள்ளையார்க் கிடங்கு' என்றே பெயர் வைத்திருந்தார்கள். அதன் கரையில் தளதளவென்று ஒரு மஞ்சனத்தி மரம் உண்டு. அதன் அடியில்தான் அந்த ஊரின் பிள்ளையார் அப்போது இருந்தார். 'இப்போது இல்லையா' என்றால், ஆமாம்... இப்போது அங்கே 'அவர் இல்லை' என்பதுதான் உண்மை. அதுபற்றி அப்புறம் பார்க்கலாம்.

"எத்தனை நாளைக்குத்தான் மனசிலிருக்கிற சோகத்தை மனிதர்களிடமே சொல்லி அழுவது? சலித்துக் கொள்ள மாட்டார்களா...?"

அப்போது ஆதிமூலத்திற்கு ஆதரவாகப்பட்டது இந்த பிள்ளையார் சிலைதான். ஊருக்கு வடக்கே இருக்கிற கிடங்குப் பிள்ளையாரை ஆதரவுக்கு அண்டித் தொழ, அப்படியே நெருக்கமாகி அந்தப் பிள்ளையாருக்கு ஒரு துணைபோலவே ஒட்டிப்போனான்.

களத்துமேட்டில் சம்சாரிகள் அவர்களது காட்டில் இருந்து கம்பு, சோளம், உளுந்து, பாசிப்பருப்பு, துவரை ஏதாவது அறுவடை செய்து கொண்டுவந்து காயவைத்திருப்பர்கள்.

ஆதிமூலம் களத்து வேலைகளில் ரொம்பவே ஈடுபாடு காட்டினான். எல்லா வீட்டு மாடுகளுமே இவனை சிநேகத்தோடு ஏற்றுக்கொள்ளும். எங்கே யார் களத்தில் பிணையல் அடித்தாலும் போய் ஒட்டிக்கொள்வான் ஒத்தாசையாக. அவர்களும் இவனைத் தேடினார்கள். களத்து வேலைக்கான சாமான்களான தூத்துகிற தகரச் சொளகு, அளக்கிற மரக்கால், குச்சிமார் எல்லாம் அவன் வீட்டில் இருக்கும். யாருக்குத் தேவையானாலும் அவனிடம்தான் வருவார்கள்.

அதில் ஒன்றிரண்டு சேதமானாலும் டவுனுக்குப் போகிறபோது வாங்கி வந்து விடுவான்.

"நீ என்ன பதினஞ்சு ஏக்கர் வெள்ளாமை வைக்கிறவன் மாதிரி இதையெல்லாம் வாங்கிட்டு நிற்கிறே...?" என்று டவுனுக்கு, கூட வருகிற சாத்தூரப்பன் கேட்பார்.

"இப்போ நொள்ளப் பேச்ச பேசுங்க.. களத்துல நின்னு கதிரைக் காயவைச்சிக்கிட்டு, அது எங்கே இது எங்கேனு கேட்டா மூஞ்சிய மாறிமாறி பார்ப்பீங்க... வாங்கி வைச்சா உங்க எல்லோருக்கும் ஆகும்" என்பான்.

அறுப்பு நாட்களில் பிணையல் அடிக்கிற மாடுகளுக்கான வாக்கூடுகளை தரம் பார்த்து வாங்கிவந்து சம்சாரிகளுக்குக் கொடுப்பான்.

அறுவடைக்கு முன் களத்தைத் தயார் பண்ணுவது ஒரு கலை. ஊருக்கு வந்த புதிதில், சாத்தூரப்பன் அவர் அப்பாவோடு சேர்ந்து களத்தைத் தயார் பண்ணுவதை பக்கத்திலிருந்து பார்த்து சாத்தூரப்பனைவிட ஒருபடி மேலாகவே கற்றுக் கொண்டான் ஆதிமூலம்.

களத்துத் தரையைச் சமதளமாக்கி சாணம் கரைத்து மெழுகிக் காயவைத்து வேலையை ஆரம்பிப்பான். மாடுகள் பிணையல் அடிப்பதைச் சரியாகக் கண்காணித்து பக்குவம் சொல்லுவான். ஒரே நேரத்தில், நான்கைந்து இடங்களில் இப்படி களத்து வேலை நடந்து கொண்டிருக்கும், மனுசன் அங்கும் இங்கும் ஓடியாடி கண்காணிப்பான்.

"அங்குட்டு டவுன் பக்கம் இருக்கிற ஊர்கள்ல பஸ் போற

வழியில தார் ரோட்டுல பயிரைக் காயப் போட்டு டயர்ல கதிரைப்போட்டு பிணையல் அடிக்கிறாங்க... அது தானியங்களை நொறுக்கிடாது?... இப்படி மாடுகட்டி பிணையல் அடிச்சாத்தான் தானியமோ, பருப்போ மணியா இருக்கும்..." என்பான்.

நடுவே மாட்டின் முகம்பார்த்து வாக்கூட்டைக் கழட்டி கொஞ்சம் கூளமும் தண்ணீரும் காட்டுவான். இதில் ஊரின் எல்லா மாடுகளும் அவனுக்குச் சிநேகமாகின.

யார் புஞ்சையாக இருந்தாலும் அறுவடை முடிந்து பயிர் களத்துக்கு வரும்போது அந்த தானியமோ, பருப்போ ஆதிமூலத்தின் கைபடாமல் பக்குவம் பெறாது!

மனுசன் கையில் ஒரு 'குச்சிமாரையும்' மறு கையில் ஒரு தகரச் சொளகையும் எடுத்துக்கொள்வான்.

கதிரையோ, பயறு நெற்றுகளையோ காயவைத்துப் பிணையல் அடித்து... இல்லையென்றால் கம்பால் தட்டியபின்.... களத்தைக் கூட்டிப்பெருக்கிவிட்டு, பிணையல் அடிக்கிற கல் உருளைமேல் உட்கார்ந்து 'காற்று' அடிக்கிற திசையைப் பார்த்து வேகத்தைக் கணிப்பான் உன்னிப்பாக. லேசான காற்று தென்பட்டதும், தகரச் சொளகைக் கையில் எடுத்து அள்ளித் தூற்றுவான்.

லேசான காற்று வீசினால் போதும். துல்லியமாக, திசை பார்த்துக் கொண்டு தானியங்களைச் சொளகில் அள்ளி லாவகமாக வீசுவான். மணியான தானியங்கள் அவனுக்குக் கட்டுப்பட்டு வரிசைகட்டி விழும். பதரெல்லாம் பறந்து ஓடும். அப்படி ஒரு நுணுக்கம் இருக்கும் அவன் வேலையில்.

அப்படி காற்றில் தூற்றிய தானியங்கள் மணல்போல குவிந்ததும், இன்னொரு கையில் இருக்கிற தென்னங்குச்சி விளக்குமாற்றால் மென்மையாக மேலே தலைகோதுவதுபோல வருடிவிடுவான். அதில் லேசாக ஒட்டிக்கொண்டிருக்கிற பதர்களும் ஒதுங்கி ஓடிவிடும்.

அவன் வேலை இவ்வளவுதான். அதற்கப்புறம் தானியத்தை மரக்காலில் நிரப்பி அளந்து சாக்கு மூட்டையில் நிரப்புவது, மூட்டை கட்டுவதெல்லாம் அவரவர்கள் பார்த்துக்கொள்ள வேண்டியது தான். மனுசன் ஓடிவிடுவான் குளித்துவிட்டு கிடங்குப் பிள்ளையாரைப் பார்க்க!

இப்படி சம்சாரிகளுக்கு ஆதிமூலம் பண்ணுகிற ஒத்தாசைகள் இன்னும் ஏராளம் உண்டு!

பெ.மகேந்திரன்

இதற்கான கூலியாக பணமோ, தானியமோ எதையும் வாங்கிக் கொள்ளமாட்டான். "நான் கொண்டு போய் எங்க அடுக்குவேன்...? இந்த 'போக்கத்தவனுக்கு' கேட்கிறப்போ சோறு போடுறீங்களே அது போதும்..." என்று கிளம்பிவிடுவான்.

பிள்ளையார்க் கிடங்கில் தண்ணீர் இருந்தால், அதில்தான் முங்கிக் குளிப்பான். அப்படித் தண்ணீர் இல்லாத நாட்களில் கிணறுகளிலோ வீட்டுத் தொட்டியில் மொண்டு ஊத்தியோதான் குளிப்பான்.

பிள்ளையார்க் கிடங்குக்குப் போகிற வழியில் பெருமாள் கோயில் வாசலில் ஒரு பெரிய மைதானம் இருக்கும். அதன் தென்புறத்தில் ஓர் 'இளவட்டக்கல்' இருக்கும். குளிக்கப் போவதற்கு முன்னே அங்கே திரிகிற இளந்தாரிகளை எல்லாம் கூப்பிட்டு, அதை முன்பக்கமாகத் தூக்கித் தோளுக்குக் கொண்டுபோய் பின்னால் வீசச் சொல்லி பயிற்சி கொடுப்பான். கடைசியில் தானும் ஒன்றிரண்டு தடவை எடுத்து கல்லை வீசுவான்.

இளவட்டக்கல்லை ஒவ்வொருத்தராகத் தூக்கி வீசியதும் கம்பை எடுத்து சிலம்பம் பாடம் நடத்துவான். பலரும் பல 'லெவல்களில்' சிலம்பம் சுற்றப் பழகிகொண்டார்கள்.

ஏனோ சாத்தூரப்பன் மட்டுமே சின்ன வயசிலிருந்தே பார்வையாளராகவே இருந்துகொண்டார்.

சம்சாரிகளாய் வாழ்ந்த அந்த ஊர் மனிதர்கள் மனசளவில் மென்மையானவர்களாய் இருந்தாலும், காடுமேடுகளில் உழைத்துத் திரிந்ததாலும் இப்படித் தவறாமல் இளவட்டக்கல்லைத் தூக்கி வீசப் பழகியதாலும் ஆதிமூலம் கற்றுக் கொடுத்த சிலம்பாட்டப் பயிற்சியாலும் உடலளவில் தாட்டியமான மனிதர்களாகத் திரிந்தார்கள்.

ஆதிமூலத்துக்கென்று ரெண்டு விதமான உடுப்புகள் உண்டு. ஒன்று பூசை நேரத்துக்கான பச்சை வேட்டியும், மேலே ஒரு வெள்ளைச் சட்டையும். இன்னொன்று இப்படிக் களத்து வேலை அல்லது வேற வேலைகள் இருக்கும்போதுக்கான 'தார்ப்பாச்சிய வேட்டி'!

பூசைக்குப் போகும்போது குளித்த உடம்பில் ஒரு பச்சை வேட்டி இருக்கும். இடையில், மேலே ஒரு தும்பைப் பூபோல வெளுத்த சட்டை.

இதெல்லாம் அங்கே பிள்ளையார்க் கிடங்கின் கிழக்குக்

கரையில் 'கிடங்குப்பிள்ளையார்' உட்கார்ந்திருந்த நாட்களில் நடந்தவை!

"இப்போ அங்கே என் அப்பன் பிள்ளையார் இல்லையே..."

மேடையில் உட்கார்ந்திருந்த ஆதிமூலம் கண்களை மூடி இதையெல்லாம் யோசிக்க மனசு ஏனோ இன்னமும் இறுக்கமானது!

வீசிய காற்றின் வெப்பம் மேலும் மனசை இறுக்கியது.

யாராவது பேச்சுத் துணைக்கு ஆள் இருந்தால் மன இறுக்கம் குறையும் என்று பட்டது ஆதிமூலத்துக்கு. வழக்கமாக அந்த நேரத்தில், வேலைகளை முடித்துவிட்டு காத்தாட அங்கே வருகிற ஆட்கள் சிலர் உண்டு...

கிராமங்களில் மனிதர்கள் 'நிறைஞ்சிருந்த' காலம் அது. யாரும் அதிக அளவில் நகரங்களுக்கு என்று குடிபோகாத காலம். ஒன்றிரண்டு பேர் உத்தியோகம் கிடைத்து நகரங்களுக்கோ, வெளியூர்களுக்கோ போயிருந்தாலும் குடும்பங்கள் அங்கேயே இருக்கும். வார விடுமுறைகளில் அந்த உத்தியோகஸ்தர்களும் கிராமங்களுக்கு வந்து 'காற்றாட' இருந்துவிட்டு, நீர்நிலைகளில் குளித்து, பேன்ட், சட்டைகளைத் துவைத்து மடித்து எடுத்துப் போவார்கள். மற்றபடி ஊர் எப்போதும் மக்களால் நிறைந்திருக்கும்.

அதுமட்டுமில்லாமல், அவர்களை முடக்கி வைக்க டெலி விசன்களோ, செல்போன்களோ அப்போது அங்கு இல்லை. எல்லோரும் கூடி முகத்திற்கு நேராகவே பேசிப் பொழுதைக் கழித்துக் கொள்வார்கள்.

அப்படி அவர்கள் கூடிப் பேசுவதற்கென்றே தெருக்களைத் தாண்டி சில இடங்கள் இருக்கும். அந்த ஊருணி மேடை, கந்தசாமி கடை வாசல், பெருமாள் கோயில் மைதானம், பள்ளிக் கூடத்துத் திண்ணை என்று சில இடங்கள் அதற்கானவை.

இந்த ஊருணிக்கரை மேடையில் கொஞ்சம் கூடுதலாகவே கூட்டம் சேரும். அதற்குக் காரணம் ஆதிமூலம்தான்.

ஆதிமூலம் பேசுவதற்கென்று நிறைய விசயங்கள் வைத்திருப்பான். நடுவில் தத்துவங்களையும் எடுத்துவிடுவான். நல்ல குரல்வளம். ஒன்றிரண்டு பாட்டுக்களையும் தெரிந்துவைத்துக்கொண்டு பாடுவான்.

ஊரில் கோயில் திருவிழாக்களில் சில கூத்துகள், கச்சேரிகள் நடக்கும்போது அவர்கள் 'ட்ரூப்'பில் சேர்ந்துகொள்வான். அவர்களும் இவனுடைய குரல்வளத்தைப் பார்த்து 'எங்க கூட வந்திருங்களேன்ணே....' என்பார்கள். அவன் இதுவரை போன தில்லை.

'கிடங்குப்பிள்ளையார்' மீது தீராத பக்தி கொண்டவனான ஆதிமூலம், ஊரின் பெருமாள் கோயில் பஜனையிலும் அவ்வப் போது சேர்ந்துகொள்வான்.

"கொண்டு வா... கொண்டு வாடி....

கோபாலனைக்

கொண்டு வா... கொண்டு வாடி...."

என்று ஒரு பாட்டு.

ஆடிக்கொண்டே பாடுவான். உருவத்துக்குச் சம்பந்தமில்லாத லேசான கீச்சுக்குரல் அவனோடது. "உன் குரல் நாகூர் ஹனிப்பா குரல் மாதிரியே இருக்குப்பா..." என்று ரசிப்பார் சாத்தூரப்பன்.

பாடும்போது அவனுடைய கை பாவனை பாலபருவத்து கிருஷ்ணனைக் கையில் எடுத்துக்கொண்டது போலவே இருக்கும்.

"புல்லாங்குழல் ஊதுறான்டி

புதினமாய் ஆடுறான்டி...."

என்று பாடும்போது, குழலூதுவது போலவே கைகளை வைத்துக்கொண்டு, கால்களை இருபக்கமும் மாறிமாறி அலைபோல அசைந்து ஆட்டுவான்.

இதெல்லாம் மழைபெய்து ஊர் ஓரளவு 'வெள்ளாமை' கண்டுவந்த நாட்களில் நடக்கிற விசயங்கள்.

இப்போது மழையே காணோமே.... வறட்சியாய்க் கிடக்கிறதே பூமி.

ஆதிமூலத்தின் மனசெல்லாம் 'மழையைக் காணோமே' என்றே தியானித்துக் கொண்டிருந்தது!

சில விசயங்களில் அவனுடைய 'ஞானம்' ஆச்சர்யத்துக்குரியதாய் இருக்கும். பள்ளிக்கூடம் போகிற நாட்களில் படிப்பிலும் அறிவிலும் சுட்டியாகத் திரிந்தவன். காலம் இங்கே வந்து சேர்த்திருந்தது. படிப்பு நின்றுபோய் இருந்தது. இருந்தாலும் அறிவுத் தேடல்

இருந்துகொண்டே இருந்தது. தமிழ் எழுத்து இலக்கணம் சார்ந்த சில விசயங்கள் அவனுக்கு அத்துப்படி. கூடவே, கணக்குப் பாடத்தில் 'வடிவங்கள்' பற்றிய நுணுக்கங்களைப் பிள்ளைகளுக்கு லேசாகப் புரியும்படி சொல்லுவான்.

அந்த மேடையில் சில நேரம் வேறு சிலரும் வந்து உட்காருவார்கள். மழைக்காலத்தில் யாரும் வருவதில்லை. கோடையில் ஒரு கூட்டம் கூடிப் பேசிக் கொண்டிருந்துவிட்டு, 'உறக்கம் தொத்திக் கொள்ளும்' நேரத்தில் எல்லோரும் கிளம்பிப் போய்விடுவார்கள்.

எப்போதாவது சில நேரம் ஒன்றிரண்டு பேர் அங்கேயே படுத்துக்கொள்வார்கள்.

எங்கிருந்தோ லேசான காற்று கொஞ்சம் வெப்பம் குறைந்து 'சிலுசிலு' வென்று கொஞ்சநேரம் வீசி, வித்தை காட்டிவிட்டுப் போனது.

காற்றின் தாலாட்டை ரசித்து மரக்கிளையில் இருந்த குஞ்சுப் பறவைகள் குதூகலமாய்ப் பாடின.

கடைக்காரர் கந்தசாமி கடையைத் திறந்து வைத்துவிட்டு, அப்படியே ஆதிமூலத்தை நோக்கி வந்து பக்கத்தில் உட்கார்ந்தார். ஆதிமூலத்துடன் அந்த மாலை நேரத்தில் பேசிக்கழிப்பதை லயிச்சுக்கடக்கிற ஜீவன் அவர்.

"எங்கே சாத்தூரப்பனை இன்னமும் காணோம்...?" என்று சாத்தூரப்பன் வழக்கமாக வருகிற பாதையை நோக்கினான் ஆதிமூலம்.

6

சாத்தூரப்பன் பம்ப் செட் மோட்டாரை சுவிட்சு போட்டு குழாயில் தண்ணீரை வரவைக்கப் படுகிற பாட்டைப் பார்க்கப்பார்க்க, ஒருபக்கம் சிரிப்பாக இருக்கும். இன்னொருபக்கம் பாவமாகவும் இருக்கும்.

குழாயில் தண்ணீர் கொட்டுவதற்குள் இரண்டு மூன்று தடவை கிணற்றுக்குள் ஏறி இறங்குவார். மேலே இருந்து அவரது மனைவி ராஜம்மாள் சமயம் பார்த்து மோட்டார் சுவிட்சு போடுகிற வேலையைக் கவனித்துக் கொள்வாள்.

இந்த மாதிரியான கோடை நேரங்களில் ஒருபக்கம் கிணற்றுத் தண்ணீர் பூச்சாண்டி காட்டும். மறுபக்கம் ஈ.பி. கரண்ட் பூச்சாண்டி காட்டும்.

மின்சார விஞ்ஞானம் படிக்கிறவர்களெல்லாம் மின்சாரத்தை 'ஏசி கரண்ட்,' 'டிசி கரண்ட்' என்று ரெண்டு வகையாகப் பிரித்துப் படிப்பார்கள்.

ஆனால் இந்த மண்ணில் கரண்ட் வேறு விதமாக வகைப்படுத்தப்பட்டிருந்தது.

ஒன்று காலை கரண்டு,

இன்னொன்று மத்தியான கரண்டு.

மின்சார வினியோகத்தில் சிக்கனத்தைக் கடைபிடிக்க இந்த மின்சாரம் வாரியம் இப்படி ஓர் உபாயம் வைத்திருக்கிறது.

ஒரு லைனில் ஒரு வாரம் காலை ஆறுமணியிலிருந்து பன்னிரண்டு மணி வரை மோட்டார் ஓடும். இது 'காலை கரண்டு' மறுவாரம் மத்தியானம் பன்னிரண்டு மணியிலிருந்து மாலை ஆறு மணிவரை மோட்டார் ஓடும். அது 'மத்தியான கரண்டு'.

அன்றைக்கு மத்தியான கரண்டு!

மத்தியான கரண்டு என்றால், அதுக்குன்னு மத்தியானமே போய் மோட்டாரைப் போட்டு தண்ணீர் பாய்ச்சிவிட முடியாது. அப்படி மோட்டரைப் போட்டால், அடிக்கிற வெயிலுக்கு தண்ணீர் வாய்க்காலைத் தாண்டாமலே வறண்டுவிடும்'. இம்புட்டையும் தாண்டிப் போகிற பேருவாதித் தண்ணீரை வாய்க்காலின் சுடுமண் குடித்துவிடும். மீதியை மேலே இருந்து சூரியன் 'ஸ்ட்ரா' போட்டு குடிப்பது போல உறிஞ்சிவிடுவான். பாத்திக்குள் எட்டிப்பார்க்கிற தண்ணீர், 'போவோமா வேண்டாமா...' என்று 'கபடி' விளையாட்டில் ஏறிப் பாடுகிறவனைப்போல தெகஞ்சு நிற்கும்.

அன்றைக்கு, கிணற்றில் இருக்கிற முழங்கால் தண்ணீரை சாயங்காலம் 'வெயில் தாழ' போய் எடுத்துவிட்டுப் பாத்திகளுக்குப் பாய்ச்சலாம் என்று புறப்பட்டார் சாத்தூரப்பன். கூடவே, அவர் மனைவி ராஜம்மாளும் கிளம்பினாள்.

ராஜம்மாளைப் பாதி 'சம்சாரி' என்று சொல்லலாம். புஞ்சைக் காட்டில் ஆம்பிளைக்குச் சமமாக எல்லா வேலையும் இழுத்துப் போட்டுச் செய்வாள். சமயத்தில் ஏர் பிடித்து உழவும் அடிப்பாள்.

சாத்தூரப்பனும் ராஜம்மாளும் அவர்களுக்குள்ளான காதலைக் கொஞ்சம் 'கோப மூஞ்சி'யோடு பரிமாறிப் பழகியிருந்தார்கள். அது ஏனோ தெரியவில்லை. அடிப்படையில் சாத்தூரப்பன் கொஞ்சம் நக்கல் கலந்த கோபக்காரர். அந்த மனுசனின் கோபத்தை லாவகமாகக் கையாளுகிற உத்தி ஆதிமூலத்துக்குத்தான் உண்டு. ராஜம்மாளுக்கு இத்தனை வருசமாகியும் அவருடைய கோபத்தைக் கையாளுகிற உத்தி பிடிபடவில்லை.

சாத்தூரப்பன் புஞ்சை மொத்தம் மூணரை ஏக்கர்தான்.

மற்றபடி மீதி எல்லாம் மானாவாரி மண்தான். இந்தப் புஞ்சையின் ஓரத்தில் ஒரு ஏக்கர் கண்மாய்த் தண்ணீர் வாய்க்கால் பாசனம் நடக்கும். மீதி எல்லாம் கிணற்றுப் பாசனம்தான். கண்மாய்த் தண்ணீர் எல்லா வருசமும் சாத்தியப்படுகிற பூமியல்ல அது. 'பெய்கிற' வருசங்களில்தான். மீதி நாட்களில் அந்த ஒரு ஏக்கருக்கும் கிணற்றுப் பாசனம்தான், அது ஒன்றும் வற்றாத கிணறல்ல.

கோடை வறட்சியில் முழங்கால் தண்ணீர்தான் எப்போதும் இருக்கும். அதை மோட்டாரை வைத்து இறைத்து வாய்க்காலுக்குக் கொண்டுபோனால், ஒரு முக்கால் மணி நேரம் ஓடும். அப்புறம் திரும்பவும் மறுநாள் வந்தால் அதே அளவு தண்ணீர் ஊறி நிற்கும். இந்தக் கணக்குக்குள்ளாக அவர் கோடை மழையை நம்பி விதைத்த கம்பு, உளுந்து என்று கோடைப்பயிர்களைக் காப்பாற்றியாக வேண்டும். இது போதாதென்று ராஜம்மாள் தொழுவத்தில் இருக்கிற ஏழு மாடுகளுக்கு 'கினியாப்புல்' நான்கைந்து பாத்திகள் நட்டு வைத்திருந்தாள். அதற்கும் இந்தத் தண்ணீரில்தான் பங்கு போக வேண்டும்.

உளுந்துச் செடிகள் முளைத்து நம்பிக்கையோடு நின்று கொண்டிருந்தன பாத்திகளில். சாத்தூரப்பன் கையில் மண் வெட்டியை எடுத்து அன்றைய பாசனத்திற்கான திசையில் வாய்க்காலை வெட்டித் திறந்துவிட்டு வந்து மோட்டார் சுவிட்சைப் போட்டார்.

மோட்டார் ஓடினால் "டுர்ர்..." என்றுதான் சத்தம் வரும். வரவேண்டும். ஆனால் அன்றைக்கு என்னவோ "கிர்ரிங்...." என்ற சத்தம் கேட்டது. குழாயிலும் தண்ணீர் விழுந்ததாய்த் தெரியவில்லை.

இப்படி குழாயில் தண்ணீர் வராமல் மோட்டார் மட்டும் ஓடும்போது அதற்கு ஒரு பெயர் உண்டு. 'வெத்துமோட்டார் ஓடுது' என்பார்கள்.

"ம்.க்கும்... என்னைக்கு இந்த மோட்டார் சுவிட்ச் போட்டதும் தண்ணி கொட்டிச்சாம். ஆசையாப் போடறீங்க...." என்று சலிப்பாகச் சொன்னாள் ராஜம்மாள்.

சாத்தூரப்பன் ஓடிப்போய் 'சுவிட்ச் ஆப்' செய்தார்.

இப்படி மோட்டார் 'வெத்து மோட்டாராக' ஓடுவதற்கு சிலபல காரணங்கள் உண்டு. இனி, ஒன்றொன்றாக ஆராய்ச்சி பண்ண வேண்டும்.

சில நேரம் குழாயில் காற்று நிரம்பி, உறிஞ்சவிடாமல் தடுக்கும். அதற்கு கிணற்றின் உள்ளே இறங்கி மோட்டாரின் 'பம்ப்'-ல் உள்ள 'ஒரு வால்வை' திருகி, காற்றை வெளியேற்ற வேண்டும்.

சாத்தூரப்பன் இறங்கி திறந்து விட்டார்.

"புஷ்ஷ்...." என்ற சத்தத்தோடு ஆக்ரோசமாகக் காற்று வெளியேறியது.

வால்வை மூடிவிட்டு, தள்ளி நின்று, "இப்போ சுவிட்சு போடு...." என்றார் ராஜம்மாளிடம்.

ம்ஹூம்... தண்ணீர் மேலே ஏறவில்லை. திரும்பவும் வெத்து மோட்டார்தான் ஓடியது.

கிணறுகளில் தண்ணீர் வற்றிப்போகிற நாட்களில் மோட்டார் பம்பின் உறிஞ்சுக் குழாயின் அடிப்பக்கம் இருக்கிற 'புட்பால்' என்கிற ஒரு வஸ்து இப்படி விளையாட்டுக் காட்டும் சம்சாரிகளிடம்.

அதன் உள்ளே ஒரு 'ரப்பர் வாசர்' இருக்கும். கிணற்றில் தண்ணீர் வற்றிவிட்டால், அது அந்த வாசருக்குப் பிடிக்காது. 'துர்வாசர்' மாதிரி, சுளீர் என்று கோபம் வந்துவிடும் அதற்கு. உறிஞ்சுக் குழாயில் இருக்கிற தண்ணீரை நிறுத்தி வைக்காமல் தகராறு பண்ணும்.

அன்றைக்கு அப்படித்தான் அது தகராறு பண்ணியது.

இதனால்தான் 'வெத்து மோட்டார்' ஓடியது.

இதைச் சமாளிக்க ஓர் உள்ளூர் விஞ்ஞானம் உண்டு.

சாணிப்பால் விஞ்ஞானம் என்று பேர்.

கொஞ்சம் மாட்டுச் சாணத்தை எடுத்து கட்டியாகக் கரைத்து மேலிருந்து குழாயில் ஊற்றி அப்புறம் இரண்டு குடம் தண்ணீரையும் ஊற்றினால் மோட்டார் சொன்னபடி கேட்டு தண்ணீரைக் கொட்டும்.

ராஜம்மாள் அங்கிருந்து மெல்ல நழுவிப்போய் பக்கத்தில் ஒரு குப்பை மேட்டிலிருந்து கொஞ்சம் மாட்டுச் சாணத்தை அள்ளிவந்து கரைத்து ஊற்றினாள்.

எப்படியோ தகிடுதித்தோம் பண்ணி மோட்டாரை ஓட்டி விட்டார்கள்.

தண்ணீர் வாய்க்கால் வழியாக மெல்ல கல்யாண 'ஊர்வலம் போவதுபோல நகர்ந்தது. கூடவே, கையில் மண்வெட்டியை வைத்துக்கொண்டு சாத்தூரப்பனும் நகர்ந்தார்.

ஒரு நாற்பது நிமிடம் ஓடியிருக்கும். மூன்று நிரைகளில் பாத்திகளில் தண்ணீர் விட்டாயிற்று.

இன்னும் ஒரு பத்து பாத்திகள் மிச்சமிருந்தன.

ஓடுகிற மோட்டாரை நிப்பாட்டுவதில் கிணற்றுத் தண்ணீருக்கும் தூணிலிருந்து வயரில் வருகிற 'கரண்ட்'டுக்கும் எப்பவும் ஒரு போட்டி இருக்கும். 'நீ முந்தியா... நான் முந்தியா.. என்று.

சாத்தூரப்பன் நம்பிக்கையோடு தண்ணீர் பாய்ச்சிக் கொண்டிருந்தார்.

ராஜம்மாள் 'கினியாப்புல்' அறுக்கக் கிளம்பிவிட்டாள்.

சாத்தூரப்பன் நம்பிக்கையோடு வரப்பு விலகிக் கொண்டிருக்க, ஓடிக்கொண்டிருக்கிற மோட்டார் திடீரென்று நின்றது. நிற்கிற மோட்டார் சும்மா நிற்காது. குழாயை வேகமாக ஓர் ஆட்டு ஆட்டி விட்டுத்தான் நிற்கும்.

அப்படி ஆடும்போது அந்தக் குழாய் தொட்டிச் சுவரில் வேகமாக ஓர் இடி இடித்துக்கொண்டு, 'டின் டின் டாங்' என்று ஒரு சத்தத்தை ஏற்படுத்திவிட்டுத்தான் நிற்கும்.

அந்தச் சத்தம் தண்ணீர் பாய்ச்சிக்கொண்டிருந்த சாத்தூரப்பன் காதில், "இன்னிக்கு இம்புட்டுத்தான்" என்கிறதுபோல விழுந்தது.

மோட்டார் நின்றபின் வாய்க்காலில் வடிந்து வந்த தண்ணீர், ஒண்ணரைப் பாத்திக்குப் பாய்ந்தது.

மீதி பாத்திகளைப் பாவமாகப் பார்த்தார் சாத்தூரப்பன்.

பிள்ளைக்குச் சோறுபோட வழியில்லாத 'பெத்தமனசு'போலத் துடித்தது அவர் மனசு.

என்ன செய்வது?

மனசை நொந்துகொண்டே தொட்டித் தண்ணீரில் ஒரு கோப்பையால் மொண்டு ஊத்தி மேல் நனைத்துக் குளித்தார்.

"இம்புட்டுப் பெரிய கிணத்தை வெட்டி வச்சிக்கிட்டு இப்படி கோப்பையில மொண்டு குளிக்கிறதாப் போச்சே? எல்லாம் நம்ம கிரகம்..." என்று மனசுக்குள் நொந்து கொண்டார்.

கோடைக் குளியல் இப்படித்தான் செய்யமுடியும். கரிசல்காட்டு சம்சாரிக்கு விதித்தது அவ்வளவுதான்.

கினியாப்புல் அறுத்து கட்டாகக் கட்டி வைத்திருந்த ராஜம்மாளின் பக்கத்தில் போய் புல்லுக்கட்டைத் தலையில் ஏற்றிவிட்டு அனுப்பிவைத்தார்.

சாத்தூரப்பன் கிருஷ்ண பக்தர். நல்ல குளியல் போடவாய்ப்பு கிடைத்தால் மறக்காமல் நெத்தியில் திருமண் இட்டுக் கொள்வார். எங்காவது மனங்குளிர குளித்துவிட்டால், நெத்தியில் இடும் திருமண்தான் அதற்குச் சாட்சியாக இருக்கும்.

அன்றைக்கு, குளித்த அரைகுறைக் குளியலில் திருமண் இட மனசில்லை. அப்படியே ஈரத்துண்டை தோளில்போட்டு நடந்தார் ஊருணி மேடையை நோக்கி.

அங்கே போய் ஆதிமூலம் மாதிரியான ஆட்களிடம் 'புலம்பித் தான் ஆத்தணும்' மனக்கஷ்டத்தை!.

7

ஆதிமூலம் சாத்தூரப்பனைப் பார்த்ததும், "என்னண்ணே... தண்ணிப் பாய்ச்சணும்னு போனீங்க... தண்ணி பாய்ச்சியாச்சா...?" என்று கேட்டான்.

"அது எங்க... காலரைக்கால் ஏக்கர்கூட தண்ணிபாய வழியக் காணோம்... அதுக்குள்ள வெத்து மோட்டார் ஓடிருச்சு..." என்று புலம்பினார்.

சாத்தூரப்பனின் புலம்பல் லேசாக மனசை வாட்டியது. இருந்தாலும், அதிலிருந்து அவரை நகர்த்த சில நக்கலான உபாயங்கள் தேவைப்பட்டது ஆதிமூலத்துக்கு.

சாத்தூரப்பன் எப்போது மேடைக்கு வந்தாலும். மேடையை ஒட்டி இருந்த ஒரு எலெக்ட்ரிக் தூணில் முதுகைச் சாய்த்து உட்காருவது வழக்கம்.

"அந்தத் தூண் அப்பமே இருந்து உங்களைத் தேடிக்கிட்டே இருக்குதுண்ணே சொறிஞ்சுவிட..." என்று சிரித்தான், சாத்தூரப்பனைப் பார்த்து!

சாத்தூரப்பன் ஆண்டாண்டுக் காலமாகவே மேடையை ஒட்டி இருந்த அந்தத் தூணைச் சொந்தம் கொண்டாட, இப்படிச் சொறிந்து கொள்ளும் வசதி அதில் இருப்பது ஒரு காரணம்.

மனிதர்களுக்கு உடலில் லேசாக அரிப்பு வருவது சகஜம்.

இதில் யாரும் விதிவிலக்கு கிடையாது! அது எப்பேர்ப்பட்ட ஆளாயிருந்தாலும் சரி.

தனியாகஎங்கேயாவது ஒதுங்கி லேசாகச் சொரிந்துகொள்ளாமல் யாரும் இருக்க முடியாது. சிலருக்கு மூக்கு, சிலருக்கு தலை, முதுகு என்று....

இதில் சாத்தூரப்பன் மட்டும் விதிவிலக்கா என்ன?

என்ன மனுசனுக்குக் கொஞ்சம் கூடுதலாகவே அரிக்கும்... அதுவும் நடு முதுகில்!

வேகாத வெயிலில் வியர்வை சொட்ட காட்டில் நின்று வேலை செய்யும் மனுசனுக்கு தலை உருமாலுக்குக் கீழே முதுகை நோக்கி வியர்வை லேசாக ஓடை அமைத்து ஓடும். அது இயற்கைதானே.

மனுசன் குனிஞ்சு வேலைபார்க்கும்போது அந்த வியர்வை, நடு முதுகிலே கொஞ்சம் நின்று காயும்.

அந்த இடத்துக்குக் கையும் எட்டாது!

இதை அப்போதைக்கு ஒன்றும் செய்ய முடியாது "கழுதை இருந்துவிட்டுப் போகட்டும்" என்று அதைத் தவிர்த்து மீதி இடமெல்லாம் மேல் துண்டைத் தேய்த்து வியர்வையை ஒத்தி எடுத்துக்கொள்வார் அவ்வப்போது!

அப்புறம் என்னதான் செம்புசெம்பாக தண்ணீர்விட்டுக் குளித்தாலும், அந்த ஓர் இடம் மட்டும் 'கடன்காரனாவே' தெரியும் மனுசனுக்கு!

வேற என்ன செய்ய முடியும்?

இவர் கஷ்டம் தெரிஞ்சுதான் இந்த ஈ.பி.காரன் அங்கங்கே தூணை நட்டு வெச்சான்போல...

'அதுக்காக தூணுக்குத் தூண் ஓட முடியுமா! நமக்குன்னு ஒரு தூண் வேணாமா' என்று அவரின் உள்மனது நினைத்திருக்கும் போல.

மனிதர் அந்தக் கல்லில் உட்கார்ந்து லேசாக முதுகை முதுகின் அந்த நடுப்பகுதியை தூணின் ஒரு மூலையோடு சேர்த்து வைத்துவிட்டு, முகத்தில் ஒரு ஆசுவாசத்தை வரவைத்துக் கொள்வார்.

இந்த ஈ.பிகாரர்கள் சிமெண்டில் தூண் தயார் செய்யும்போது, இப்படிச் சொரிந்து கொள் வோரையும் மனசில் வைத்துக் கொள்வார்கள்போல. அதன் விளிம்புகளைக் கொஞ்சம் கரடு முரடாகவே வைத்துகொள்வார்கள். 'நம்மாலே சிரமப்படுகிற சம்சாரிக்கு நாம உதவலைன்னா எப்படி?' என்று அவர்கள் எடுக்கிற முடிவு அப்படி.

முடிந்த மட்டும் தலையை ஆட்டாமல் முதுகைமட்டும் கழுத்தோடு ஆட்டி உரசிக் கொள்வார்.

அதைப் பார்க்கும்போது நமக்கும் முதுகில் லேசான அரிப்பு தோன்றி, அது அடங்குவது போல ஓர் அலாதி தோன்றிமறையும்.

பேச்சு 'தண்ணீர்ப் பாய்ச்சிய' லெச்சணத்தை நோக்கித் திரும்பியது.

"அது என்னப்பா... காலரைக்கால் ஏக்கர்கூட தண்ணிபாய வழியக்காணோம்... அதுக்குள்ள மோட்டார் நின்னு போச்சு..." என்று திரும்பவும் புலம்பினார்.

சாத்தூரப்பன் சொன்னதோடு, சேர்ந்து வீசிய காற்றின் வெப்பம் ஆதிமூலத்தை லேசாகக் சலனமடையச் செய்தது.

"இப்படியா இருந்துச்சு ஊரு?... 'சிலுசிலுன்னு' குளிந்த காத்து வீசுமே இந்நேரமெல்லாம்..." என லேசாகப் புலம்பினான். சுற்றுமுற்றும் பார்த்தான்.

கண்ணுக்கெட்டிய தூரம் வரைக்கும் மரம் செடியெல்லாம் காய்ந்து நிற்பது தெரிந்தது, வடக்காக பிள்ளையார்க் கிடங்குக்குப் போகிற பாதை தெரிந்தது.

மெல்ல பொழுது சாய்ந்து கொண்டிருந்தது. பள்ளிக்கூடம் போகிற பையன்கள் புத்தகக்கட்டைக் கையில் எடுத்துக்கொண்டு வந்து மேடையில் உட்கார்ந்தார்கள். அவர்கள் சாயங்கால நேரங்களில பள்ளிக்கூடம் போய்வந்து அங்கே வந்து உட்கார்ந்து வீட்டுப்பாடம் படிப்பது, படம் வரைவது என்று முடித்துவிட்டுச் செல்வது வழக்கமாகக் கொண்டிருந்தார்கள். அப்படியே இருட்டத் தொடங்கினால், அங்கே இருந்த ஒரு விளக்கு அவர்களுக்கு வெளிச்சத்தைக் கொடுத்தது.

'பை கட்டை'த் திறந்து நோட்டு பென்சில்களைக் கையில் எடுத்துக் கொண்டார்கள். கணக்குபோட்டுப் பார்த்தார்கள்.

பையன்கள் வந்து உட்கார்ந்ததும், கடைக்காரர் அவர்களைப்

பார்த்து ஒரு கேள்வியைக் கேட்டார். அதுவும் ஒரு 'பேப்பர்' துணுக்கில் படித்ததுதான்.

"ஏலே... நான் ஒரு கணக்கு போடறேன்... சரியா கணக்குப் போட்டுச் சொல்ல முடியுமா...?"

"கேளுங்க மாமா...சொல்றோம்..."

"ஒருதோட்டத்துக்காரர்கூட வேலைசெய்கிறபண்ணையாளைக் கூட்டிக்கிட்டு தென்னைமரத்துல தேங்காய் பறிச்சார்...."

"அப்புறம்..."

"பறிச்சு முடிஞ்சதும் பண்ணையாளைக் கூப்பிட்டு இதுல எத்தனை தேங்காய் இருக்குன்னு எண்ணி வை... நான் போய் கிணத்துல முங்கி குளிச்சிட்டு வர்றேன்...னு" போயிட்டார்.

"அப்புறம்....?"

"போயிட்டு வந்ததும் பண்ணையாள்கிட்ட எத்தனை தேங்காய் இருக்குன்னு கேட்டார்...."

"ம்..."

"அதுக்கு அவன் சொன்னான்... ஐயா, ரெண்டுரெண்டா எண்ணினேன்... ஒண்ணு மிச்சமாச்சு....

மூணு மூணா எண்ணினேன்... அப்பவும் ஒண்ணு மிச்சமாச்சு...

நாலு நாலா எண்ணினேன்... அப்பவும் ஒண்ணு மிச்சமாச்சு...

அஞ்சு அஞ்சா எண்ணினேன்... அப்பவும் ஒண்ணு மிச்சமாச்சு...

ஆறு ஆறா எண்ணினேன்... அப்பவும் ஒண்ணு மிச்சமாச்சு...

ஏழு ஏழா எண்ணினேன்... எதுவும் மிச்சமாகலை..." என்றான்.

ஓ அப்படியா... சரிப்பான்னு மனசுக்குள்ள கணக்கு போட்டு... 'சந்தோசம்'னு போயிட்டார்."

"இப்போ அவர் கணக்கிட்டது எத்தனை தேங்காய்னு சொல்லுங்க" என கடைக்காரர் அந்த பையன்களைப் பார்த்து, "சரி.. ஒரு நாள் அவகாசம் தர்றேன்... நாளைக்கு சொல்லுங்க பார்ப்போம்" என்றார்.

காற்று சுத்தமாக இல்லை. மரம் செடியெல்லாம் அப்படியே ஸ்தம்பித்து நின்றது. புழுக்கமாக இருந்தது.

ஆதிமூலத்திற்கு "இந்நேரம் பிள்ளையார்க் கிடங்கில் தண்ணி இருந்து குளிச்சா எப்படி இருக்கும்?" என்று மனசு தவித்தது.

பையன்களைப் பார்த்து, "தம்பிகளா.... நீங்கள்லாம் 'பிள்ளையார்க்கிடங்குல' குளிச்சிருக்கீங்களா?" என்று கேட்டான்.

"இல்ல மாமா..." என்றார்கள் எல்லோருமாகச் சேர்ந்து.

"அதானே... நீங்க எங்க அதுல தண்ணியப் பார்த்திருக்கப் போறீங்க... அதான் கொஞ்ச வருசமாவே உருப்படியா மழை இல்லையே..." என்றான்.

"அது ஏன் மாமா அதைப் பிள்ளையார்க்கிடங்குன்னு சொல்றாங்க" என்று கேட்டான் ஒருத்தன்.

"உங்களுக்குத் தெரியாதா ..." "சரியாப் போச்சு... அந்தக் கதை தெரியாமத்தான் நீங்க எல்லாம் ஊர்ல இருக்கீங்களா...." என்று நொந்துகொண்டான்.

"சொல்லுங்க மாமா..."

பசங்களுக்கு கதை கேட்கிற ஆர்வம் தலை தூக்கியது. நச்சரித்தார்கள்.

ஆதிமூலம் லேசாகக் கண்களை மூடினான்.

அவன் அப்படித்தான். ஏதாவது கதையாகச் சொல்ல ஆரம்பிக்க வேண்டுமென்றால், அதற்கு முன்னே கொஞ்ச நேரம் கண்களை மூடிக்கொள்வான். அப்புறம் மெல்லத் திறப்பான்.

அப்படித்திறக்கும்போது கண்களும் உதடுகளும் சேர்ந்தார்போல திறக்கும். அப்படியே கதை தொடரும். இந்த முறை அவன் மூடிய கண்களைத் திறக்கவில்லை. லேசாகக் கண்ணீர் மட்டும் முட்டியது. அதை சாத்தூரப்பன் கவனித்தார்.

'இந்தாளு இப்படித்தான்' என்று தனக்குள் சொல்லிக் கொண்டார்.

சில விஷயங்களுக்குள் போனால் ஆதிமூலம் இப்படி ஆகிவிடுவான் என்பது அவருக்குத் தெரியும்.

ஆதிமூலத்துக்கு அந்த கிடங்குப்பிள்ளையார் மேலே இருந்த பக்தி எப்படிப்பட்டது என்பதும் அவருக்குத் தெரியும்.

இதையெல்லாம் யோசனை செய்து கொண்டே சாத்தூரப்பன் திரும்பவும் ஒரு தடவை ஆதிமூலத்தின் முகத்தை உற்றுப்பார்த்தார்.

ம் ஹ¯ம்.....

மனுசன் இன்னும் கண்ணைத் திறந்த பாடாய்த் தெரியவில்லை.

லேசான கண்ணீர்த்துளி இமை ரோமங்களுக்கு ஊடாக வெளியே வரவும், அது அப்படியே அனல் காற்றில் காய்ந்து போகவும், திரும்பவும் ஒரு துளி கசிந்து வரவுமாக இருந்ததை சாத்தூரப்பன் லேசாக உணர்ச்சி வசப்பட்டுப் பார்த்துக்கொண்டே இருந்தார்.

ஆதிமூலத்தின் நினைவு 'நனவுலகத்துக்கு' வந்த பாடாய் இல்லை.

மனிதன் பத்துப் பதினைந்து வருசங்களுக்கு முன்னே சென்று பிரயாணித்துக் கொண்டிருந்தான்.

பள்ளிக்கூடத்துப் பையன்கள் புத்தகத்தை விரித்து வைத்துக் கொண்டு அதைப் படிக்காமல், 'அவர் எப்போ கண் திறந்து கதையைச் சொல்லுவார்' என்று அவன் முகம் பார்த்துக் கொண்டிருந்தார்கள்.

காய்ந்து பழுத்த இச்சி மரத்து இலை ஒன்று அவர்களில் ஒருவனின் திறந்த புத்தகத்தின் பக்கங்களில் விழுந்தது.

ஆதிமூலம் லேசாகக் கண்களைத் திறந்தான். கூடவே உதடுகளும் அசைந்தது. மெல்ல பிள்ளையார்க் கிடங்கைப்பற்றி சொல்ல ஆரம்பித்தான்.

8

ஒரு காலத்தில் நிறைகுளம் கிராமத்தின் அழகுக்கும் எழிலுக்கும் பிள்ளையார்க் கிடங்கு ஒரு முக்கிய காரணமாக இருந்தது. நிறைகுளம் கிராமத்தின் வடக்கிலிருந்து அப்படியே ஊரை நோக்கிவந்து கிழக்குப் பகுதி வழியாகத் தெற்கு நோக்கி ஒரு சிற்றாறு ஓடும். மழை நாட்களில் அந்த ஆற்றில் தண்ணீர் பெருக்கெடுத்து ஓடும். மழை நின்றாலும் தொடர்ந்து நான்கைந்து மாதங்கள் வரை லேசான தண்ணீர் ஓடை அமைத்துப் போகும்.

ஊர் மக்கள் சிலர் ஆங்காங்கே மண்ணால் கரை அமைத்து ஓடுகிற மீனை நிறுத்தி நீந்தச் செய்வார்கள். அதிலிருந்து மீன் பிடித்து குழம்பு வைத்துக் கொள்வார்கள். அப்படி மீன் பிடிப்பதற்கென்றே தேர்ச்சி பெற்ற சிலர் எப்போதும் ஊருக்குள் இருப்பார்கள். அந்த நாட்களில் அவர்களின் நடமாட்டம் எப்போதும் அந்த ஆற்றுக்குள்ளேதான் இருக்கும். அவர்களின் மூச்சு, பேச்சு எல்லாமே அந்த மீன்களைச் சுற்றியேதான் இருக்கும்.

அவர்களுக்கு மீன்பிடிப்பது ஒன்றும் தொழில் இல்லை. இப்படி கிடைத்த வாய்ப்பில் மீன்பிடிக்கிறவர்கள் என்பதால் மீன்வகைகளைப் பற்றியும் அவைகளின் குணம், ருசி பற்றியெல்லாம் கதை கதைகளாகப் பேசிக் கொண்டேயிருப்பார்கள்.

ஊருக்கு வடமேற்கிலிருந்து ஒரு பெரிய ஓடை ஊரை நோக்கி வந்து ஊருக்கு வடக்கே ஒரு புள்ளியில் அந்த சிற்றாறோடு கலக்கும். அப்படி ஆற்றில் கலக்கும் முன்னே,

அந்த ஓடை நின்று நிதானித்து ஒரு பாறையைத் தாண்டி 'திமு திமு' வெனக் கொட்டும். பெருமழை பெய்கிற நாட்களில் அந்தச் சத்தம் ஊருக்குள்ளே கேட்கும்.

அப்படி அந்தப் பாறையை அடைவதற்கு கால் மைல் தூரத்துக்கு முன்னே, அந்த ஓடை ஓரிடத்தில் நின்று ஒரு பெரிய கிடங்கை நிரப்பிச் செல்லும். அந்தக் கிடங்கிற்குப் பெயர் தான் 'பிள்ளையார்க் கிடங்கு'. மழை நாட்களில் பிள்ளையார்க் கிடங்கு ஒரு தடாகம் போல அழகாகக் காட்சி அளிக்கும்.

பிள்ளையார்க் கிடங்கிற்குக் கீழ்ப்புறம் ஒரு பசுமையான மஞ்சனத்தி மரம் இன்றும் இருக்கிறது. முன்பு அந்த மரத்தடியில் தான் பிள்ளையார் ஒரு காலை படுக்கை வசமாகவும் மற்றொரு காலை செங்குத்தாகவும் மடித்து உட்கார்ந்திருந்தார் சிலையாக.

பிள்ளையாரின் அழகைப்பற்றி ஆதிமூலம் சொல்லும்போது, "அழகுன்னா அப்படி ஒரு அழகு... தொப்பை சும்மா ஒரு பெரிய சுரைக்காயைக் பாதியாக அறுத்து ஒட்ட வெச்சமாதிரி இருக்கும். தும்பிக்கை அப்படியே 'நாசூக்காகப் போய்' கையில் இருக்கிற பொரி உருண்டையில் வாய் வெச்ச மாதிரி இருக்கும். கால் ரெண்டும் நம்ம பெருமாள் கோயில்ல 'வெண்ணெய் உண்ட கிருஷ்ணர்' படம் இருக்கே.... அதேபோல... அம்புட்டு அழகு. நல்ல கருப்புக்கல்லில் செஞ்ச சிலை.... ஆனா அந்தக் கல்லோட பளபளப்பு சூரியன் எழுந்திருக்கும் போது சிவப்பாகக் காட்டும்...

பாதவிரல்கள்ல சூரிய வெளிச்சம் படும்போது கொள்ளை அழகு தெரியும். கண்கள் ரெண்டும் அப்படியே ஜொலிக்கும். நான் அப்படியே லயிச்சுப் போயி நிப்பேன்...."

ஆதிமூலம் சொல்லச் சொல்ல அந்த பள்ளிக்கூடப் பையன்களில் ஒருத்தன் ஒரு தாளில் அழகாக ஒரு பிள்ளையாரை வரைந்திருந்தான். வரைந்ததைக் காட்டி

"மாமா... இந்த மாதிரி இருப்பாரா பிள்ளையார்?"

“பரவாயில்லையே.... நல்லா வரைஞ்சிருக்கியே.... கிட்டத்தட்ட இதே மாதிரிதான்.... கொடு, அந்தப் படத்தை நான் வெச்சிக்கிறேன்...” என்று வாங்கி தலைமாட்டில் வைத்துக் கொண்டான்.

“இப்போ அந்தப் பிள்ளையார் எங்க மாமா....?” என்று கேட்டான் அந்த படத்தை வரைந்தவன்.

“சொல்றேன்... பொறு....” என்று தொடந்தான்.

வானம் பார்த்த கரிசல் மண்ணில் மழை ஓர் அதிசயமான விசயம். மண்ணில் தண்ணீர் உருண்டு ஓடுகிற அளவுக்கு ஒரு மழை பெய்தால் போதும், மழை நின்றதும் ஊரே திரண்டுபோய் மழையை ‘அளந்து’ பார்க்கும்.

அப்படி அளந்து பார்ப்பதற்குச் சில உபாயங்கள் வைத்திருப்பார்கள். வீட்டில் இருக்கிற கிழவிகள் வாசலில் ஆட்டுக்கல்லின் குழிக்குள் இருக்கிற தண்ணீரைவைத்து மழைக்கு அளவு சொல்வார்கள். அது தவிர, வடக்கே அந்தப் பிள்ளையார்க் கிடங்கு அவர்களின் ஒரு முக்கியமான அடையாளம். அது நிரம்பி அது வழியாக வெளியே ஓடுகிற தண்ணீரைவைத்து மழை அளவைக் கணித்துக் கொள்வார்கள்.

அப்புறம் அவர்களுக்கு ஏது ‘செ.மீ’ ‘மி.மீ’ கணக்கெல்லாம்!

பிள்ளையார்க் கிடங்கு இருக்கிற இடம் கொஞ்சம் பாறைகளாக இருக்கும். அதில் சில அடையாளங்கள் வைத்திருப்பார்கள். ஓடுகிற தண்ணீர் அதிகபட்சம் எந்தப் புள்ளியைத் தொடுமோ, அதைவைத்து கணித்து விடுவார்கள்.

நல்லமழை பெய்து மேற்கே கண்மாய் நிறைந்தால், அப்புறம் அந்தப் பிள்ளையார்க் கிடங்கில் தண்ணீர் வற்றாது. குறைந்தது ஆறேழு மாதங்களுக்கு தண்ணீர் ஒரு வாய்க்கால்போல ஓடி, கிடங்கை நிரப்பி சன்னமாக வெளியேறிக் கொண்டே இருக்கும்.

அப்படி ஓடி வருகிற தண்ணீர் பிள்ளையார்க் கிடங்கை அணுகும்போது இரண்டாகப் பிரிந்து ஒரு பகுதி, அங்கிருக்கிற பாறையை ஊடுருவி வழியும். அதில், அந்தப் பாறை தேய்ந்து ‘பாசம்’ பிடித்து வழுக்குப்பாறையாக மாறியிருந்தது.

அந்த வழுக்குப்பாறை அந்த ஊர் குழந்தைகளுக்கு ஒரு விளையாட்டுக்கேந்திரம். பாறையின் மேல் பகுதியில் போய் உட்கார்ந்தால் தண்ணீரோடு பயணித்து ‘டொப்’ என்று பிள்ளையார்க் கிடங்கின் உள்ளே குதித்து விடலாம்.

குழந்தைகள் என்ன? சாத்தூரப்பன் மாதிரியான பெரிய ஆட்களும்கூட, அதில் சறுக்கி தண்ணீருக்குள் விழுந்து விளையாடுவார்கள். அப்படித் தண்ணீர் வழிகிற வரைக்கும் பிள்ளையார்க் கிடங்கு ஒரு பரபரப்பான இடமாக இருக்கும்.

அதில் தண்ணீர் வடிகிற காலங்களிலெல்லாம் ஆதிமூலம் ஒரு வெண்கலக் குடத்தில் தண்ணீர் மொண்டு பிள்ளையாரை காலையிலும் மாலையிலும் அபிஷேகம் செய்து பூசை பண்ணுவான்.

ஆதிமூலம் பிள்ளையார் மீது அளவு கடந்த பக்தி வைத்திருப்பான். அந்த ஊரில் பெய்கிற ஒவ்வொரு துளி மழைக்கும் அவரையே காரணம் காட்டுவான். அந்தப் பக்தியில் அவன் பண்ணுகிற பூசைகள் அப்படியே படிப்படியாக அவரை அந்தப் பிள்ளையாருக்கு பூசாரிபோலக் காட்டியது.

மழையின்றிக் காய்கிற சூழ்நிலை வரும் போதெல்லாம் பிள்ளையாரை உரிமையோடு திட்டித் தீர்த்து விடுவான். அப்புறம்; ஒரு மழை பெய்ததும் பிள்ளையாரோடு சமாதானமாகிக் கொள்வான்.

என்னதான் ஊராரின் பாசமும் அரவணைப்பும் இருந்தாலும் தனக்கென யாரும் இல்லாத குறையை அவன், அந்தப் பிள்ளையார் மீதான பக்தி பாசத்தால் நிரப்பிக் கொண்டான் என்றுதான் சொல்ல வேண்டும்.

மழையையே நம்பி இருக்கிற அந்த மானம் பார்த்த மண்ணின் மக்களுக்கு ஆதிமூலத்தின் இந்த தெய்வப்பணி, ரொம்பவே பிடித்துப் போனது, ஆதிமூலமும் மானசீகமான அன்பை மக்கள் மீதும், பக்தியை பிள்ளையார் மீதும் உண்மையாகக் காட்டினான்.

பெண்கள் ஏதாவது வேண்டிக்கொண்டு சுமந்து வந்து தருகிற தண்ணீரை ஊற்றி அபிஷேகம் செய்யும்போது, “இந்தா பாரப்பா.... பிள்ளையாரப்பா... இந்த ஊர் பெண்களெல்லாம் இந்த தண்ணி காணாத காட்டுல உன்னையும் மதிச்சு ஒரு குடம் தண்ணிய கொண்டுவந்து ஊத்துறாகன்னா ஒம்மேல எம்புட்டு நம்பிக்கை வெச்சிருக்காங்கன்னு புரிஞ்சுக்கோ.... ஏதோ காது பெரிசா இருக்கேன்னு இந்தக் காதுல வாங்கி அந்தகாதுல விட்டுப்போற சங்காத்தமெல்லாம் கூடாது பார்த்துக்கோ...” என்று பேசிக்கொண்டே பூசை பண்ணுவான்.

இந்தப் பேச்சுதான் அந்தப் பிள்ளையாருக்கான அர்ச்சனை

மந்திரம். வேறே தனியாக பாட்டெதுவும் கிடையாது, ஆதிமூலத்துக்கு.

அவன் அப்படி பிள்ளையார்கூடப் பேசுவதைப் பார்த்துக் கொண்டே இருந்துவிட்டு அப்புறம் பிள்ளையாரைப் பார்த்தால், ‘எல்லாத்தையும் கேட்டுக்கிட்டுதான் இருக்கேன்... ஆகட்டும்....” என்பதுபோல தெரியும் பிள்ளையாரின் முகம்!

ஒரு தடவை கல் என்றும் பார்க்காமல் பிள்ளையாரின் காதைப்பிடித்து திருகினானாம். அவனின் இந்த அணுகுமுறை அந்தப் பிள்ளையார் மீது மக்களுக்கு இன்னமும் ஒரு நெருக்கத்தை உண்டாக்கியது.

“ஏன் தாயி... நீ முணு குடம் தண்ணி ஊத்துனியே... ஏதாச்சும் வேண்டிக்கிட்டது நிறைவேறிச்சா...” என்று தவறாமல் பக்தைகளைக் கேட்டுக்கொள்வான். “யாராவது இல்லையே, சாமி ஒண்ணும் நிறைவேற்றக் காணோமே...” என்று புலம்பினால், அன்றைக்கு பிள்ளையாருக்கு யாருமில்லாத நேரத்தில் சிறப்பு ‘அர்ச்சனை’ நடக்கும். மனுசன் இன்னமட்டும் இல்லாமல் செல்லமாகத் திட்டித்தீர்த்து விடுவான்.

அந்தப் பிள்ளையார் பீடத்தை ஒட்டி ஓடைக்கரையில் இறங்கும் பாறையில் ஒரு போர்டை வைத்திருந்தான் ஆதிமூலம். அதில் ஔவையாரின் பிள்ளையார் ஸ்துதி பாடலை ஒரு பெயிண்டால் எழுதிவைத்து அதற்கும் நாள் தவறாமல் மாலைபோட்டு பூசை செய்து வந்தான்.

“வாக்குண்டாம் நல்லமனமுண்டாம் மாமலராள்

நோக்குண்டாம் மேனிநுடங்காது - பூக்கொண்டு

துப்பார் திருமேனி தும்பிக்கையான் பாதம்

தப்பாமல் சார்வார் தமக்கு”.

இந்தப் பாட்டை எழுதி வைத்திருப்பதற்கான காரணத்தையும் அவன் பள்ளி நாட்களில் தன்னுடைய தமிழாசிரியர் மூலம் தெரிந்துகொண்ட செய்தியையும் பிள்ளையாரைக் கும்பிட வருவோர்களிடம் அவ்வப்போது சொல்லிக் கொண்டிருப்பான்.

“இந்தப் பாட்டு பிள்ளையாரை துதிக்கிறது மட்டுமில்ல... இதுக்குள்ள ஒரு வைத்தியக் குறிப்பையும் சொல்லிவெச்சிருக்கா ஔவைப் பாட்டி...

"திருமேனி தும்பிக்கையான்" என்கிறது குப்பைமேனி, தும்பைச் செடி, கையாந்தகரை என்கிற மூன்று சாதாரணமா கிடைக்கிற மூலிகைகளையும் அதன் பலன்களையும் சொல்லுது இந்தப் பாட்டு.

"திருமேனி என்கிறது குப்பைமேனி, 'தும்பிக்கையான்' என்கிறதை தும்பை - கையான் என்று படிக்கணும். தும்பைச் செடியையும் கையாந்தகரைச் செடியையும் இது குறிப்பிடுது. கையாந்தகரைங்கிறது கரிசலாங்கண்ணி செடி. இந்த மூணு மூலிகைச் செடிகளை ஒரு கணக்கிலே சேர்த்து மருந்து செஞ்சு சாப்பிட்டா நம்ம உடம்பினுடைய நரம்பு மண்டலம் சீராகும்... நரம்பு மண்டலம் சீராக இருக்கிறதுக்கான அறிகுறிகள் நல்ல பேச்சு, நல்ல மனதிடம், நல்ல பார்வை... இந்த மூணும்தான். இது நல்லா அமைஞ்சா நம்ம உடம்பு நோகாது. இதைத்தான் இந்தப் பாட்டு சொல்லுது.

ஆதிமூலத்தின் இந்த 'ஆத்மார்த்தமான' பக்தி பிள்ளையாரை, அந்த ஊர் மக்கள் மனதிற்கு ரொம்பவே பக்கத்தில் அழைத்து வந்தது.

மக்களெல்லாம் ஆதிமூலம் மூலமாக பிள்ளையாருக்கு மிக அருகில் போய் நிற்பதாக உணர்ந்தார்கள். பிள்ளையாரை, அந்த ஊரின் ஒரு சகஜீவனாகவே பார்க்க ஆரம்பித்தார்கள்!

அந்த வானம் பார்த்த மண்ணில், பிள்ளையார் இரண்டு விஷயங்களில் ஒரு 'கரிசக்காட்டுப் பிள்ளையாராகவே' இருக்க வேண்டியதானது!

ஒன்று, அவருக்கு அந்த மண்ணில் அரசமரம் வாய்க்கவில்லை. கரிசல்காட்டு மஞ்சனத்தி மரம்தான், ஸ்தல விருட்சமானது.

இன்னொன்று, அந்த மண்ணில் யாரும் அவருக்குக் கொழுக் கட்டை செய்து படைக்கவில்லை. எல்லாரும் 'பெருமாளுக்குப்' படைக்கிற பழக்கத்தில் பொங்கல் பானை வைத்து சர்க்கரைப் பொங்கல் செய்துதான் படைத்தார்கள். 'அவர்களுக்கு கொழுக் கட்டை செய்யத் தெரியாதா' என்பதல்ல. அவர்களுக்கு 'பிள்ளையாருக்குக் கொழுக்கட்டை பிடிக்கும்' என்கிற விசயம் அவ்வளவு பரவலாகத் தெரிந்திருக்கவில்லை!

ஆதிமூலம் ஊருக்குள் ஒவ்வொருத்தரின் கவலையையும் பிரச்சினையையும் மனசில் வாங்கிக்கொண்டு வந்து அவர்களின் பிரச்சினை தீர வேண்டி பூசை பண்ணுவான்.

பெ. மகேந்திரன் | 65

பூசை பண்ணுவதற்கென்று தனியாக மந்திரம் ஏதும் கிடையாது. அப்படியே நேருக்கு நேர் விண்ணப்பமாக எடுத்துச்சொல்வான்.

பார்க்கிறவர்களுக்கு அவன் உண்மையிலேயே பிள்ளையாரோடு பேசிக்கொண்டிருப்பது போலவே தெரியும். இப்படி அவன் பிள்ளையாரை அணுகிய விதத்தில் ஊர்மக்களுக்கும் பிள்ளையார் ஓர் உணர்வு உள்ள ஜீவனாகவே தெரிய ஆரம்பித்தார். ஆதிமூலத்தோடு பிள்ளையாரும் ஊருக்குச் செல்லப் பிள்ளையானார்.

ஆதிமூலம் பிள்ளையாரைப் பூசிக்க ஆரம்பித்த ஆரம்ப நாட்களில் இருந்தே பொதுவாகப் பெரிய அளவில் மழை பொய்க்கவில்லை. வருடம் தவறாமல் மழைபெய்தது. அந்தப் பிள்ளையார்க் கிடங்கில் வருடத்தில் பெருவாரியான நாட்களில் நீர் நிறைந்திருந்தது. சித்திரை, வைகாசி மாதங்களில் மட்டும் கொஞ்சம் காய்ந்து நிற்கும். அப்போதும்கூட சில வருடம் கோடை மழை பெய்து கிடங்கை நிரப்பும்.

9

ஆதிமூலம் பிள்ளையார்க் கிடங்கைப் பற்றியும் பிள்ளையாரைப் பற்றியும் சொல்லச் சொல்ல அந்த சிறு பையன்களுக்கு ஆர்வம் பெருகியது. 'நாளைக்கே ஒரு எட்டு அந்தப் பிள்ளையார்க் கிடங்குப் பக்கம் போய்ட்டு வரணும்டா' என்று ஒருத்தருக்கொருத்தர் பேசிக்கொண்டார்கள்.

சொன்னதுபோல மறுநாள் பள்ளிக்கூடம் போய்வந்ததும் நேராக ஊருக்கு வடக்கே போய் அந்தப் பிள்ளையார்க் கிடங்கையும் கிடங்கின் கிழக்குக்கரையில் முன்பு பிள்ளையார் இருந்ததாக ஆதிமூலம் சொன்ன கல்பீடத்தையும் ஆர்வத்தோடு பார்த்து நின்றார்கள்.

பிள்ளையார்க் கிடங்கு வறண்டு காணப்பட்டது. நடுக்குழியில் கொஞ்சம் தண்ணீர், சேறாகத் தெரிந்தது. அதைச் சுற்றி அருகம்புல் முளைத்திருந்தது. பாறைகளில் சில மீன்கள் கருவாடாகிக் காய்ந்து கொண்டிருந்தது. சுற்றி நின்ற குறுமரங்களும் லேசாகக் காய்ந்திருந்த அரளிப் புதர்களும் ஒருகாலத்தில் பச்சைப் பசேல் என்று இருந்திருக்கும்போல என்ற தோற்றத்தைக் கொடுத்தது.

சூரியன் வழக்கம்போல "என்னோட இன்றைய வேலை முடிந்தது" என்று சொல்லிப் புறப்பட்டதுபோல மேற்கில் மறைய எத்தனித்துக் கொண்டிருந்தது.

பையன்களுக்கு நேற்றைய ஆதிமூலத்தின் கதை சொல்லல் தொடரும் என்று எதிர்பார்த்து திரும்பவும் வீடுகளுக்குப் போய்

கிடைக்கிறதை வாங்கி வாயில் போட்டுக்கொண்டு ஊருணி மேடைக்கு ஓடினார்கள் ஆதிமூலத்தைப் பார்க்க!

ஆதிமூலம் ஊருணிக்கரை மேடையில் கால்மேல் கால்போட்டு எதையோ சன்னமாகப் பாடிக்கொண்டிருந்தான். இவர்களைப் பார்த்ததும் "என்னப்பா.... இன்னிக்கு சீக்கிரமே வந்துட்டீங்க...." என்றான்.

"மாமா... இன்னிக்கு நீங்க சொன்ன பிள்ளையார்க் கிடங்கைப் பார்த்துட்டு வந்தோம்...." என்றார்கள்.

ஆதிமூலம் புரிந்துகொண்டான். இவர்களுக்கு அந்தக் கதையைத் தொடரவேண்டும் என்று எதிர்பார்க்கிறார்கள், என்று.

எதிர்திசையிலிருந்து கடைக்காரர், பள்ளிக்கூட பிள்ளைகளைப் பார்த்து "எங்க... நேத்து ஒரு கணக்கு சொன்னேனே... விடையக் காணோம்..? என்று கேட்டார்.

"ரெண்டாயிரத்து நானுத்து ஒண்ணு" என்றான் ஒருத்தன்.

"சபாஷ்..." என்றார்.

ஆதிமூலம் கதையைத் தொடர, தன்னை தயார்ப்படுத்தினான். வழக்கம்போல கண்ணை மூடினான்.

அவன் கண்ணை மூடிய ஓரிரு நிமிடங்களில் அங்குவந்த சாத்தூரப்பனும் வேறு சிலரும் மேடையின் வடக்குப்பக்கம் தாவி ஏறினார்கள். சத்தமில்லாமல் மெல்லப் போய் அருகில் உட்கார்ந்தார்கள்.

ஆதிமூலத்தின் கண்களும் வாயும் ஒன்றுபோலத் திறந்தன. கதை தொடர்ந்தது.

10

அந்தப் பிள்ளையார்க் கிடங்குக்கு மேற்கே ஒரு கண்மாய் உண்டு. அந்தக் கிடங்கின் அழகுக்கு அந்தக் கண்மாய் தான் காரணம்!

சாதாரணமாக ஐப்பசி கார்த்திகையில் பேய்கிற மழையை வாங்கி வைத்து சன்னமாக ஒரு ஓடை அமைத்து ஐந்தாறு மாதங்களுக்கு பிள்ளையார்க் கிடங்குக்குத் தண்ணீரை அனுப்பிக் கொண்டேயிருக்கும் அந்தக் கண்மாய். இது மழை பெய்கிற வருடங்களில். மற்ற நாட்களில் கண்மாயோடு சேர்ந்து அந்தக் கிடங்கும் காயும்!

ஒரு பத்து வருடம் முன்பு...

அந்த வருசம் நல்ல கனமழை பெய்து வந்தது. ஆரம்பித்த மழை விட்டபாடில்லை. தொடர்ந்து பலநாள் பெய்தது.

மழைக்காலம் இப்படி நல்ல மழையோடு ஆரம்பித்ததும் சம்சாரிகள் சாரைசாரையாகக் கிளம்பி ஏற்கெனவே உழுது போட்ட மண்ணிலெல்லாம் விதைக்கவும் பயிர் நடவுமாக வேலைகளை ஆரம்பித்தார்கள்.

சாத்தூரப்பன் புஞ்சைக்காட்டில் மிளகாய் நாற்றாங்கால் பாவியிருந்தார். நன்றாக வளர்ந்து நடவுக்குத் தயாராக இருந்தது. சாத்ததூரப்பனைப் பார்த்து எல்லோருமே நம்பிக்கையோடு வேலைகளை ஆரம்பித்தார்கள். எங்கே பார்த்தாலும் நாற்றங்கால்

பாவுவதும் உரங்களைச் சுமந்து போய் மண்ணில் போட்டு வரப்பு உழவு உழுவதுமாக வேலைகள் கன ஜரூராக நடக்க ஆரம்பித்தது. பெய்ய ஆரம்பித்த மழை இடையில் கொஞ்சம் நின்றது. எல்லோரும் நடவுக்குத் தயாரனார்கள். கண்மாயிலும் முக்கால்வாசி தண்ணீர் நிரம்பியிருந்தது. மடை வாய்க்கால் எட்டுகிற மண்ணிலெல்லாம் கொஞ்சம்பேர் நெல் விதைத்து நட்டார்கள்.

ஆனால் இடையில் கொஞ்சம் நின்ற மழை ஒரு நாள் திரும்பவும் பெய்ய ஆரம்பித்தது. அதுவும் பேய் மழையாக.

“இதுவரை பெய்த மழை போதும் வெள்ளாமைக்கு.... இன்னமும் பெய்யுதே... இது எங்க போய் முடியுமோ....’ என்று புலம்ப ஆரம்பித்தார்கள்.

சிலபேர் மிளகாய் நாற்றைப்பிடுங்கி நட்டிருந்தார்கள். அந்தச் செடியெல்லாம் தண்ணிக்குள் மூழ்கி தத்தளித்துக் கொண்டிருந்தது.

மானாவாரி கரிசல் காட்டுப்பக்கம் போகவே முடியவில்லை. கால் வைத்தால் எடுக்க முடியாத அளவுக்கு ஈரம் வாங்கி நின்றது மண்.

“எதுக்கு இந்த மழை? இந்த வருசம் இப்படி பேய்ஞ்சு கெடுக்குதே...” என்று மக்களெல்லாம் கூடிப் புலம்ப ஆரம்பித்தார்கள்.

மேற்கே தொலைவில் மலையடிவாரத்தில் இருந்து அந்தக் கண்மாய்வரை நெடுக நான்கைந்து கண்மாய்கள் இருந்தன.

ஒவ்வொரு நாளும் அதில் ஒவ்வொரு கண்மாயாக நிறைந்து வருகிற செய்தி வந்து கொண்டே இருந்தது.

“மேற்கே எல்லா கண்மாயும் நெறைஞ்சுருச்சாம்... செவக்குளம் பெரிய கண்மாயில் மட்டும் கொஞ்சம் தண்ணி கொள்ளுமாம்.

அதுவும் நெறைஞ்சுட்டா நம்ம பாடு தெகரம் தான். இது சின்ன கண்மாய், தாங்குமா தெரியல...”

ஊரெல்லாம் புலம்ப ஆரம்பித்தார்கள். ஐம்பது அறுபது வருடங்களாக இப்படி ஏற்பட்ட ஞாபகங்களையெல்லாம் அவரவர்கள் அவர்களின் வயதுக்கேற்ப ஞாபகப்படுத்திச் சொல்ல ஆரம்பித்தார்கள்.

‘என் சின்ன வயசுல... இப்படி ஒரு மழை பெய்ஞ்சது... வடக்குப்பக்கம் தெருவே முங்கிடுச்சு... ஊருக்குள்ள வரைக்கும்

தண்ணி வந்துடுச்சு. தெருவுக்கு வந்துதான் தண்ணி கிழக்குப் பக்கம் போச்சு' என்றார் தொண்ணூறு வயசு 'நவாப்பழம்' நாராயணசாமி. கண்கள் ரெண்டும் நாவல் பழம்போல கறுப்பாக உருண்டுகொண்டிருக்கும்.

"ஆனா, அப்போ நம்ம கண்மாய் கிடையாது. மேற்கே இருந்து வந்த தண்ணிக்கே அந்தப்பாடு. இப்போ நம்ம கண்மாய் தாங்குமா தெரியல... உடைஞ்சிட்டா நம்ம பாடு ரொம்பவே கஷ்டம்தான்..."

"உடையுற மாதிரி ஆச்சுன்னா தண்டோரா போட்டு வடக்குத் தெரு ஆட்களையெல்லாம் மேற்கே மேட்டுக்குக்கொண்டுபோயிர வேண்டியதுதான். வேற வழியில்ல..." என்றார் தலையாரி சங்கரன்.

ஊருக்கு வடக்குப்புறம் ஓடைக்கரையில் ஒரு முப்பது குடும்பங்கள் இருந்தன. எல்லாம் தொழிலாளிகளும் அரை ஏக்கர் கால் ஏக்கர் வைத்திருக்கிற சிறு சம்சாரிகளும்தான். வீடுகள் பாதி, கம்பந்தட்டை வேய்ந்த கூரைவீடுகளும்... பாதி ஓட்டு வீடுகளும். இதுவரை பெய்த மழையிலேயே தடுமாறிக்கொண்டிருந்தது அவர்களது வாழ்க்கை.

ஊர்ப் பெரியவர் ராமசுப்புவுக்கு மனசு பதைபதைத்தது.

"கண்மாய் உடைஞ்சு தண்ணி வந்தா அவங்களை எல்லாம் அப்புறப்படுத்தி அங்கங்க வீடுகள்லயும் தொழுவங்கள்லயும் தங்க வைச்சிடலாம். ஆனா வீடுகள் போச்சுன்னா அடுத்து வீடுகளுக்கு எங்கே போவாங்க..." புலம்பியது மனசு.

"கடவுளே... இந்த ஊரைக் காப்பாத்தப்பா..." என்று உருகினார்.

"கண்மாய் உடைஞ்சா... அப்புறம் ஏது தண்ணி? இந்த வருசம் மட்டுமில்ல... இனி எப்பவும் தண்ணிப் பிரச்சினை நிரந்தரமாயிடும்.. பெய்கிற ஒண்ணு ரெண்டு மழையை இதில் தக்கவச்சுத்தானே சமாளிச்சுக்கிட்டிருக்கோம்.... ஏன் இப்படி ஒரு சோதனை?"

"எப்படியாவது கண்மாய்க்கரையை பலப்படுத்தி உடையாம காப்பத்துணுமே..."

உண்மைதான்.

அந்தக் கண்மாய்தான் அந்த ஊரின் ஆதாரம். பயிருக்கும் சரி! மாடு கன்றுகளுக்கும் சரி! ஏன்? மனுசங்களுக்கே குடிதண்ணீருக்கு ஆதாரமாக நின்றது அந்தக் கண்மாய்தான்.

அதை ஒட்டி ஒரு கிணறுவெட்டி அமைத்துக் கொண்ட மோட்டாரில் இருந்துதான் கிணற்றிலிருந்துதான் ஊருக்கே தண்ணீர் 'சப்ளை' ஆனது!

மழை நின்றபாடில்லை!

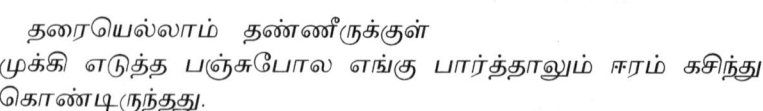

கிணறுகளெல்லாம் நிரம்பி தண்ணீர் தானாக வாய்க்கால்போல வெளியேற ஆரம்பித்தது.

தரையில்கூட அங்கங்கே 'தன்னூத்து' ஏற்பட்டு நீர் ஓடியது.

தரையெல்லாம் தண்ணீருக்குள் முக்கி எடுத்த பஞ்சுபோல எங்கு பார்த்தாலும் ஈரம் கசிந்து கொண்டிருந்தது.

ஊரிலும் காட்டிலும் எந்த வேலையும் நடக்கவில்லை.

கோழிகளெல்லாம் குளிர்தாங்காமல் தொழுவத்தில் இருந்த சுவர்க்கட்டைகளில் பறந்து ஏறிப் போய் முடங்கிக் கிடந்தன. மாடுகளுக்கும் கன்றுகளுக்கும் குளிர்போக 'செத்தையும், சாம்பிராணியும்' போட்டு எரித்து அனல் காட்டினார்கள் வீட்டுப் பெண்கள்!

ஆடுகளெல்லாம் சுவர்களை ஒட்டிக்கொண்டு வரிசையாக நின்றன. பறவைகளின் கீச்சுக் குரலோ, அணிலின் சத்தமோ எங்கும் கேட்கவில்லை. அவற்றை கவனிக்க யாருமில்லைபோல!

குழந்தைகளையெல்லாம் இருக்கிற துணிகளைச் சுருட்டி அதில் படுக்கவைக்க ஆரம்பித்தார்கள்.

போர்வைகளையே துண்டுகளாக்கித் தோளில் போர்த்தித் திரிந்தார்கள் பெரிசுகள்.

ஊருக்குத் தென்கிழக்கு திசையில் ஒன்றிரண்டு சிற்றோடைகள் உண்டு. ஊர்ப்பிள்ளைகளெல்லாம் பள்ளிக்கூடம் போக அந்த வழியாகத்தான் ஒன்றிரண்டு மைல் நடந்துபோவார்கள்.

இப்படி பெருமழை கணக்கில்லாமல் பொழிகிற நாட்களில் 'லீவு' விடுவதற்கு அப்போதெல்லாம் 'ரமணன்கள்' கிடையாது. பள்ளிக்கூட வாத்தியார்கள் அவர்களாகவே சூழ்நிலை பார்த்து 'லீவு' விடுவார்கள்.

அந்த ஓடைகளிலெல்லாம் நிற்காமல் தண்ணீர் பெருக்கெடுத்துக் கொண்டிருந்தது.

பிள்ளைகளைப் பெற்றவர்களும் இளந்தாரிகளும் கையில் ஒன்றிரண்டு கயிற்றோடு ஓடைகளில் வரிசையாக நின்று பள்ளிக்கூடம் போய் வந்த பிள்ளைகளை, இந்தக் கரைக்கு வரவைத்துக் கொண்டிருந்தார்கள். இது நான்கைந்து நாட்களாகத் தொடர்ந்துகொண்டிருந்தது.

“இந்த ‘அடப்புல’ பள்ளிக்கூடம் போயே ஆகணுமா? நாளைக்கெல்லாம் யாரும் போக வேண்டாம்” என்று பெரியவர் ராமசுப்பு உத்தரவு போட்டார்.

“அய்... நாளைக்கு லீவு விட்டாச்சு...” என்று குதூகலப்பட்டுக் குதித்தார்கள் பிள்ளைகள்.

ஏழெட்டு நாட்களாக மழை விட்டபாடில்லை!

மழையின் அளவைச் சொல்ல அந்த மண்ணுக்கென்று சில பிரத்யேக வார்த்தைகள் உண்டு.

லேசான மழை பெய்துவிட்டுப் போகும்போது ‘என்னத்த மழை... பெரிசா வந்த மாதிரி இருந்துச்சு. சும்மா... போக்குக் காட்டிட்டுப் போயிடுச்சே..” என்பார்கள், சலிப்பாக.

நல்ல கனமழை பெய்யும்போது. “மழை அதுபாட்டுக்கு சகட்டடி அடிக்குது...” என்பார்கள்.

இதையெல்லாம் தாண்டிய பெருமழை பெய்யும் போது பிரமித்துப் பார்த்து, திகிலோடு, “மழை திகிடு திப்பாப் பெய்யுதே... காடு தாங்குமா... கம்மாக்கரை தாங்குமா தெரியலயே...” என்று புலம்ப ஆரம்பிப்பார்கள்.

“அந்த கிருஷ்ணர் கோவர்த்தனகிரியைக் கொண்டுவந்துதான் குடைபிடிச்சு நம்மளைக் காப்பாத்தணும்போல...” என்று புலம்பினார், சாத்தூரப்பன்.

அன்று பெய்த மழை அப்படித்தான் பெய்தது ‘திகிடுதிப்பாக...’

11

வானம் பார்த்த பூமியில் மழைக்கு பின்னதான மக்களின் உணர்வு பிரத்யேகமான ஒன்று.

எல்லாரும் வீட்டைவிட்டு ஈசல்போலக் கிளம்பிப் போவார்கள். எங்கெல்லாம் ஓடைகளில் தண்ணீர் ஓடுகிறதோ, அதைப் போய் கரையில் நின்று வேடிக்கை பார்ப்பார்கள். மிதந்து வருகிற மரக்கிளைகள், வழிப்பாதையில் அடித்துக்கொண்டு மிதந்து வருகிற உயிரிழந்த ஜீவன்கள் என்று எல்லாவற்றையும் பார்த்து அவரவர்களின் அனுபவம் யோசனைகளுக்கேற்ற கதைகளைச் சொல்லிக் கொள்வார்கள்.

கூடவே, மழையின் ‘அளவை’த் தீர்மானிப்பார்கள்.

ஓடைக்கரையின் ஒவ்வொரு புள்ளியிலும் ஓர் அடையாளத்தை மனதிற்குள் பதிய வைத்திருப்பாரர்கள். அது தெரிகிறதா, மறைந்து விட்டதா என்று தேடுவார்கள். அதை வைத்து மழைக்கு ‘மதிப்பெண்’ கொடுப்பார்கள்.

ஆனால், இன்றைக்கு எல்லோரும் அந்த உணர்வு தாண்டி ஒருவித பீதியோடு உலவினார்கள். அன்று பெய்த மழை, அதையெல்லாம் தாண்டிப் பெய்திருந்தது. “மழை எம்புட்டுப் பேஞ்சிருக்கோ...” என்று போய்ப் பார்க்கலாம் என்றால் மழை வெறித்த பாடில்லை.

அதற்காக இப்படி திகிடுதிப்பாப் பெய்கிற மழையைப் போய்ப்

பார்க்காம இருக்க முடியுமா... கண்மாய் என்னாச்சு, கரை என்னாச்சு... பார்க்க வேண்டாமா...?

குடை இருப்பவர்கள் குடைவைத்துக் கொண்டும் இல்லாத வர்கள் உரச்சாக்குப் பையில் 'கொங்காணி' செய்து தலையில் கவிழ்த்துக் கொண்டும் போய்ப் பார்த்தார்கள் ஓடையை.

அவர்களின் வழக்கமான எந்த அடையாளமும் கண்ணில் தெரியவில்லை. அவர்களின் எதிர்பார்ப்பையும் கற்பனையையும் வெகுவாக மீறிப் பெய்திருந்தது பேய்மழை! எல்லோர் மனசிலும் லேசான பீதி தொற்றிக்கொண்டது.

ஊர் பெரியவர் ராமசுப்புவும் சாத்தூரப்பனும் பிள்ளையார்க் கிடங்குக்கு நேரே ஓடையின் தெற்குப்பக்கம் கூட்டத்தோடு நின்றிருந்தார்கள்.

அந்நேரம் ஆதிமூலம் அங்கு வந்து சேர்ந்தான்.

"ஏழெட்டு நாளா வடக்குப் பக்கம் பிள்ளையாரை பார்க்கக் கூடப் போக முடியல... ஓடையில திமுதிமுன்னு தண்ணி ஓடிக்கிட்டே இருக்கு இதுல எங்கே போய் பூசை பண்றதுன்னு தெரியல... பிள்ளையாரப்பா..." என்று வடக்கு பார்த்து வேண்டிக்கொண்டே பேச ஆரம்பித்தான் ஆதிமூலம்.

"நீர் ஒண்ணும் கவலைப்பட வேண்டாம். தண்ணி வடிஞ்சதும் போய் பொங்கல் வெச்சு ஒரு விழா கொண்டாடிடுவோம்" என்றார் ஊர் பெரியவர் ராமசுப்பு. சாத்தூரப்பனும் அதை ஆமோதித்து, "ஆமா... இப்போ இந்த மழை என்ன ஆபத்தை உண்டு பண்ணுமோ தெரியலயே..." என்று புலம்பினார்.

இன்று பெய்த மழை அவர்களை மிரட்டியது. எல்லோரின் முகத்திலும் ஒருவித பயம் தொற்றிக் கொண்டது. யாருக்கும் மழையைப் பற்றி சிலாகித்துக்கொள்ள வாய் எழவில்லை, பெரிய சேதம் வந்துவிடுமோ... என்கிற பயம்தான் உலுக்கியது.

அந்நேரம் கடைக்காரர் கந்தசாமி அண்ணாச்சி வேகமாக வந்து அவர்களிடம் ஏதோ சொல்ல ஆரம்பித்தார்.

"மேற்கே செவக்குளம் கண்மாய் நிறைஞ்சிடுச்சாம்... தகவல் சொன்னாங்க... இனி ஒரு ராத்திரி மழை பெஞ்சா நம்ம கண்மாய் தாங்குமான்னு தெரியல..."

அவர் சொன்னது எல்லோரையும் கூடுதலாகப் பீதியில் ஆழ்த்தியது.

ஊரில் அனைவரின் மனசிலும் ஒருவித 'பீதி' தொற்றிக் கொண்டது.

உயிருக்கு ஏதும் பயமில்லைதான். தாழ்வான இடங்களில் வீடு இருந்தவர்கள் அப்படியே மூட்டை முடிச்சுகளை அள்ளிக் கொண்டு, மேட்டில் இருந்தவர்களின் வீடுகளிலும், பள்ளிக் கூடத்தில் சிலரும் போய் இருந்து கொண்டார்கள்.

"இந்த வானம் பார்த்த பூமியில் மழை இல்லாத நாட்களில் என்றோ பெய்த மழையைக் கொஞ்சம் தக்கவைத்துக் கொடுக்கிற இந்த கண்மாயும் உடைஞ்சுட்டா... என்ன ஆகிறது? வெள்ளம் பெருக்கெடுத்து சேதாரம் பண்ணுமே... அது மட்டுமா? அடுத்து வர்ற நாட்கள் குடிக்கிற தண்ணீருக்கே அலைகிற மாதிரி ஆகுமே..." என்று புலம்பினார்கள்.

உண்மைதான்... கண்மாய் எல்லா வருசங்களிலும் நிறைவ தில்லை. நிறைகிற வருசங்களில் தண்ணீர்ப் பஞ்சம் இல்லாமலே அந்த வருசம் ஓடிவிடும்.

இப்படி பேய்மழை பெஞ்சு கரை உடைஞ்சிட்டா... ஊருக்கான கண்மாயின் கதை அவ்வளவுதானா...

'மானாவாரி மண்ணுல வேகிற வெயிலில் பருத்தி, கம்பு, சோளம்னு வெளய வெச்சு சலிச்சுப் போய், அரை ஏக்காரச்சும் நெல்லு வெளய வெக்க ஆசைப்பட்டது தப்பா... அது முடியாது போல இருக்கே...' என்று ஒரு கூட்டம்.

'இந்த கம்மாய் உடைஞ்சா வெள்ளாமை நின்னுடுமே... யார்கிட்ட வேலை கேட்டு போய் நிக்க...?" என்று 'தெகஞ்சு' நிற்கிற தொழிலாளிகள் ஒரு கூட்டம்...

எல்லோருமாகக் கூடி பீதியோடு உடையப் போகிற கண்மாயை நோக்கி கண்களை நோட்டம்விட்டுக் கொண்டு நின்றிருந்தார்கள்.

"கண் முன்னாடி இப்படி உடையறதப் பாக்கணுமா... நான் போறேன்..." என்று விரக்தியோடு அந்தப்பக்கம் தள்ளிப் போனார் ஊர்ப் பெரியவர் ராமசுப்பு.

சில பெண்கள் லேசாக அழும் குரல் கேட்டது.

"நம்ம கண்மாய் சின்னதுதான். ஆனா செவக்குளம் கண்மாய் நிறைஞ்சு வந்தா தாங்காது. நிறைஞ்சா, அங்க மடைகளைத் திறந்து விட்டுடுவாங்க... எல்லாத்துக்கும் மேலே நம்ம கரையிலயும்

கொஞ்சம் கட்டுமானம் சரியில்லாம இருக்கு... தாங்குமான்னு தெரியல."

"ஏதாச்சும் பண்ணியாகணுமே."

ஊர்ப் பெரியவர் ராமசுப்பு வேகமாக ஊருக்குள் திரும்பினார். போகும்போதே தலையாரியை வரச்சொல்லி ஊர்க் கூட்டத்திற்கு தண்டோரா போடச் சொன்னார்.

கொஞ்ச நேரத்தில் சுந்தரம் பகடை மேளத்தைத் தட்டிக் கொண்டே, ஊர்க்கூட்டத்திற்கு தண்டோரா போட்டார்.

அடுத்த அரைமணி நேரத்தில் ஊர் கூடியது.

"ஆளாளுக்குப் பேசாதீங்க... நம்ம பிரச்சனை கண்மாய்க்கரை உடையாமப் பார்த்துக்கிடறது தான். அதுக்கான யோசனையை உடனே சொல்லுங்க..."

தலையாரி தகவல் சொல்ல சில அதிகாரிகளும் வந்து சேர்ந்தார்கள்.

ஊரெல்லாம் கூடி ஒரு வேலை செய்வதாக ஏற்பாடானது.

ஊரில் எல்லோர் வீட்டிலும் இருக்கிற 'சிமென்ட்' பைகளையும் உரச்சாக்குப் பைகளையும் கொண்டுவந்து சேர்ப்பதென்றும் அதை அப்படியே கண்மாயின் வடகரைக்குக் கொண்டு போய் அந்த சாக்குப் பைகளில் மணலை நிரப்பி கரையை பலப்படுத்துவதென்றும் முடிவானது.

ஊரில் தாட்டியமான ஆட்களும் இளந்தாரிகளுமாக கிட்டத்தட்ட ஒரு அறுபது பேர் கூடினார்கள். அதில் நிறையப் பேர் ஆதிமூலத்திடம் சிலம்பம் பழகிக் கொண்டவர்கள்.

எல்லோரும் ஆளுக்கு ஐந்தாறு சாக்குப் பைகளை மடித்து தலையில் வைத்துக் கொண்டு புறப்பட்டார்கள்.

புறப்பட்டது சரி!

இந்தப் பக்கத்திலிருந்து பெருக்கெடுத்து ஓடுகிற தண்ணீரைக் கடந்து அந்தக் கரைக்குப் போவது எப்படி?

கிணற்றில் கமலைகளை இழுக்கிற வடக்கயிறுகள் பத்துப் பதினைந்து எடுத்து முடிச்சு போட்டுக் கொண்டார்கள். கயிற்றின் ஒரு நுனியை ஆதிமூலம் பிடித்துக் கொண்டு கண்மாயில் தண்ணீர் நிரம்பி வழிகிற கலுங்கலை ஒட்டி நடக்க ஆரம்பித்தான்.

பெ.மகேந்திரன் | 77

அவன் பின்னால் ராமகிருஷ்ணன் நின்றான். ஆதிமூலம் சொல்லும்போதெல்லாம் அந்த இளவட்டக்கல்லை எடுத்து வீசிய அந்த ‘இளந்தாரிகளுக்கும்’, சிலம்பம் பயின்றவர்களுக்கும் மனதளவிலும் உடலளவிலும் தெம்பாக உணர்ந்து புறப்பட்டார்கள். பின்னாலே எல்லோரும் ஆதிமூலத்தைப் பின்தொடர்ந்து கயிற்றைப் பிடித்துக் கொண்டு நிதானமாக நகரத் தொடங்கினார்கள். எல்லோருடைய தலையிலும் நான்கைந்து சிமென்ட் பை, உரச்சாக்குகள் இருந்தன.

எல்லோரும் வடகரையை அடைந்தார்கள். அப்படியே ஒவ்வொருத்தராக கலிங்கல் சுவர்பிடித்து வடகரை வந்ததும், தாவி கரையில் ஏறினார்கள். வடக்கே கண்மாயிலிருந்து முன்னூறு அடி தள்ளிய ஒரு மேட்டில் இருந்த உவர்மண் மேட்டை அடையாளம் கண்டார்கள். உவர்மண் அவ்வளவாக ஈரமாகாது. அந்த மண்ணை வரிசையாக பைகளில் நிரப்பினார்கள்.

நிரப்பி முடிந்ததும் வரிசைகட்டி நின்று மூட்டைகளைத் தலையிலேற்றித் தொடர்ந்து தலைமாற்றி கரைக்கு அனுப்பி வைத்தார்கள்.

கரையில் ஆதிமூலமும் தலையாரியும் நின்று கொண்டு உள்பக்கமும் வெளிப்பக்கமுமாக மூட்டைகளை அடுக்கினார்கள்.

கிட்டத்தட்ட இரு நூறு மூட்டைகள் வரை அடுக்கி கரையைப் பலப்படுத்தினார்கள்.

எல்லாம் முடிந்ததும் கரையில் ஏறி நின்று ஆதிமூலமும் கூடவந்தவர்களும் நோட்டம் விட்டார்கள். ராமகிருஷ்ணன் ஒரு யோசனை சொன்னான்.

“நம்ம சித்தப்பாவோட கிணத்தை ஒட்டி கிணறு வெட்டின கல்லு குவிஞ்சி கிடக்கே... அதைக் கொண்டுவந்து போடுவோமா...” என்றான்.

“படிச்சபுள்ள... ஒருபடி மேல யோசிக்குது... என்றான் ஆதிமூலம், “நம்ம பண்ண வேண்டியது இவ்வளவுதான். இதுக்குமேலே பண்ண நமக்கேது சக்தி! அதற்குமேலே அந்த பிள்ளையாரப்பன் பார்த்துக்கிடுவான்.” என்றான் ஆதிமூலம்.

ஓரளவு கரை பலமடைந்ததுபோலத் தெரிந்தது. ‘ஆனாலும் உத்திரவாதமில்லை’ என்றே தலையாரி கருத்து தெரிவித்தார்.

“கொஞ்சம் கற்களை அடுக்கினால் இன்னமும் பலம் பெறும்...

அப்பவும் மழை இத்தோடு நின்னாத்தான்... இல்லைன்னா நம்ம வேலை எதுவும் எடுபடாது..." என்றார்.

எல்லோரும் சாத்தூரப்பன் புஞ்சைத் தோட்டத்து கிணற்றுக்கு அருகில் இருந்த கல் குவியலைப் போய்ப் பார்த்தார்கள். எல்லோரும் தோளில் இருந்த துண்டைச் சுருட்டி 'சும்மாடு' செய்து கொண்டார்கள். கற்கள் ஒவ்வொன்றும் 'பன்னி சைஸீக்கு' இருந்தது. கற்களை எடுக்க எடுக்க அவற்றுக்குள்ளிருந்து பாம்பு, நட்டுவாக்காலி என்று மழைக்கு ஒதுங்கின ஜீவன்கள் புறப்பட்டுப் போயின.

"ஒவ்வொரு கல்லா புரட்டிப் பார்த்து எடுங்கப்பா..." என்று எச்சரித்தான் ராமகிருஷ்ணன்.

அங்கிருந்து கரைவரைக்கும் வரிசையாக நின்று ஒவ்வொரு கல்லாக கரைசேர்த்தார்கள். கிட்டத்தட்ட நானூறு ஐநூறு கற்களை உட்பக்கமாக அழுத்தி கரையைப் பலப்படுத்தினார்கள்.

பொழுது சாயத் தொடங்கியது.

"சரி.... எல்லாம் திரும்ப அந்தக் கரைக்குப் போகிற வழியைப் பார்ப்போம்..." என்றார் தலையாரி.

வந்தது போலவே திரும்பவும் கயிற்றைப் பிடித்துக் கொண்டு வரிசை கட்டி நின்றார்கள்.

இம்முறை, ராமகிருஷ்ணனை முன்னால் அனுப்பினான் ஆதிமூலம். தண்ணீரின் வேகம் கூடியிருந்தது. எல்லோரும் ஒருவரை ஒருவர் கட்டிப்பிடித்து கயிரையும் பிடித்துத் தடுமாறி வந்து கரை சேர்ந்தார்கள். கரணம் தப்பினால் மரணம் என்கிற நிலை.

திரும்பும்போது கலிங்கல்லில் கடந்து போன தண்ணீரின் அளவு இன்னும் கூடியிருந்தது. போகும் முழங்கால் அளவிற்குச் சென்ற தண்ணீர் இப்போது தொடைக்கு மேலே வந்தது.

ஒவ்வொருவராக வந்து கரையில் ஏறினார்கள். தென்கரைக்கு மேற்குப்பக்கம் ஒரு மேடான பூமி இருந்தது. ஊரெல்லாம் திரண்டு அந்த மேட்டில் நின்று கொண்டிருந்தார்கள், ஆளுக்கொரு சாக்குப்பையை 'கொங்காணி'யாக்கி தலையில் கவிழ்த்திருந்தார்கள். சிலர் குடை பிடித்து நின்றார்கள்.

லேசான தூறல் ஆரம்பித்திருந்தது.

"திரும்பவும் மழை வரும் போலிருக்கே..." என்று கூட்டத்தைப் பார்த்து சொல்லிக் கொண்டிருந்தார் ஊர்ப் பெரியவர் ராமசுப்பு. கரையில் ஏறிய அத்தனை பேருக்கும் ஊர்ப் பெண்கள் அங்கேயே அடுப்புவைத்து சூடாக காப்பித் தண்ணி போட்டு வைத்திருந்தார்கள்.

கடைக்காரரர் கந்தசாமி கடையில் இருக்கிற காரச்சேவு, முறுக்கு, கடலைமிட்டாய் என எல்லாவற்றையும் அள்ளிக்கொண்டு வந்து வைத்திருந்தார்.

எல்லோரும் வந்து சேர்ந்ததும், கடைக்காரர்தான் கேட்டார்.

"எங்கே ஆதிமூலத்தைக் காணோம்...?",

முதல் பொட்டலத்தை அவருக்குத்தான் தரவேண்டும் என்று நினைத்திருந்தார்.

அவர் கேட்டதும்தான் எல்லோரும் தேட ஆரம்பித்தார்கள். ஆதிமூலம் அந்தக் கூட்டத்தில் இல்லை.

"ஏம்ப்பா.... அவன் உங்ககூட கயிறு பிடிச்சு வரலையா... நீங்க யாரும் கவனிக்கலயா..." என்று பதறினார் ஊர்ப் பெரியவர் ராமசுப்பு.

திரும்ப வந்த கூட்டத்தை திரும்பத் திரும்ப ஊடுருவித் தேடினார்கள் எல்லோரும். சாத்தூரப்பன் தனியே தள்ளி நின்று கண்மாயின் மறுகரையைக் கூர்ந்து பார்த்துத் தேடினார்.

ஆதிமூலம் அங்கே வடக்குக் கரை வழியாக பிள்ளையாரை நோக்கி நடந்துபோவது தூரத்தில் ஒரு புள்ளியாகத் தெரிந்தது.

பிள்ளையார் மீது ஆதிமூலத்திற்கு இருந்த பக்தி எப்படிப்பட்டது என்று எல்லோருக்கும் தெரியும். ஒருவாரமாக 'என் அப்பனைப் பார்க்க முடியலயே' என்று அவன் புலம்பியதும் தெரியும். இனி ஒன்றும் செய்ய முடியாது. அவன் இஷ்டம்போல விடுவதைத் தவிர. அப்படியே அந்தப் பிள்ளையாருக்குப் பக்கத்திலேயே உட்கார்ந்து இருந்துவிட்டு இரவுத்தூக்கத்துக்கு அங்கே ஒட்டி இருக்கிற ஒரு பம்ப் செட் ரூமின் மெத்தையில் படுத்துக்கொள்வான்.

ஆனால்.... "பெய்த மழை அளவில்லாமல் இருக்கிறதே. எப்படிச் சமாளிப்பானோ தெரியலையே..." என்று பலரும் புலம்பிக்கொண்டே போனார்கள்.

மாலை நேரம்... மழை முழுசுமாக நின்றிருந்தது. லேசாக

இருட்டத் தொடங்கியது.

எல்லோரும் வேகமாகவே இரவுச் சாப்பாட்டை முடித்து படுக்கத் தயாரானார்கள்.

இரவு எட்டு மணி இருக்கும்.

மீண்டும் மழை பிடித்தது.

இம்முறை ஆக்ரோஷமாகப் புரட்டிப் புரட்டிப் பெய்தது. ஊர்ப் பெரியவர்களும் இளந்தாரிகளும் ராஜம்மாள் மாதிரியான சில தாட்டியமான சம்சாரி வீட்டுப்பெண்களும் திடுதிடுவென ஓடி வந்து பள்ளிக்கூடத்துப் பக்கம் கூடினார்கள்.

“போட்ட சாக்குமூட்டை அணையெல்லாம் ஒரு ஒப்புக்குத்தான். பெய்யுற மழைக்கு அது தாங்குமான்னு தெரியல... எப்படியும் கண்மாய் உடைஞ்சாலும் அதுக்கும் நாம தயாராகிக்கிடணும்....” என்றார் ஊர்ப் பெரியவர் ராமசுப்பு சத்தமாக.

“உண்மைதானுங்க... ரெண்டு மூணு ஆளுகளைக் குடுங்க.... நானும் வெட்டியானும் வடக்குத்தெருவுல ஓடைக்கரையை ஒட்டியிருக்கிற குடும்பங்களை இப்படி மேட்டுக்குக் கூட்டிட்டு வந்து பள்ளிக்கூடத்துலயும் கோயிலுக்குள்ளயும் தங்க வெச்சிடுறோம்...” என்றார் தலையாரி. வீடுகளில் இருக்கிற எல்லா அரிக்கேன் விளக்குகளும் ஏற்றப்பட்டன. எல்லோரும் கண்மாய்க்கரை மேட்டுக்குப் போய் கூட்டமாய் நின்றார்கள் நனைந்துகொண்டே.

அங்கே, பிள்ளையாருக்குப் பக்கத்தில் மழையில் நணைந்து கொண்டே கண்மூடி வேண்டிக் கொண்டிருந்தான் ஆதிமூலம்.

ஆதிமூலம் பிள்ளையாரைக் கும்பிட்டுக்கொண்டிருக்கும்போதே மழை திரும்பவும் பெய்ய ஆரம்பித்தது.

“இனி கண்மாய் தாங்காது...” என்று தோன்றியது ஆதிமூலத்துக்கு.

“எப்பவுமே மழை வேணும்னுதான் கும்பிடுவேன்... இன்னிக்கு பெய்கிற மழையை நிப்பாட்டச் சொல்லி கும்பிடுறேன்.... பிள்ளையாரப்பா...” என்று மன்றாடினான்.

“பிள்ளையாரப்பா.... உன்னை நம்பி இருக்கிறோம். உனக்குப் பூசை பண்ணித்தான் வருசாவருசம் மழை வாங்குறோம். இப்படி ஒரு சோதனையைக் குடுக்கிறியே.. இது ஞாயமா?” என்று உரிமையோடு மன்றாடினான்.

“உன்னை நம்பி கண்மாய்க் கரைக்குப் போகிறேன். கரை உடைஞ்சாலும் நான்கூடவே போகிறேன்.... நீ பார்த்துக்கோ” என்று சபதமிட்டு விட்டுக் கிளம்பினான்.

அப்படியே ஈரமண்ணில் விழுந்து வணங்கி எழுந்தான். “நான் கண்மாய்க் கரைக்குப் போகிறேன்.... உன்னை நம்பித்தான் போகிறேன்.... கரையைக் காப்பாத்துகிற வழியக்காட்டு... இல்லையானால், அந்த தண்ணி யிலயே நானும் போயிடறேன்...” என்று வாய்திறந்து புலம்பிக் கொண்டே கையிலிருந்த சிலம்புக்கம்பைப் பிடித்துக் கொண்டு கம்பீர மாய்ப் புறப்பட்டான், கண்மாய்க் கரையை நோக்கி.

போகும்போது மஞ்சனத்தி மரத்தில் தொங்கியபிள்ளை யாருக்குச் சாத்திய ஒரு அங்கவஸ்திரத்தை எடுத்து இறுக்கமாகத் தலையில் கட்டிக்கொண்டான்.

போகிற வழியெல்லாம் தண்ணீர் ஓடிக் கொண்டிருந்தது. பாதை எதுவும் தெரியவில்லை. வரப்புகளே எதுவும் கண்ணில் படவில்லை.

தடுமாறிக்கொண்டே, கண்மாயின் வடக்குப் புறமாகச் சென்று கரையில் ஏறினான். கண்மாய்க் கரை மண்ணும் பெய்த பெருமழைக்கு பொலபொலவென்று இறங்கியது. கரையில் ஏறியதும் தெம்பாக நடக்க ஆரம்பித்தான். வழக்கமாக நடக்கிற அத்துப்படியான பாதை என்கிறதாலே கொஞ்சம் நிதானம் தெரிந்து கால்வைத்து நடந்தான். இருந்தாலும் ஓரிரண்டு தடவ தவறி விழுந்து எழுந்து நடந்தான். கண்மாய்க்குள் தண்ணீர் மேற்கிலிருந்து திபுதிபுவென்று வந்து கொண்டிருந்தது. வந்த தண்ணீரையெல்லாம் கலிங்கல் வாங்கி வெளியேற்றிக் கொண்டிருந்தது. ஆனால் வருகிற தண்ணீரில் எல்லாமே வெளியே போகிற சூழ்நிலை இல்லை.

கண்மாய் ததும்பித் தடுமாறுவது தெரிந்தது. வேகமான மோட்டார்த் தண்ணீரில் தள்ளாடுகிற குடம்போல கண்மாய் தடுமாறுவதை உணர்ந்தான்.

இன்னும் ஒன்றிரண்டு மணி நேரம்தான் தாங்கும்போல இருந்தது.

கரையில் ஏறிய ஆதிமூலம் பிள்ளையார் இருக்கிற திசையில் பார்த்து ஒரு தரம் விழுந்து எழுந்தான்.

எழுந்தவன், வேகமாகக் கரையில் நடந்தான். நேரே மடைக்குப் பக்கத்தில் சென்றான்.

மடையைப் பார்த்ததும், 'அடிமடையைத் திறந்தால் என்ன?' என்று ஒரு யோசனை தோன்றியது.

உண்மைதான், அடிமடையைத் திறந்தால் கால்வாய்களில் தண்ணீர் பெருக்கெடுத்து ஓடும். கண்மாயின் 'மடிபாரம்' குறையும்தான். திறந்துவிட்டால், ஒன்று கண்மாய்த் தண்ணீர் வற்றிவிடும். இன்னொன்று, வயல்காடுகளில் விதைத்திருந்த பயிரெல்லாம் அழியும்! அது, கால்வாய் போகிற பாதையில் இருக்கிற சில புஞ்சைகளில்தான்.

'என்ன பண்ணுவது?'

யோசித்தான் ஆதிமூலம்.

கண்மாய் உடையாமல் காக்க வேண்டும். அது உடைந்தால் அவ்வளவுதான். இவ்வளவு தண்ணீரும் 'வீணாகிவிடும்'. அந்த வருச வெள்ளாமையே படுத்துவிடும்... அதுமட்டுமா... இந்த நிறைஞ்ச கண்மாயைப் பார்த்துப்பார்த்து சந்தோசப்பட்டு ஒரு போகமாச்சும் நிம்மதியா வெள்ளாமை வைக்கிற பாக்கியம் இந்த மக்களுக்கு வேணாமா? அண்டிவந்த எனக்கு, ஆதரவு கொடுத்த ஊருக்கு ஏதாச்சும் கைம்மாறு செய்ய இது வாய்ப்பில்லையா... உடைஞ்ச கண்மாயைப் பார்க்க மக்களுக்கு மனசு தாங்குமா. "இதைத் தடுத்தாகணும்". இன்னும் பல வருசங்களுக்கு எந்த அரசாங்கமும் வந்து அதைச் சரிபண்ணித் தராது.

'எப்படியும் கண்மாயைக் காப்பாற்றியாக வேண்டும்' என்கிற வைராக்கியம் எழுந்தது.

அடிமடையை எப்படித் திறப்பது?

மடைச் சுவர் லேசாகத் தெரிந்ததே தவிர, அதன் கதவு, கதவை இழுக்கிற கம்பி எதுவுமே எங்கே இருக்கிறதென்கிற 'நிதானம்' பிடிபடவில்லை.

தலையில் இருந்த பிள்ளையாரின் அங்கவஸ்திரத்தை ஒரு தடவை கழட்டி இறுகக் கட்டினான்.

மீண்டும் ஒரு தடவை 'பிள்ளையாரப்பா' என்று சத்தமாக ஒலியெழுப்பி மடைக்குள் இறங்கினான்.

இறங்கியவன் மூச்சை அடக்கிக்கொண்டு உள்ளே மூழ்கினான். மதகுக் சுவரின் அமைப்பு பிடிபட்டது.

அப்படியே துழாவிக்கொண்டே படியைத் தேடினான். அதற்குள் மூச்சு அதன் எல்லையைக் காட்டியது. மெல்ல மீண்டும் தண்ணீரின் மேல்மட்டத்துக்கு வந்தான். கொஞ்சம் ஆசுவாசப்படுத்திக்கொண்டு மீண்டும் மூழ்கினான்.

முடியவில்லை, தரைக்கே திரும்பினான்.

சுற்றுமுற்றும் பார்த்தான்.

மேலே நிலா முக்கால் தட்டாகத் தவழ்ந்து கொண்டிருந்தது.

நிலா வெளிச்சத்தில் தொலைவில் பிள்ளையார் சிலை ஒட்டிய மஞ்சனத்தி மரம் மட்டும் தெரிந்தது.

அந்தத் திசை நோக்கி திரும்பவும் விழுந்து கும்பிட்டான்.

'இப்போ முங்கப்போறது நானில்லை... பிள்ளையாரப்பா.... நீதான்...' என்று சொல்லிக் கொண்டு தண்ணீருக்குள் இறங்கினான்.

அடிமடையை ஒரு பெரிய கருவேலமரத்தின் வேரில் செய்த முண்டுதான் மூடியிருக்கும். அதில் பிடிக்கத் தோதாக ஒரு சங்கிலி இருக்கும். அதைப்பிடித்து நிதானமாக அசைத்துத் திறக்க வேண்டும்.

கொஞ்சம் அசந்தால் தண்ணீரின் வேகம் ஆளை உள்ளே இழுத்துவிடும்.

அடிமடையை எப்போதும் தண்ணீர் வற்றிவருகிற நாட்களில் தான் திறப்பார்கள். அதற்கே ஒன்றிரண்டு பேர் சேர்ந்துதான் திறக்க முடியும்.

இப்படி தண்ணீர் நிறைந்திருக்கிறபோது திறக்கணும் என்றால், அதற்கு நான்கைந்து பேர் வேண்டும்.

இப்போ போய் யாரைக் கூப்பிட? கலிங்கலில் வழிந்து ஓடுகிற தண்ணிக்கு யாராலும் இந்தப் பக்கம் வரமுடியாது.

வேற வழியே இல்லை.

இத்தனை நாள் உரம்போட்டு வளர்த்த இந்த உடம்பால முடியாததில்லை... எல்லாத்துக்கும் மேல அந்த பிள்ளையாரப்பன் இருக்கான் எனக்கு. "யானை பலம் கொடுப்பான்..." என்றெல்லாம் யோசித்துக்கொண்டே "பிள்ளையாரப்பா..." என்று வேகமாக ஒரு குரலை எழுப்பிவிட்டு தண்ணீருக்குள் முங்கினான்.

இம்முறை கையில் அந்தக் கம்பியின் கைப்பிடி தென்பட்டது.

முழு பலம் கொண்டு திருகினான். மரத்திண்டு மெல்ல மேலேறியது. தண்ணீர் அடிமடை வழியாக திபுதிபுவென பிரவாகமெடுத்தது. அந்த அசுர வேகத்தில் உடம்பு நிதானமின்றித் தடுமாறியது. நொடிப்பொழுதில் சுதாரித்துக் கொண்டு சுவற்றைப் பிடித்து வேகமாக மேலே வந்தான். மெல்லக் கரையேறினான்.

வெளியே வரும்போது மழை வெறித்திருந்தது. அடிமடையில் தண்ணீர் பிரவாகமெடுத்தது கண்மாய்க்கு ஒரு நம்பிக்கை கொடுத்தது.

கண்மாய்க்குள் பார்த்தான். அதே வேகத்தில் தடுமாறிக் கொண் டிருந்தது. கரையிலேயே உட்கார்ந்துகொண்டான் மழையில் நனைந்து கொண்டே. அடுத்த முக்கால் மணி நேரத்தில் கண்மாய் நிதானத்திருந்தது. கிழக்கே லேசான வெளிச்சம் வரத்தொடங்கி இருந்தது. மெல்ல கலிங்கல்லின் வடக்குச்சுவருக்கு வந்து அங்கிருந்த சிமென்ட் சுவரில் கால்மேலே காலைப் போட்டு உட்கார்ந்தான் அதேகோலத்தில்.

எதிர்ப்புறம் கண்மாய்க்கு மேற்குப்பக்க மேட்டில் நூற்றுக் கணக்கில் 'அரிக்கேன்' விளக்குகள் எரிவது நட்சத்திரங்கள்போலத் தெரிந்தது அவன் கண்களுக்கு!

லேசாக விடிந்தது. கூடியிருந்த ஆண்கள் பெண்களெல்லாம் கையிலிருந்த அரிக்கேன் விளக்கை ஒவ்வொன்றாக அணைத்தார்கள்.

அத்தனை கண்களும் கண்மாய் நோக்கியே இருந்தன. 'எப்படி உடைகிறதென்று பார்க்க...'

ஆனால் வெளிச்சம் வந்ததும் ஆச்சரியம்! கண்மாய் நிதானித்திருந்தது.

அங்கே...

வடக்குக் கரைச் சுவற்றில் ஆதிமூலம் கம்பீரமாய் உட்கார்ந்திருப்பது தெரிந்தது.

சாத்தூரப்பன் கண்ணுக்கு ஆதிமூலம் 'கோவர்த்தனகிரியைப் பிடித்த கண்ணனுக்கும்' மேலாகத் தெரிந்தான்.

அங்கிருந்து ஒன்றிரண்டு பெண்களின் கண்களில் ஆனந்தக் கண்ணீர் பெருக்கெடுத்தது.

அதைப் பார்த்த சாத்தூரப்பன், "பார்த்து தாயி... ஏற்கெனவே வெள்ளம் புரண்டு ஓடுது... நீங்கவேற கண்ணீரை வடிச்சு வெள்ளம் ஓடினா ஊரு தாங்காது..." என்று நையாண்டி செய்து சூழ்நிலையை சகஜமாக்கினார்.

12

காலமெல்லாம் மானாவாரி மண்ணில் வெயிலில் 'நொம்பலப்பட்டு' பருத்தியும் புஞ்சைகாட்டில் மிளகாயும் விளையவெக்கிற இந்த கரிசல்காட்டு சம்சாரிகளுக்கு அவ்வபோது நிறைஞ்சு நிற்கிற கண்மாய் பாசனத்தில் கொஞ்சம் நெல்லும் விளைவித்துக் கொள்வதில் ஒரு சந்தோசம்.

பருத்தி அடைப்புக்கும் மிளகாய்க் குவியலுக்கும் இடையே பத்துப்பதினஞ்சு நெல்மூட்டைகளை அடுக்கிக்கொள்வதில் ஓர் அலாதி.

அந்த மூட்டைகளை அவித்து காயவைத்து 'ரைஸ் மில்லுக்கு' மாட்டு வண்டியில் ஏற்றிக் கொண்டு போய் அரிசியும் தவிட்டு மூட்டையுமாகத் திரும்பி வருகிற சந்தோசத்தைப் பார்க்கணுமே! நூறு மூட்டை இருநூறு மூட்டை என்று நெல் விளைய வைக்கிற 'காவிரியாத்து' சம்சாரிகூட அம்புட்டு சந்தோசப்பட்டிருக்க மாட்டான். இந்த மானாவாரி கரிசல் மண்ணில் நெல்மணிகளைப் பாக்கிறதில் அவ்வளவு அலாதி.

இது எல்லா வருசமும் வாய்க்காது!

இந்த வருசம் பிள்ளையார் புண்ணியத்தில் மழைபெய்து, கூடவே ஆதிமூலத்தின் தீரச்செயலால் அது உத்திரவாதம் ஆனதில் ஊர் மக்களுக்கு அளவில்லாத சந்தோசம்.

ஊரெல்லாம் ஆதிமூலத்தை ஓர் அவதாரமாகக் கொண்டாடினார்கள். அவன் சொல்லச் சொல்ல பிள்ளையாரின் மீது ரொம்பவே பக்தியைக் காட்ட ஆரம்பித்தார்கள்.

ஊரெல்லாம் கூடி பிள்ளையாருக்குப் பொங்கல் வைத்துக் கொண்டாடினார்கள்.

அந்த வருசம் விளைச்சல் நன்றாகவே இருந்தது. ஆதிமூலத்துக்குக் களத்து வேலையே பிரதானமாக ஆனது அந்த வருசம். பெண்களெல்லாம் 'முறைவைத்துப் போய்' பிள்ளையாருக்குப் பொங்கல் வைத்துப் படைத்தார்கள்.

செய்தி வட்டாரம் முழுக்கப் பரவியது.

"பிள்ளையார்க் கிடங்கு கரையில் இருக்கிற மஞ்சனத்தி மரத்தடிப் பிள்ளையார் சக்தி வாய்ந்தவர்" என்று அந்த ஊர் மட்டுமல்ல. சுத்துப்பட்டு பத்துப்பதினஞ்சு ஊருக்கும் பிள்ளையாரின் புகழ் பரவியது.

நகரத்திலிருந்து சில தொழிலதிபர்களும் வந்து சிறப்பு பூசைகள் செய்து போக ஆரம்பித்தார்கள். தெற்குக்கரையில் பைக்குகளையும் கார்களையும் நிப்பாட்டிவிட்டு முழங்கால் தண்ணீரில் கடந்துபோய் பூசை செய்து வணங்க ஆரம்பித்தார்கள்.

"இப்படி நம்ம பிள்ளையார் ரொம்ப பிரபலம் ஆனதுதான் எங்களுக்கு வினையாப் போச்சு..." என்றான் ஆதிமூலம், ஊரணிக் கரை மேடையில் உட்கார்ந்திருந்த பள்ளிக்கூடப் பையன்களிடம்.

"என்னாச்சு மாமா..." என்று கேட்டார்கள்.

"சொல்றேன்.... சொல்றேன்..." என்றவன் லேசாக உணர்ச்சி வசப்பட்டு திரும்பவும் கண்களை மூடினான்.

கண்ணைக் கேட்காமல் வாய் எதுவும் பேசாது. அடுத்து, கண்ணைத் திறந்தால்தான் கதை தொடரும். பையன்கள் வாய்ப்பார்த்து காத்திருந்தார்கள்.

அந்த மண்ணில் ஒரு நம்பிக்கை புரையோடிக் கிடந்தது.

அது வேறொன்றுமில்லை.

"திருட்டுப் பிள்ளையாருக்கு சக்தி ஜாஸ்தி" என்பதுதான் அது.

ஊருக்குள் எங்கேயாவது இருந்து திருடிக் கொண்டுவந்த பிள்ளையாரைவைத்து பூசை செய்தால் ‘ஊர் செழிக்கும்’ என்று நம்பினார்கள்.

நம்முடைய ‘பிள்ளையார்க் கிடங்கு’ பிள்ளையாரின் புகழ் அந்தக் கண்மாயைக் காப்பற்றிய நாளில் இருந்து தேசமெல்லாம் பரவியது. ஏற்கெனவே அந்தப் பிள்ளையார் ஊரைவிட்டு ஓர் ‘அத்துவானத்தில்’ உட்கார்ந்திருந்தது திருட வந்தவர்களுக்குத் தோதாகிப் போனது.

மழையெல்லாம் கொஞ்சம் வெறித்து பிள்ளையார்க் கிடங்கில் தண்ணீர் நிதானித்துச் சென்ற ஒருநாளில் ஆதிமூலம் கொஞ்சம் பூ, தேங்காய், வாழைப்பழம் என்று பூசைக்குரிய சாமான்களையெல்லாம் வாங்கிக்கொண்டு பிள்ளையாருக்குப் பூசை செய்யப் புறப்பட்டான்.

போகும்போது லேசான மாலை வெயில் இருந்தது. சிலுசிலு வென்ற காற்று ஓடைத் தண்ணீரைக் கடந்து மேலே பட்டது. அவர் பூசை பண்ணுவது தெரிந்து வழக்கம்போல பத்துப் பதினைந்து பேர் கூடினார்கள். வந்தவர்களில் ஒருத்தர் “நாளைக்குக் காலையில் பூ போட்டுப் பார்க்கணும்ண்ணே...” என்றார்.

“பார்த்துடுவோம்...” என்றான் ஆதிமூலம்.

அந்த மக்களிடம் ஒரு வழக்கம் இருந்தது. வாழ்க்கையில் சில முக்கியமான முடிவுகள் எடுக்கும்போது சாமிக்கு முன்னால் நின்று பூப்போட்டுப் பார்ப்பார்கள். இரண்டு வெற்றிலைகளுக்குள் ஆதிமூலம் ஒன்றில் வெள்ளைப் பூவையும், மற்றொன்றில் சிவப்பு அல்லது மஞ்சள் நிறப்பூக்களையும் வைத்துக் கட்டுவான். அதைக் குலுக்கிப் போட்டு யாராச்சும் குழந்தைகளையோ, சாமி கும்பிட வந்த பெண்களையோ எடுக்கச் சொல்வான். அதில் கிடைக்கிற பூவை வைத்து ‘சாமி சம்மதிசச்சுதா... இல்லையா’ என்று முடிவு பண்ணிக்கொள்வார்கள்.

அது கல்யாணமாக இருக்கலாம்...

வீடு கட்டுவதாக இருக்கலாம்...

பிரயாணமாகக்கூட இருக்கலாம்...

கிணறுவெட்டுவதற்கான முடிவெடுப்பதாகக்கூட இருக்கலாம்.

தொழில் தொடங்குவதுகூட, சமயத்தில் இப்படி பூபோட்டுப் பார்த்துத் தொடங்குவார்கள்.

அது எதற்காக என்பதை ஆதிமூலம் கேட்கமாட்டான். ஆனால் சாதகமான பதில் பெற்றவர்கள் ஓரிரு நாட்கள் கழித்து வந்து சொல்லிவிட்டுப் போவார்கள். சந்தோசப்படுவான்.

பாதகமான பதிலைப் பெற்றவர்கள் ஏதும் சொல்லமாட்டார்கள். அவனும் கேட்மாட்டான்.

அன்றைக்கு, "காலைல வாங்க, பூ கட்டி வைக்கிறேன்" என்று அனுப்பி வைத்துவிட்டு தானும் கிளம்பினான்.

அன்று ஏனோ புறப்படும்போது லேசான மழை தூறியது.

மறுநாள் காலை விடிந்ததும் குளித்துப் புறப்பட்டான் ஆதிமூலம் கையில் கொஞ்சம் பூக்களோடு. பின்னாலேயே நேற்று "பூபோட்டுப் பார்க்கணும்..." என்று சொன்னவர்களும் வந்தார்கள்.

முழங்கால் தண்ணீரைக் கடந்து கரையேறிவர்களுக்கு அங்கே அதிர்ச்சி காத்திருந்தது.

பிள்ளையாரைக் காணவில்லை.

யாரோ திருடிக்கொண்டு போயிருந்தார்கள்!

இதைச் சொல்லும்போது ஆதிமூலத்திற்கு கண்கள் பனிந்திருந்தது. பள்ளிக்கூடப் பையன்களும் ஒருவித உணர்ச்சி வசப்பட்டு திகைத்து நின்றார்கள்.

யாரும் பேசாத ஒரு மௌனம் நிலவியது.

வெகுநேரம் யாரும் பேசவில்லை.

"அந்த இடத்துல வேற ஒரு பிள்ளையாரைக் கொண்டுவந்து வைக்கலாமில்லையா மாமா?" என்று கேட்டு மௌனத்தைக் கலைத்தான் ஒருத்தன்.

"திருடுபோன பிள்ளையார் 'அங்க இருக்கார்... இங்க இருக்கார்னு' சொல்லியே சில காலம் ஓடிருச்சி...! என்றவன், "அனாதையாவே வாழணும்னு எனக்கு விதிச்சிருக்கோ என்னவோ, எதுவும் தோணல." என்று கலங்கினான்.

ஆதிமூலம் சொன்ன கதையைக் கேட்ட குழந்தைகள், அவன் முகத்தைப் பிரமிப்போடு பார்த்தார்கள்.

அந்தக் குழந்தைகளுக்கு இன்னொரு சந்தேகம் வெகுநாட்களாக

இருந்துவந்தது. இதுதான் சந்தர்ப்பம் என்று ஒருத்தன் கேட்டான்.

“மாமா... நீங்க எந்த ஊரு? இந்த ஊருக்கு எப்ப வந்தீங்க மாமா...”.

“இருபது வருசத்துக்கு மேல ஆச்சு... இந்த ஊருக்கு வரும்போது எனக்கு பதினஞ்சு வயசு...”

“அப்படியா? ஊருக்கே போனதில்லையா... உங்க ஊருக்குத் திரும்பப் போகணும்னு தோணலையா....”

“தோணாம இல்லப்பா... எங்கே போகிறது? அங்கே அந்த ஊரே இல்லையே, இப்போ...?”

சிறுவர்கள் புரியாமல் திகைத்தார்கள். ஏதோ புதிர் கேட்டதுபோல அவரைப் பார்த்தார்கள்.

“ஊரே இல்லையா...?” ரொம்ப ஆச்சர்யமாகக் கேட்டார்கள்.

“ஆமா...” கொஞ்சம் கண்களை மூடி யோசித்தவன், “சரி... இப்போ நீங்க வீடுகளுக்குப் போய்த் தூங்குங்க... இன்னொரு நாள் என் கதையைச் சொல்றேன்...” என்று அனுப்பி வைத்தான்.

சிறுவர்கள் அப்படியே விட்டுவிட்டுப் போக மனமில்லாமல் போனார்கள். தயங்கிக் கொண்டே வீடுகளுக்குப் போனார்கள்.

சிறுவர்கள் கிளம்பிப் போனதும், ஆதிமூலத்துக்கு யோசனை எங்கெங்கோ போனது.

இந்த தண்ணீருக்குத்தான் எவ்வளவு சக்தி...?

இந்த தண்ணீருக்குத்தான் எத்தனை வேசங்கள்...?

எத்தனை விளையாட்டுகள் இந்த தண்ணீர் நடத்துகிறது?

ஒருபக்கம் ஒருவாய் தண்ணீருக்கு மனிதர்களை, விலங்குகளை, பறவைகளை, பயிர்களை இப்படி எல்லாரையும் தவிக்க வைக்கிறது.

மறுபக்கம், பெருக்கெடுத்து வந்து மக்களையும் நம்பி இருக்கிற கால்நடைகளையும், பயிர்களையும் துவம்சம் பண்ணிவிட்டுப் போய்விடுகிறதே...?

யோசனை பண்ணிக்கொண்டே கண்களை மூடினான்.

அன்றைக்கு கண்மாய்க் கரையைக் காப்பாற்ற தண்ணீருக்குள்

மூங்கிச் சென்றபோது ஏதோ ஒரு கரும்புகைக்குள்ளே நுழைந்து போன மாதிரி இருந்ததே...? அது தண்ணீரின் ஒரு அவதாரம் போலும்.

ஆதிமூலத்துக்கு அது ஒன்றும் புதிய அனுபவமும் இல்லை.

இதைவிட மிகப்பெரிய நீர்ப்பிரவாகத்துக்குள் தவித்த அந்த நாள் நினைவில் ஓடியது.

‘இதே தண்ணிதானே நம்மை அனாதையாக்கி இந்த ஊரில் கொண்டுவந்து சேர்த்தது.?’

சிறுவயது நாட்கள் கனவுபோல மனத்திரையில் விரிந்தது.

நினைக்க நினைக்க கண்ணில் நீர் பிரவாகமெடுத்தது.

கையால் அதைத் துடைத்தவன், ‘இந்தக் கண்ணீர்கூட தண்ணீராய்த்தான் தெரிகிறதே...?” என்று யோசித்தவன், விரலில் இருந்த கண்ணீரின் ஈரத்தை உற்றுப்பார்த்தான்.

திரும்பவும் கண்களை மூடினான்.

வழக்கமாக, கண்களை மூடினால் திரும்பவும் கண்களையும் வாயையும் சேர்த்துத்தான் திறப்பான். கதை வெளியே வரும். அங்கிருப்பவர்கள் கேட்பார்கள்.

இன்றைக்கு கண்ணையும் திறக்கவில்லை வாயையும் திறக்கவில்லை.

கதை கேட்பதற்கும் அங்கே யாரும் இல்லை.

ஆனால், கதைசொல்லல் மட்டும் இருந்தது தனக்குள்ளாகவே!

ஒரு சிறுவனாக நிறைகுளம் கிராமத்திற்குள் தந்தை வில்லாயுதத்துடன் நுழைந்த அந்த நாள் மனதில் ஓடியது...

13

1965 ஆம் வருடம் தொடங்கிய சில நாட்களில்... அது ஒரு மார்கழி மாத மாலை நேரம்.

நிறைகுளம் கிராமத்தில் இரவின் குளிருக்கு மக்கள் தயாராகிக் கொண்டிருந்தார்கள். மானாவாரிக் காடுகளில் கம்பு, சோளம், துவரை, உளுந்து என்று பயிர்களெல்லாம் விளைந்து அதன் பிஞ்சுக் கதிர்களிலிருந்தும் பிஞ்சுக் காய்களிலிருந்தும் பால் வாசத்தைச் சுரந்து ஊரெங்கும் மெல்லிய குளிர்க் காற்றில் பரப்பிக் கொண்டிருந்தது. கிணற்றுப் பாசனம் சாத்தியப்படுகிற புஞ்சைக் காடுகளில் பாத்திகளில் பருத்தியோ, மிளகாயோ விளைந்து பச்சைக்கு நடுவே வெள்ளையும் சிவப்புமாய் காய்த்துக் குலுங்கிக் கொண்டிருந்தது. இடையிடையே வரப்புகளிலும் ஓடைக் கரைகளிலும் பூசணி, சுரைக்காய் என்று கொடிகள் படர்ந்து விரிந்து கிடந்தன.

உழைத்துக் களைத்து வந்த சம்சாரிகளுக்கு அங்கிருந்த பஜனைக் கூடம் ஒரு சங்கமிக்கும் புள்ளியாக இருந்தது. உழைப்புக்கும் சம்சாரி தொழிலின் ஏற்ற இறக்கங்களுக்குமான ஆசுவாசமாகவும் அது இருந்து வந்தது. காலகாலமாக பஜனைப் பாடல்கள் உருவாகி அந்த பஜனை மடத்தில் பாடப்பட்டு வந்தது.

வழிவழியாக வந்த பாடல்களோடு புதிது புதிதாக நிகழும் வாழ்க்கை அனுபவங்களைப் பொருத்தி எழுதிப்பாடுகிற சம்சாரிகள் ஒவ்வொரு தலைமுறையிலும் இருந்தார்கள்.

அந்த பஜனைப் பாட்டுக்களில் பாதி பக்தி இருக்கும்.மீதி அந்த மண்ணின் சம்சாரித் தொழில் சார்ந்த வாழ்க்கைப்பாடுகள் தத்துவங்களாக மிளிரும்.

பக்கத்துப் புஞ்சைக்காரரின் வரப்புத்தகராறைக் கூட பெருமாளிடம் முறையிடுவது போல சில பாடல்கள் இருக்கும்.

"அருகு மூடிய நிலமிருக்க

அடுத்த நிலத்து வரப்பு தள்ளி

ஏரோட்டும் புத்தி ஏனோ

சொல்லாயோ கோவிந்தா..."

என்பது மாதிரியான தத்துவங்கள் நிறையவே இருக்கும்..

சாத்தூரப்பன், மீன்துள்ளி அச்சையா... இவர்களெல்லாம் 'நிலைய வித்துவான்கள்' போல நாள் தவறாமல் ஒன்றிரண்டு பஜனைப் பாடல்களையாவது பாடுவது வழக்கம்.

நான்கைந்து பெரியவர்களுக்குச் சிறுவயதில் இசைப் பயிற்சி இருந்தது என்பார்கள். போன தலைமுறையில் அதற்கெனவே வில்லிபுத்தூரிலிருந்து சில பிராமண பட்டர்கள் வந்து பஜனைப் பாடல்களைச் சொல்லிக் கொடுப்பார்களாம். அச்சையா கதை கதையாகச் சொல்லுவார். இன்றைக்கு அதை அடுத்த தலைமுறைக்கு எடுத்துச் செல்ல வழியில்லை என்று புலம்புவார்.

ஒரு ஆர்மோனியமும் டோலும் உண்டு. ஆர்மோனியம் அச்சையாவைத் தவிர்த்து யார் கையில் சிக்கினாலும் ஒரு சப்தத்தை மட்டும் 'ஓயின்... ன் என்று கிளப்பிக் கொண்டிருக்கும். விடலைப் பையன்கள் அதற்கு 'பூனைக்காரப் பெட்டி' என்று பெயர் வைத்திருந்தார்கள்.

இது மார்கழி மாதம் என்பதால் இந்த பஜனைக் கூட்டம் கொஞ்சம் லயித்துப் பாடப் பழகிக் கொண்டிருந்தது ஒவ்வொரு நாளும்.

அன்றைக்கு மார்கழி இருபத்தி ஏழாம் தேதி...

திருமாலை வணங்குகிறவர்கள் அந்த நாளை... 'கூடாரை வெல்லி' என்று கொண்டாடுவார்கள். "கூடாரை

வெல்லும் சீர்கோவிந்தா..." என்றும் திருப்பாவையின் 27வது பாசுரத்தைப் பாடி பரவசமடையும் நாள்.

கடவுளை நாடுவோருக்கு பக்தி மார்க்கமே எளிய மார்க்கம் என்கிறது ஆன்மிகம். தோழனாகவோ, காதலியாகவோ, பிள்ளையாகவோ இறைவனைப் பாவித்து நெருங்கினால், நாம் ஓரடி நெருங்க... இறைவன் நான்கடி பாய்ந்து நம் அருகில் வருகிறான் என்று நம்புகிறார்கள்.

'கூரணிந்த வேல்வளவன் குகனோடு கங்கை தன்னில்

சீரணிந்த தோழமை கொண்டதும் ஓர் அடையாளம்'

என்று ராமன் குகனை அரவணைத்ததைச் சான்று காட்டியே ஆழ்வார்கள் திருமாலிடம் முறையிடுகிறார்கள்.

ஆண்டாளும் சளைத்தவளல்ல. மாலவனை நெருங்க அவள் கொண்டது காதல் வழி.

கண்ணன் மீது காதலில் உருகித் திளைக்கிறாள். இருபத்தியாறு நாட்கள் நெய்யும் பாலும் உண்ணமாட்டோம், கண்களுக்கு மையிட்டு அழகு செய்ய மாட்டோம் என்று வரிசையாக, தான் இளமையில் அனுபவிக்கும் எல்லாவற்றையும் துறந்து நோன்பு கடைப்பிடிக்கிறாள்.

இருபத்தி ஆறு நாள் நோன்பு முடிந்து,

'பலகலனும் யாம் அணிவோம்,

ஆடை உடுப்போம்; அதன் பின்னே

பாற்சோறு மூட நெய்பெய்து

முழங்கை வழிவாரக் கூடியிருந்து

உண்போம்'

என்று நோன்பை முடிக்கிறாள்.

அப்போது 'கூடாரை வெல்லும்' சீர் கோவிந்தன் தம்மையும் ஏற்பான் என நம்புகிறாள்.

கூடாரை வெல்லும்..

கூடாரை என்றால், வெறுப்பவனை என்று பொருள். அப்படி வெறுப்பவனையே அன்பால் கருணையால், கோவிந்தன் வெல்லும் நாள். நம்மைத் தவிக்கவிடுவானா என்ன என்று நோற்

பவர்கள் நம்பும் நாள். தோழமையை, அன்பை அரவணைப்பை மனதில் நினைவுறுத்தும் நாள்.

சாத்தூரப்பன் அப்போது இளந்தாரியாக இருந்தார். வயசு இருபதுக்குள்தான் இருக்கும்.

சாத்தூரப்பனின் அப்பா நாரணப்பன் அந்நாளில் விரதமிருந்தார். அவர் விரதமிருந்தால் விரதச் சாப்பாட்டுக்கான ஏற்பாடுகள் 'தடால் புடாலென்று' இருக்கும். காலை எழுந்ததும் முதல்வேலையாகக் குளிப்பார். அன்றைக்கு உழவு, வேலை என்று எதுவும் இருக்காது மாடுகளுக்கும் ஓய்வுதான்.

குளித்துவிட்டு திண்ணையில் உட்கார்ந்து திருமண் பெட்டியைத் திறப்பார். அதில் இரண்டு குழிகள் இருக்கும். குழிகள் இரண்டும் நீள்சதுர வடிவத்தில் இருக்கும். ஒரு குழியில் சிவப்புக் குங்குமமும் மற்றொன்றில், வெள்ளைத் திருமண் கட்டியும் இருக்கும். இரண்டுக்கும் நடுவே ஒரு தென்னை ஓலையில் உரித்த குச்சி இருக்கும். மேலே இருக்கும் மூடியில் ஒரு கண்ணாடி இருக்கும்.

குளித்துவிட்டு வந்து உட்கார்ந்த நாரணப்பன் விரலிடுக்கில், கண்ணாடியைப் பொருத்திக்கொண்டு பார்த்து திருமண் குழைத்து, நெற்றியில் இட்டுக்கொண்டார். "பக்கத்துல வா..." என்று சாத்தூரப்பனைக் கூப்பிட்டார். சாத்தூரப்பனும் வந்து நெற்றியில் வாங்கிக் கொண்டான்.

இதையெல்லாம் வேடிக்கைபார்க்க வீட்டிலும் பக்கத்து வீடுகளிலும் இருக்கிற வாண்டுகள் கூடினார்கள். அவர்கள் எல்லோர் நெற்றியிலும் ஒரு 'இழு' இழுத்துவிட்டார். எல்லாம் ஓடிப் போய் வேறு கண்ணாடிகளில் முகம் பார்த்து ரசித்துக் கொண்டார்கள்.

அந்த வருடம் ஓரளவிற்கு மழை இருந்தது. நிலமெல்லாம் பருத்தியும் மிளகாயுமாக காய்த்துத் தொங்கியது. வரப்புகளில் பூசணியும் சுரைக்காயும் அகத்திகீரையும் வளர்ந்து நின்றன. வாய்க்கால் ஓரங்களில் கத்தரிப்பிஞ்சுகளும் தக்காளிப் பழங்களும் காய்த்து மின்னின. அன்றைக்கு இதெல்லாம் விரதச் சாப்பாட்டின் இலைகளை அலங்கரித்தன.

அதனால் சம்சாரிகள் எல்லார் வீட்டிலும் விரதச் சாப்பாட்டில் குறை இல்லை. எவ்வளவு வேலைப்பாடு இருந்தாலும் அந்த ஒருநாளில் எல்லோரும் இப்படித்தான். விரதம்விட்டு முழங்கை

வழிவார நெய் ஊற்றிச் சாப்பிடுவார்கள். சாப்பிட்டவர்கள் சாப்பாடு செரிக்க வயல்களுக்கு வெளியேறினார்கள். கண்ணில் படுகிற களைகளை கையால் பறிப்பது போன்ற சில்லண்டி வேலைகளை செய்து உண்ட களைப்பைப் போக்கிக் கொண்டிருந்தார்கள்.

சாத்தூரப்பனின் அண்ணன் அழகர்சாமி கொஞ்சம் படித்தவர். வெளி உலகம் சென்று வருகிறவர். விவசாயச் சங்க நடவடிக்கைகளில் தீவிரமான மனிதர். அத்தோடு அழகர் அணைத் திட்டம் விசயமாக மும்முரமாகச் செயல்பட்டுக் கொண்டிருக்கிறவர். ஊரில் சில இளந்தாரிகளைச் சேர்த்துக் கொண்டு அந்த பஜனைக்கூடத்தை பகல்நேர வாசக சாலையாகவும் மாற்றியிருந்தார். முன்பு, அது தேசாந்திரியாக வருபவர்கள் தங்குகிற மடம் போலவும் இருக்கும். இன்றைக்கும் பகலில் வாசக சாலையாக இருந்தாலும் ராத்திரிகளில், வருகிற தேசாந்திரிகள் தங்குகிற இடமாகவே இருந்து வந்தது.

அந்த வாசக சாலை ஊர் முகப்பில் இருந்தது. இளந்தாரியான சாத்தூரப்பன் கொஞ்சம் காலாற நடந்துவிட்டு வந்து, அந்த வாசக சாலையில் போய் உட்கார்ந்தான்.

லேசாக இருட்டத் தொடங்கிய நேரம்,

அப்போது இரண்டு பேர் அந்த வாசகசாலை நோக்கி நடந்து வந்தார்கள். பார்க்க தந்தையும் மகனும்போல இருந்தார்கள். கிழிந்த அழுக்குச்சட்டை. லுங்கி, டவுசர் கையில் கொஞ்சம் துணிப் பொட்டலம், உடம்பெல்லாம் அடிவாங்கியதுபோல வீக்கங்கள். மகன் காலை இழுத்து இழுத்து நடந்தான். அப்பனுக்கு நெற்றிப் பொட்டிலும் தாடையிலும் காயம் தெரிந்தது. வேறெங்கெல்லாமோ காயமோ, பார்த்தால்தான் தெரியும். ஆங்காங்கே கட்டுப் போட்டிருந்தார்கள் ரெண்டுபேரும்.

பார்க்கப் பாவமாக இருந்தது. வந்தவர்கள் வாசகசாலையின் சுற்றுச்சுவரை ஒட்டிய சிமெண்ட் திண்டில் உட்கார்ந்தார்கள். அவர்கள் வந்து உட்காரும்வரை ஒரு நாய் 'லொள் லொள்' என்று அவர்களைத் தொடர்ந்து வந்தது. ஏனோ, அந்த நாய் குரைக்கும் ஓசையில் ஒரு பரிவு

தெரிந்தது. மனிதனைப் பார்த்தாலே எடைபோடும் நாய்க்குத் தெரியும்போல, குரைக்கும் ஓசையை மெல்லமெல்ல குறைத்துக் கொண்டே அவர்கள் உட்கார்ந்ததும் அருகில் போய் அதுவும் உட்கார்ந்து கொண்டது. எதிரே வாசக சாலை முகப்புத் திண்டில் சாத்தூரப்பன் உட்கார்ந்திருந்தான். அவர்களை உட்கார்ந்த இடத்திலிருந்தே பார்த்த சாத்தூரப்பன், "எந்த ஊரய்யா நீங்க...?" என்று கேட்டான்.

பதில் ஏதுமில்லை.

சின்னப்பையனிடமும் கேட்டான்.

அவனும் பதில் சொல்லவில்லை.

பக்கத்தில் போய்க் கூர்ந்து பார்த்தான். பார்க்க பாவம்போலத் தெரிந்தது. முகத்தில் மோசமானவர்கள் என்பதற்கான எந்த அறிகுறியும் இல்லை.

வாசக சாலைக்கு முன்பு ஓர் அடிபம்பு உண்டு. மழைக் காலத்தில் அது சும்மாதான் இருக்கும். அங்கே ஒரு வாளியைக் கொண்டுவந்து வைத்து, "வாங்க ரெண்டுபெரும் குளிங்க... நான் இப்ப வந்துடறேன்" என்று போனான்.

வீட்டுக்குப் போனவன் அலமாரியில் இருந்து அவனது பழைய லுங்கி, டவுசர் இரண்டையும் அண்ணன் அழகர்சாமி போட்டுக் கழட்டி ஓரம்கட்டிய சட்டை இரண்டையும் எடுத்துக் கொண்டுவந்தான்.

அதற்குள் அவர்கள் குளித்துவிட்டிருந்தார்கள்.

"இந்தாங்க.... இத உடுத்திட்டு இங்க படுங்க..." என்றான்.

அந்த ஊரில் ஓர் ஏற்பாடு உண்டு. அந்த வாசக சாலையில் 'தர்மச்சோறு வாளி' என்று ஒரு வாளி எப்போதும் இருக்கும். அது ஒரு சுமாரான அளவிலான துத்தநாக வாளி. ஒரு மூலையில் எப்போதும் கவிழ்த்து வைக்கப்பட்டிருக்கும். யாராவது இப்படி வழிப்போக்கர் வந்து பசியோடு படுத்திருக்கக்கூடாது என்பதற்காக கிராமங்களில் அப்படிச் செய்வார்கள். தெருவில் விளையாடும் சிறுபையன்களிடம் அந்த வாளியைக் கொடுத்துவிடுவார்கள் அங்கிருக்கிற பெரியவர்கள்.

இப்படி தெருவுக்குள் போய்ச் சோறு எடுப்பதை 'தருமச் சோறு எடுப்பது..." என்பார்கள்.

சிறுவர்கள் குஷியாகி வாளியை ஆளுக்கொரு பக்கம் பிடித்துக்

கொண்டு 'தருமச் சோறு' போடுங்க... என்று நாலு தெரு போய்வருவார்கள்.

அப்படி தருமச் சோறு எடுக்கும்போது பாடுவதற்கென்று சில பாட்டுக்கள் இருக்கும். அது, அவர்களாகவே பாடி மெட்டு போட்டிருப்பதாக இருக்கும். அதைப்பாடிக் கொண்டே போவார்கள். கிடைத்த சோற்றைக் கொண்டுவந்து அந்த வழிப்போக்கர்களுக்கு முன்னால் வைத்து ஒரு தட்டில் வைத்து அதிலே சோறு போடுவார்கள்.

சாத்தூரப்பன் அங்கு விளையாடிக் கொண்டிருந்த பையன் களைக் கூப்பிட்டு வாளியை எடுத்துக் கொடுத்து "எலே... போய் தருமக்கஞ்சி எடுத்துட்டு வாங்கலே..." என்றார். அவர்கள் வாளியை வாங்கிக் கொண்டு, அங்கே உட்கார்ந்திருந்த புதியவர்களைக் கொஞ்சம் வேடிக்கை பார்த்துவிட்டு, அப்படியே பாடி ஆடிக் கொண்டே தெருவுக்குள் போனார்கள்.

"திக்குத் தெரியாம வந்தோருக்கு

திங்கச் சோறு போடுங்க.....

நாதியத்து வந்தவருக்கு

நல்ல சோறு போடுங்க...."

அன்றைக்கு கூடாரைவெல்லி என்பதால் எங்கும் சோற் றுக்குக் குறையில்லை. மிச்சமிருந்த பூசணிக்காய் பொறியல், மொச்சைப்பயறு, நெய்வாசத்தோடு சக்கரைப் பொங்கல் என எல்லாம் கிடைத்தது.

கொண்டுவந்து சிறுவர்கள் ஆர்வத்தோடு ஒவ்வொரு வகையாக எடுத்து ஒரு தட்டில் வைத்துக் கொடுத்தார்கள்.

அப்பனுக்கு முதல்வாய்ச் சோறு வாயில் வைக்கும்போதே கண்ணில் கண்ணீர் கொட்டியது. தேம்பத் தொடங்கினார். மகனும் சேர்ந்து தேம்பினான். இரண்டு பேருமே சாப்பிட முடியாமல் தேம்பினார்கள்.

சாத்தூரப்பன் பக்கத்தில் போய் உட்கார்ந்து கொண்டார்.

"என்னய்யா... உம்மோட பெரிய வம்பாய் போச்சு. யாரென்னன்னு சொல்லவும் மாட்டேங்கிறீங்க... இப்படி அழுது கிட்டே இருந்தா எப்படி....?"

"இன்னைக்குச் சாப்பிட்டுவிட்டுப் படுங்க... எதுனாலும் காலைல பேசிக்கிடலாம்..." என்றார். எப்படியோ சமாதானப்படுத்தி நாலு வாய் சாப்பிட வைத்தார்.

அன்னைக்கு ராத்திரி வீட்டில் போய்ப்படுத்த சாத்தூரப்பனுக்கு ரொம்ப நேரம் தூக்கம் வரவில்லை.

‘என்ன சோகமா இருக்கும்? அப்பனும் மகனும் வந்திருக்காங்களே... ரெண்டுபேரும் ஊமையா இருக்காங்களே... ஏன் இவங்களை ஆண்டவன் இப்படிப் படைச்சான்...” என்று யோசித்துக் கொண்டே புரண்டு படுத்தான். வெகுநேரம் கழித்து தன்னையறியாமல் தூங்கிப் போனான்.

வழிபோக்கர்களாக வந்த அப்பனும் மகனும் இரண்டு நாட்களாக அங்கேயே இருந்தார்கள். சாத்தூரப்பன் போகும்போதும் வரும் போதெல்லாம் போய்ப் பார்த்து, சாப்பிட்டார்களா என்று சோதித்துக் கொண்டான். இரண்டு பேருமே வாய்பேசாத ஊமைகளாகிப் போனது குறித்து ரொம்பவே வருத்தப்பட்டான். அடிக்கடி கண்ணீர்விட்டு படுத்துப்புரண்டு அவஸ்தைப்படுவது பார்க்கவே கஷ்டமாக இருந்தது சாத்தூரப்பனுக்கு.

சாத்தூரப்பனுக்கு மனசுக்குள் ஒரு சந்தேகம் இருந்தது. ‘உண்மை யிலேயே இவர்கள் ஊமைதானா... இல்லை, ஏதோ பாதிப்பில் பேச முடியாம தவிக்கிறாங்களா... இதைக் கண்டுபிடிக்கணும்...”

அதற்கு ஒரே வழி....

அன்றைக்கு இரவு அந்த வாசக சாலையிலேயே தானும் போய் தூங்குவதுதான் என்று முடிவெடுத்து போர்வை, தலையணை யோடு வந்து படுத்தான். வந்து படுத்தவன் பன்னிரண்டு மணி வரை தூங்குவதுபோல நடித்தான்.

பன்னிரண்டு மணிக்கு மெல்ல எழுந்து அவர்களுக்குப் பக்கத்தில் போனான். அதில் மகன் ஒருபக்கம் காலைநீட்டிப் படுத்திருந்தான்.

மெல்லப் பக்கத்தில் போனவன் அவன் தொடையில் ‘நறுக்’ என்று கிள்ளினான்.

“அய்யோ... அம்மா...” என்று கதறிக் கொண்டே எழுந்தான். கூடவே அப்பனும், “என்னடா... என்னாச்சுடா...” என்று கதறிக்கொண்டே எழுந்தான்.

சாத்தூரப்பன் கையும் களவுமாகப் பிடித்துக் கொண்டான், அந்த அர்த்த ராத்திரியில்.

“இப்பச் சொல்லுங்க, உண்மையை” என்றான்.

இருவரும் கண்ணீர்விட்டு கையெடுத்துக் கும்பிட்டுக் கொண்டே அழுதார்கள்.

“எந்த ஊர் நீங்க....?”

அப்பன் சொன்னான், “தனுஷ்கோடி...”

மனசு பக்கென்று திடுக்கிட்டது சாத்தூரப்பனுக்கு.

“அடடா... அந்த ஊரா...? அந்தப் பெருந்துயரம் நடந்து இருபது நாள்கூட ஆகலயே...” என்று மனசு பதறியது.

“அய்யோ...பாவமே...? என்று மனசு அரற்றியது.

அப்பன் சொல்லத் தொடங்கினான், அதில் அழுகையும் கண்ணீரும்தான் பெருவாரியாக வந்தது.

“எங்கே திரும்பிச் சொல்லு...? எந்த ஊரு?”

“தனுஷ்கோடி.”

14

1964ஆம் ஆண்டு டிசம்பர் மாதம். மிகவும் பரபரப்பாக இயங்கிக் கொண்டிருந்தது தனுஷ்கோடி நகரம். சென்னையிலிருந்து ஒரு ரயில் காலையில் தினமும் தனுஷ்கோடி ரயில் நிலையத்துக்கு வரும். தனுஷ்கோடி ரயில் நிலையம் நாலு பக்கமும் கடல் சூழ்ந்து பார்க்க ரொம்பவே அழகாக இருக்கும்.

அங்கிருந்த சர்ச் பள்ளிக்கூடத்தில் படித்துக் கொண்டிருந்த சிறுவர்கள் ஆதிமூலமும் கெனிஷ்டனும் பள்ளிக்கூடம் போவது போக மீதி நேரமெல்லாம் அங்கேதான் விளையாடுவார்கள்.

கெனிஷ்டனின் அப்பா சூசை ஒரு பெரிய மீன்பிடிப் படகு வைத்திருந்தார். எஞ்சின் வைத்து ஓட்டுவார்கள். அதற்கென்று நான்கைந்து பேரை வேலைக்கு வைத்திருந்தார். கூடவே அவரும் போவார். போனால், நான்கைந்து நாட்கள் 'தங்கு கடல்' போட்டு மீன்பிடித்து வருவார்கள்.

ஆதிமூலத்தின் அப்பா வில்லாயுதம் கூப்பிடுகிற வேலைக்குப் போவார். ஒரு சின்ன வல்லம் வைத்திருந்தார் வில்லாயுதம் மாலை நேரங்களில் கரையை ஒட்டியே வல்லத்தை ஓட்டி நண்டும் இறாலும் பிடித்து வந்து கரையிலேயே விற்று வருவார்.

ரெண்டு பேரின் அப்பாவும் நல்ல கூட்டாளிகள். சேர்ந்தே குடிப்பார்கள். சிலநேரம் வில்லாயுதம் ஆசைப்பட்டால்

‘தங்குகடலுக்கு’க் கூட்டிப்போய் வந்து செழிப்பாக மீனும் கொடுப்பார் சூசை.

ஆதிமூலம் அப்பா வில்லாயுதம் குடும்பம் அங்கே பஞ்சம் பிழைக்க வந்தவர்கள். சிலநேரம் தண்ணி அடித்துக் கொண்டு லேசாகச் சண்டை போடும்போது ‘போடா... வந்தட்டிப் பயலே...’ என்பார் சூசை. நட்புக்கு அந்த வார்த்தையில் உள்ள பாகுபாடு தெரியாது. சகஜமாக எடுத்துக் கொண்டு சிரிப்பான் வில்லாயுதம்.

இரண்டு பேரின் பிள்ளைகளும் பள்ளிக்கூடத்திலும் கூட்டாளிகளாகப் படித்துக் கொண்டிருந்தார்கள்.

அரைப்பரீட்சை நெருங்கிக் கொண்டிருந்தது. பள்ளிக்கூடத்தில் பரீட்சைக்கான டைம் டேபிள் ஒட்டியிருந்தார்கள்.

கணக்குப் பாடத்தில் ஒரு மார்க் குறைந்தாலும் மனசு தாங்காது ஆதிமூலத்துக்கு. பாதர் ஜேம்ஸ் தான் கணக்கு வாத்தியார்.

‘கணக்குல ஏதாச்சும் சந்தேகம் இருந்துச்சுன்னா யோசிக்காம என்னை வீட்டுல வந்து பாருங்க...’ என்று சொல்லியிருந்தார் பாதர்.

ஆதிமூலம் கெனிஷ்டனைக் கூட்டிக்கொண்டு “வாடா பாதரைப் பார்க்கலாம்..” என்று கிளம்பினான்.

ஆதிமூலத்தின் தங்கச்சி பூமயிலு வாசலில் உட்கார்ந்து ஒரு தட்டில் உதிரிப்பூக்களைக் கொட்டி, அதை ஒரு நூலில் கட்டிக் கொண்டிருந்தாள். வில்லாயுதம், தங்கச்சிமடத்துக்குப் போய் கொடியிலிருந்து அப்போது பறித்த மல்லிகைப் பூக்களை வரும்போது வாங்கி வந்திருந்தான். ‘பூமயிலு கட்டி வைக்கிற பூக்களை எடுத்துப் போய் ரயில்வே ஸ்டேசன் வாசலில் சாயங்காலம் போய் உட்கார்ந்தால் ரயிலுக்குப் போகிற கூட்டம் நிறையவே வாங்குவார்கள். மிஞ்சிப் போன பூக்களை மறுநாள் காலையிலே வெச்சு வித்தால் தீர்ந்துவிடும். இது அம்மா பருவதத்தின் அன்றாட உத்தியோகம்.

“வாங்கடா” என்று அழைத்த பாதர் ஜேம்ஸ்.

“என்னடா கணக்குல சந்தேகமா” என்றார்.

“ஆமாம் சார்” என்றான் ஆதிமூலம்.

“ஏலே, உனக்கு கணக்குல நல்ல ஈடுபாடு இருக்கு... வுட்டுடாதே அப்படியே படி. இங்கே பள்ளிக்கூடம் தாண்டிட்டா

அப்புறம் எனக்கும் டிரான்ஸ்ஃபர் வரும், சென்னைக்கோ திருச்சிக்கோ நான் கூட்டிட்டுப்போய் நல்ல காலேஜா பார்த்து சேர்த்துவிடறேன். இந்த தனுஷ்கோடி மண்ணுல ஒரு கணித மேதை உருவாகணும். அதுதான் என் ஆசை..." என்று லேசாக உணர்ச்சிவசப்பட்டு சொன்னார் பாதர் ஜேம்ஸ்.

"நான் படிக்கிறேன். பாதர் எங்கப்பா கிட்ட நீங்க சொல்லுங்க" என்றான்.

"அது என் பொறுப்பு. நான் பேசிக்கிடுறேன்" என்றார்.

"அரைப்பரீட்சை முடிஞ்சதும் லீவுல வாங்க, ரெண்டுபேரும் கணக்குல சில அடிப்படை சூட்சுமங்கள் இருக்கு. இந்த வயசுல கத்துக்கிட்டா காலத்துக்கும் உதவும்" என்றவர்,

"கணக்குப் பரீட்சை எப்போ வருது..? என்று கேட்டார்.

"டிசம்பர் 23 சார்.." என்றான்.

டிசம்பர் 23. அன்று காலை சூரியன் மெல்லத் தடுமாறி எழுந்தது. ஏதோ செய்தி சொல்வதுபோல இருந்தது.

காலையில் பரீட்சை எழுதப்போகிற மகனை எழுப்பி கையில் பேனாவைக் கொடுத்து "உங்கப்பாகிட்ட ஆசீர்வாதம் வாங்கிட்டுப் போ..." என்றாள் பர்வதம்.

"நானென்ன ஆசீர்வாதம் குடுக்கிறது... நீயே கொடு ராசியான ஆளு..." என்றான் வில்லாயுதம்.

ஒரு காலண்டர் அட்டையில் கிளிப்பை மாட்டிக் கொண்டு ஜீயாமெட்ரி பாக்ஸையும் கையில் பிடித்துக் கொண்டு அம்மா கொடுத்த திருநீறை வாங்கிப் பூசிக் கொண்டு கிளம்பினான் ஆதிமூலம்.

வாசலில் ரெடியாக நின்றிருந்தான் கெனிஷ்டன். இருவரும் சேர்ந்து கைகோர்த்து ஓட்டமும் நடையுமாகப் போனார்கள்.

வில்லாயுதம் சுருக்கு வலையை எடுத்துக் கொண்டு கடலுக்குப் போனான்.

பர்வதம் பூக்கூடையை எடுத்துக் கொண்டு ரயில்வே ஸ்டேசன் போனாள். பூமயிலுக்கு அப்போது பரீட்சை இல்லை.

அம்மா கூடவே ரயில்வே ஸ்டேஷனுக்குப் போனாள்.

சூரியன் மெல்ல மேகத்துக்குள் ஒளிந்து ஒளிந்து தயங்கியபடியே

உச்சிக்கு வந்தது.

ஆதிமூலம் பரீட்சை முடித்து வெளியே வந்தான். வரும்போது மேகம் ரொம்பவே கருப்பாகத் தெரிந்தது. கெனிஷ்டனும் வெளியே வந்து 'பரீட்சை நல்லா பண்ணிட்டியா.. நீ நூத்துக்கு நூறு வாங்குற ஆளு" என்றான்.

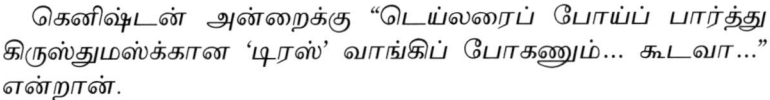

"ம்.... வரும்... நீ எப்படி பண்ணிணே?"

"நல்லா பண்ணியிருக்கேன்... எழுதுபதுக்கு மேல வரும்" என்றான்.

கெனிஷ்டன் அன்றைக்கு "டெய்லரைப் போய்ப் பார்த்து கிருஸ்துமஸ்க்கான 'டிரஸ்' வாங்கிப் போகணும்... கூடவா..." என்றான்.

ரெண்டுபேரும் போய் டெய்லரைப் பார்த்தார்கள். கெனிஷ்டன் டெய்லர் கொடுத்த சட்டையைப் பார்த்து குதூகலப்பட்டான். ஆதிமூலத்திடம் "எப்படி இருக்கு?" என்று கேட்டான்.

"நல்லாயிருக்கு... எதுக்கு ரெண்டு செட் தைக்க குடுத்திருக்கே?" என்று கேட்டான்.

"ஒண்ணு உனக்கு... எங்கப்பாகிட்ட கேட்டுத்தான் தைக்கக் கொடுத்தேன். உன்னோட தீபாவளி அளவைப் பார்த்து தச்சி ருங்கன்னு டெய்லர்கிட்ட சொல்லிட்டேன்..." என்று சிரித்தான்.

ஆதிமூலத்துக்கு கண்கள் பனித்தது.

ரெண்டு பேரும் தோள்மேல் கைபோட்டு கூட்டாளிகளாக கிளம்பினார்கள்.

ஊரெல்லாம் கிறிஸ்துமஸ் கொண்டாட்டத்துக்கு தயாராகிக் கொண்டிருந்தது. சர்ச் கட்டடம் விளக்குகளால் அலங்கரிக்கப்பட்டு சிறப்பு ஆராதனைகள் நடந்து கொண்டிருந்தன. பெண்கள் எல்லாம் சீவி சிங்காரித்து குதூகலமாக சர்ச்சுக்கு போகவும் வரவுமாக இருந்தார்கள்.

"அய்யய்யா...

நான் வந்தேன்...

தேவ ஆட்டுக்குட்டி ஒன்று...”

– சர்ச்சில் இருந்த ஒலிபெருக்கி மதுரமான குரலில் இந்தப் பாடலைக் காற்றில் தவழச் செய்துகொண்டிருந்தது.

கெனிஷ்டனின் அண்ணன் அம்புரோஸ் அவர்களுக்கு எதிரில் வந்தான்.

“ஏலே... அங்குட்டு கடற்கரை பக்கம் சினிமா நடிகர்கள் ஜெமினிகணேசன் - சாவித்திரி வந்துட்டுப் போனாங்க... பார்க்கலையா?” என்று கேட்டான்.

“இல்லண்ணே.”

“இன்னக்கி சுத்திப் பார்த்துட்டு ரூமுக்குப் போயிட்டாங்க... நாளைக்குத் திரும்பவும் வருவாங்க. நாளைக்கு லீவுதானே... என்கூட வாங்க பார்க்கலாம்” என்றான்.

ஆதிமூலத்துக்கு ஜெமினிகணேசனைவிட சாவித்திரியை ரொம்பப் பிடிக்கும். அந்த முகம்தான் எத்தனை அழகு... எத்தனை பாவங்களைக் காட்டுது?

அம்மாவாய்ப் பார்த்தாலும் ஒட்டிக்கிடும்...

அக்காவாய்ப் பார்த்தாலும் ஒட்டிக்கிடும்..

‘நேரில் பார்க்கப் போறோமா...’ என்று தனக்குள் ஆச்சர்யப்பட்டுக் கொண்டே நடந்தான். திரையில் பார்க்கிற ஒரு முகத்தை, அதுவும் பிடித்துப்போன ஒரு முகத்தை நேரில் பார்ப்பதுதான் எவ்வளவு பரவசமான விஷயம்?

கெனிஷ்டன் விலகி விடை பெற்றான். போகும்போது, “எங்கப்பா தங்குக் கடலுக்குப் போயிட்டு நாளைக்கு காலைல வர்றார். நிறைய மீனோடு வருவாரு... கொண்டு வர்றேன்..” என்றான். ஆதிமூலம் வீட்டுக்குப் போனான். ஏனோ காற்று வழக்கத்தைவிட வேகமாக வீசியது. மனசு சாவித்திரியைப் பார்க்கப் போகிறதை நினைத்து குதூகலப்பட்டது. ‘ஒருவேளை நாளைக்கு சாவித்திரியம்மாவைப் பார்க்க போகிறோம்ங்கிற சந்தோசத்துல சாதாரணமா வீசுற காத்துகூட நமக்கு வேகமாக வீசுற மாதிரி தெரியுதோ...’ என்று நினைத்துக் கொண்டான்.

வீட்டுக்கு வரும்போது வீட்டுக்கு எதிரே கடற்கரை மணலில் தாத்தா சீமைச்சாமி ஐந்தாறு பேருக்கு சிலம்பம் கற்றுக்கொடுத்துக் கொண்டிருந்தார். இந்த ஊருக்கு வருமுன்னே சொந்த ஊரில்

மிகப்பெரிய சிலம்ப மாஸ்டராக, கம்பீரமாக வலம்வந்தவர் சீமைச்சாமி. மகன் வில்லாயுதம் பிழைப்புத் தேடி தனுஷ்கோடி வரும்போது, கூடவே வரவேண்டியதானது. ஆனாலும், அவரிடம் பாடம் படிக்க விரும்பிய கூட்டம் இங்கேயே தேடி வந்து கொண்டிருந்தது. ஆதிமூலத்தைப் பார்த்தும் தாத்தா அவனை அங்கே வரச்சொல்லி கையால் சைகை காட்டினார். காற்று சுழற்றிச் சுழற்றி வீசிக் கொண்டிருந்தது. பக்கத்தில் போவதே கஷ்டமாக இருந்தது.

அருகில் போனதும் அவனுக்கான சிலம்பக் கம்பை கையில் கொடுத்து வந்தவர்களுக்கு 'குரு வணக்கம்' சொல்லிக் கொடுக்கச் சொன்னார். வந்தவர்கள் எல்லாம் புதியவர்களாக இருந்தார்கள்.

"இப்போ நான் சொல்லச் சொல்ல என் பேரன் சிலம்பத்தைச் சுத்துவான். உன்னிப்பா பார்த்துட்டு அதே மாதிரி சுத்துங்க..." என்றார்.

தாத்தா சொல்லச் சொல்ல பேரன் ஆதிமூலம் சிலம்பம் சுத்தினான்.

"வலது காலை முன்னாடி வைங்க... இடது காலை பின்னாடி வைங்க.. என் பேரன் வெச்சுக் காட்டுவான் பாருங்க..."

"வலது கையில் மட்டும் கம்பை நட்டமாப் பிடிச்சு, குதிச்சு முன்னாடி போங்க... அப்படி குதிச்சு முன்னாடி போகும்போது கம்பு ஆடக்கூடாது. அதிலேதான் உங்க திறமையும் பலமும் இருக்கு..."

ஆதிமூலம் வலது காலைத் தூக்கி தரையில் அழுத்திக் குதித்து முன்னே வந்தான்.

"அப்படி வரும்போதே வலதுபக்கமா ஒரு கீழ்த்தார் போடுங்க..."

"அப்படியே பின்னாடி திரும்பி இடதுபக்கமா ஒரு மேல்த்தார் போடுங்க..."

ஆதிமூலம் லாவகமாகச் செய்து காட்டினான்.

பெ.மகேந்திரன்

"திரும்ப அப்படியே என்பக்கம் திரும்பி ஒரு இழுப்பு இழுத்து நிலை போடணும்..." என்றான்.

இந்த நிலை போடுதலை திரும்பத்திரும்பச் செய்து காட்டினான் சிறுவன் ஆதிமூலம்.

குரு வணக்கத்தை முழுசாகச் செய்து காட்ட முடியவில்லை அவனால்.

தொடர்ந்து வீசிய காற்றில் ஆதிமூலத்தால் கம்பைச் சுழற்ற முடியவில்லை.

தாத்தா ரொம்பவே கடிந்துகொண்டார்.

"சிலம்பம் சுத்துனா பத்துப்பேரு சுத்தி நின்னு சரமாரியா கல்லை வீசினாலும் கம்பாலேயே தடுக்கணும்... இந்தக் காத்துக்கே இப்படி தடுமாறினா எப்படிடே..." என்றார்.

"சின்னப்பையன்... அடிக்கிற காத்துக்குத் தாங்கணுமில்ல?..." என்றான் வந்திருந்த மாணக்கர்களில் ஒருத்தன்.

"அவனா சின்னப்பையன்... ஆறு வயசுலயே கையில கம்பைக் குடுத்து சுத்த வெச்சிட்டேன்... அவன் சிலம்பத்துல எனக்கே குரு மாதிரி ஆயிட்டான் தெரியுமா..." என்று சிரித்தார்.

ஆனால் அன்றைக்கு வீசிய காற்று பேய்க்காற்று என்று அவர் உணர்ந்திருக்கவில்லை.

"இன்னைக்கு என்னமோ, காத்தும் மேகமும் ரொம்ப வேகமா இருக்கு... நீங்க கிளம்புங்க... நாளைக்கு குரு வணக்கத்தை முழுக்க கத்துக்கிடலாம்" என்று அனுப்பிவைத்தார்.

ஆதிமூலம் கடற்கரையில் ஒரு சிமெண்ட் கல்லில் உட்கார்ந்திருந்த தாத்தாவை கைத்தாங்கலாகப் பிடித்து அழைத்துச் சென்றான்.

பெரிய சிலம்ப வாத்தியார். இப்போ அவருக்கு ஒரு கால் செயல் இழந்து நின்றது. இருந்தாலும் அவருடைய பாடத்துக்கு, வட்டாரத்தில் பெரிய வரவேற்பும் எதிர்பார்ப்பும் உண்டு படிக்கிறவர்களிடம். சிமெண்ட் பெஞ்சில் உட்கார்ந்துகொண்டே பாடம் படிக்கிறவர்களை உலுக்கி எடுத்துவிடுவார்.

கொஞ்ச நேரத்தில் காற்றின் வேகம் படிப்படியாகக் கூடியது.

வலையைப் பிரித்து மடித்துக் கொண்டிருந்த வில்லாயுதம்

வலையைப் பிடிக்க முடியாமல் பிடித்துத் தூக்கித் தோளில் மூட்டையாகப் போட்டு வீட்டை நோக்கி வேகமாக வந்தான்.

அந்த வழியாகக் கடந்துபோன பெண்கள் சிலர்,

"ஜெமினி கணேசனும் சாவித்திரியும் பட்டணத்துல இருந்து வந்திருக்காக.. காத்து அசுரத்தனமா வீசுது... எப்படி பத்திரமாப் போய்ச் சேரப்போறாகளோ..." என்று புலம்பிக் கொண்டே சென்றது காதில் கேட்டது.

வில்லாயுதம்ரொம்பநேரமாகச்சொல்லிக்கொண்டிருப்பதைக் கேட்ட சாத்தூரப்பன் கொஞ்சம் நிறுத்தி, தண்ணீர் செம்பை நீட்ட, வாங்கி இரண்டு வாய் குடித்தவன் தொடர்ந்தான்.

"ராத்திரி ஏழோ எட்டோ இருக்கும். திடீர்னு காத்து வேகம் இன்னும் அதிகமாச்சு... இங்கே காத்து அடிக்கிறது சகஜம்னாலும் ஏன் இம்புட்டு வேகமா அடிக்குதுன்னு யோசிச்சு ஜனங்கள் சுதாகரிக்கறதுக்குள்ள தடதடன்னு கடல் தண்ணி, குடிசைகள்ல ஏற ஆரம்பிச்சது. சிமிலு விளக்கை தூக்கிட்டு ஆளுக்கு ஒரு பக்கமா சிதறி ஓடினோம். ரெண்டு பக்கமும் கடலு. ராத்திரி நேரம். எங்குட்டு ஓடுறதுன்னு யாருக்குமே தெரியல... வீட்டுக்குள்ள இருந்த எங்கப்பாவும் அம்மாவும், 'ஏலே... வில்லாயுதம் நீ பிள்ளைகளையும் பொண்டாட்டியையும் கூட்டிட்டு எப்படியாச்சும் தப்பிச்சு ஓடிப்புடுங்கடே'ன்னு கத்தினாங்க" என்றவன்...

கொஞ்சம் ஆசுவாசப்படுத்திக் கொண்டு, "அதுக்குள்ள எம்புட்டோ நடந்து போச்சு.. பொறந்து ஆத்தா மடியில கிடந்ததவிட கடல் மடியில் தவழ்ந்ததுதான் அதிகம். ஆனா எங்கமேல என்ன கோபமோ தெரியல. கடலம்மாவே எங்க வாழ்க்கையை, ஒட்டுமொத்த ஊர அழிச்சுபுட்டா..." என்று தேம்பித்தேம்பி அழுதான்.

சாத்தூரப்பனுக்கும் கேட்கக் கேட்க கண்கள் கலங்கியது.

வில்லாயுதத்தின் தோளில் தட்டி ஆறுதல் சொல்லிக் கொண்டே, "இன்னைக்கு பேசாம படுத்துத் தூங்குங்க.. மீதியை நாளைக்குச் சொல்லுங்க... நினைச்சு நினைச்சு அழுது கன்னமெல்லாம் வீங்கிக் கிடக்கு, பாவம்..." என்றான்.

அவர்களை படுக்கச் சொல்லிவிட்டு சாத்தூரப்பன் மெல்ல எழுந்துபோய் அந்தப் பஜனை மடத்திலிருந்த ஆர்மோனியப்

பெட்டியைக் கையில் எடுத்து வந்து வெளியில் உட்கார்ந்தான். கூடவே, அங்கே உட்கார்ந்திருந்த அப்பண்ணசாமி சித்தப்பா, "என்னப்பா பாடப்போறே...?" என்று கேட்டுக் கொண்டே டோல் வாத்தியத்தைக் கையில் எடுத்தார். ரெண்டுபேரும் சுதி சேர்ந்துகொண்டார்கள்.

சாத்தூரப்பன் லேசாக ராக ஆலாபனை செய்து பார்த்தான்.

"இது சஹானா தானப்பா..." என்று கேட்டுக் கொண்டார் அப்பண்ணசாமி.

'ஆமாம் என்கிறதுபோல குரலோடு சேர்த்து தலையாட்டிய சாத்தூரப்பன், மெல்லப் பாட ஆரம்பித்தார்.

"ஊரிலேன் காணியில்லை உறவு மற்றொருவரில்லை

பாரில் நின் பாதமூலம் பற்றினேன் பரம மூர்த்தி

காரொளி வண்ணனே என் கண்ணணே கதறுகின்றேன்.

ஆருளர் களைக்கண்ணம்மா அரங்கமா நகருளானே..."

வழக்கத்தைவிட, ரொம்பவே உருக்கமாக இருந்தது சாத்தூரப்பனின் குரல். அப்பண்ணசாமி அதற்கேற்றாற்போல சன்னமாக 'டோல்' வாசித்து உணர்ச்சி ஏற்றியிருந்தார்.

சாத்தூரப்பன் பாடிய தொனியோ, அடைக்கலம் கிடைத்த திருப்பதியோ, எல்லாம் கூடி கேட்ட வில்லாயுதத்தை தேம்பித்தேம்பி அழவைத்தது.

பாடுவதை நிறுத்திய சாத்தூரப்பன்,

"நல்லா அழுமய்யா... எம்புட்டு அழணுமோ அழுதுக்கோங்க... இன்னைக்கோட சரி... நாளையிலிருந்து அழவே கூடாது... நாங்க இருக்கிறோம் உமக்கு..." என்று ஆதரவாகத் தோளில் கை வைத்தான். கண்ணீர்த் துளிகள் சாத்தூரப்பனின் கால் பெருவிரலை நனைத்தது.

மறுநாள் காலையில் எழுந்து அவர்களை எழுப்பினார். அழுது அழுது ஓய்ந்து அந்தக் களைப்பிலேயே தூங்கிவிட்டது அவர்கள் முகத்தில் தெரிந்தது.

"எழுந்திருச்சி குளிச்சிட்டு சாப்பிட்டுட்டு, ரெடியா இருங்க. எங்களுக்குச் சொந்தமான ஒரு சின்ன ஓட்டு வீடு இருக்கு. அதுல தங்கிக்கோங்க... இஷ்டமிருந்தா என்கூட புஞ்சைக்கு

வாங்க, விவசாய வேலை இருக்கு... இல்லைன்னா பக்கத்து ஊர்கள்ல பட்டாசு பேக்டரி இருக்கு. அங்க வேலைக்குப் போகணும்னாலும் போய்க்கோங்க... தெரிஞ்சவங்ககிட்ட சொல்லி அனுப்புறேன்..." என்று சொல்லிவிட்டுப் போனான்.

வில்லாயுதத்துக்கென்னவோ சாத்தூரப்பனுடன் விவசாய வேலைக்குப் போவதுதான் சரியாக இருக்கும் என்று பட்டது.

அன்றைக்கு வில்லாயுதத்தை அழைத்துக் கொண்டு சாத்தூரப்பன் புஞ்சைத் தோட்டத்துக்குப் போனான். வேலை எதுவும் சொல்லவில்லை. கிணற்று மேட்டில் உட்காரச் சொல்லி விட்டு தானும் பக்கத்தில் உட்கார்ந்து கொண்டான்.

"உங்க குடும்பத்துல நீங்க ரெண்டு பேரு மட்டும் தான் தப்பிச்சி வந்தீங்களா?" என்று கேட்டான்.

வில்லாயுதம் தொடர்ந்து சொல்லச் சொல்ல சாத்தூரப்பனுக்கு ரொம்பவே மனசு கலங்கியது.

"தண்ணீ கொஞ்சம் கொஞ்சமா ஏற ஆரம்பிச்சது. கூரையெல்லாம் காத்துல பிச்சிக்கிட்டுப் போகுது. ஊரு சனங்க எல்லாம் மேடான இடத்தைப் பார்த்து ஓடினாங்க. ஆனா எனக்கு அப்படி ஓடப்பிடிக்கல... நான் என் அப்பாவையும் அம்மாவையும் புடிச்சிக்கிட்டு, என் பெண் சாதிகிட்ட 'பிள்ளைகளைக் கையில புடிச்சுக்கோன்'னு சத்தமா கத்தினேன், எங்கம்மாவும் அப்பாவும் என் கையை உதறிவிட்டு, 'நீ தப்பிச்சிப் போப்பா... பொண்டாட்டி புள்ளைய வுட்டுறாதே...'ன்னு அங்க வாசல்ல இருந்த தூணை இறுக்கமா பிடிச்சிக்கிட்டாங்க. அதுக்குள்ள என் பெஞ்சாதி பர்வதமும் பிள்ளைகளும் கண்ணு முன்னாடி தண்ணிக்குள்ள போகிற மாதிரி ஆயிருச்சு. கதறிக்கிட்டே ஓடிப்போயி அவர்களைக் கையிலே புடிச்சேன்...

தண்ணி ஒரு மூச்சு ஏறவும் அப்புறம் இறங்குவுமா போக்கு காட்டிச்சு... காத்து வேற தள்ளிக்கிட்டே இருந்துச்சு.. மல்லுக்கட்டி அவங்களை கையிலே சேர்த்துப் புடிச்சேன்... 'வாங்க என்கூட... நடப்போம்னு' ஒரு அனுமானமா ராமேஸ்வரம் போகிற திசையில நடக்க ஆரம்பிச்சோம். தண்ணிக்குள்ள பாதி முங்கவும் அப்புறம் மூச்சு இழுக்கவுமா... அது எப்படிப்பட்ட போராட்டம்?"

"கண் முன்னாடியே பெத்தவங்களை தண்ணியில உசுரோட தவிக்கவிட்டேன்... இந்த கொடுமை யாருக்கும் வரக்கூடாது" என்ற வில்லாயுதம், பெருங்குரலெடுத்து இரண்டு நிமிசம் கத்தித்

தேம்பினான்.

மெல்ல ஆசுவாசப்படுத்திக்கொண்டு, "நான், என் பையன் ஆதிமூலம் கையைப் பிடிச்சுக்கிட்டேன்... பர்வதம் எம்பொண்ணு பூமயிலைக் கையில சேர்த்துப் பிடிச்சிக் கிட்டா... நாங்க ரெண்டு பேரும் கையைக் கோர்த்துக்கிட்டோம்... நடந்துக்கிட்டே இருந்தோம்... யாரையும் நிலையாப் பார்க்க முடியல... கடந்து மிதந்து போறவங்க உயிரோட இருக்காங்களா... பொணமா மிதக்குறாங்களான்னே தெரியல..."

இந்தப்பயல் ஆதிமூலம் 'அப்பா கெனிஸ்டனைப் போய்க் கூப்பிட்டு வர்றேன்னு...' கதறுனான்.

அப்போ 'திடீர்னு ஒரு படகு வேகமெடுத்து வந்து எங்க ரெண்டு பேரோட கையில மோதிச்சு... ஒரு நிமிசம் நிலைகுலைந்து போச்சு... திரும்பவும் எழுந்திருச்சிப் பார்த்தா... பொஞ்சாதியும் பொண்ணும் காங்கல..."

வில்லாயுதம் தேம்பி அழ ஆரம்பித்தான். சாத்தூரப்பன் தேற்றிக் கொண்டே இருந்தார்.

"தொடர்ந்து நடந்து இவனை மட்டும் கூட்டிக்கிட்டு ராமேஸ்வரம் போயிட்டேன்... அவங்க என்ன ஆனாங்களோ" என்று குரலெடுத்துக் கத்தினான்.

"அங்க ராமேஸ்வரத்துல ரயில்வே ஸ்டேஷன், சத்திரம், சாவடின்னு தங்கி... சாப்பாடு இல்லாம உடுத்தத் துணி இல்லாம ரெண்டு மூணு நாள் அல்லோலப்பட்டோம்... அங்கங்க நிவாரண முகாம்கள் இருந்துச்சு... எதுலயும் என் பொஞ்சாதியையும் புள்ளையையும் பார்க்க முடியல..."

"அப்போதான் நீச்சல் காளியைப் பார்த்தேன். அந்த ஒரு முகம்தான் தெரிஞ்ச முகமா இருந்துச்சு... நீச்சல்காளி பெரிய நீச்சல்காரன். எப்பவாச்சும் நடுக்கடல்ல படகு கவிழ்ந்தாக்கூட அவன் போய்தான் எல்லாரையும் காப்பாத்துவான். அன்னைக்கு நீந்தியே அம்பது அறுபது பேரைக் காப்பத்தியிருக்கான். அவன் தான் 'நான் காப்பாத்திக் கொண்டு போய்ப் போட்டதுல ராமேஸ்வரம் கோயில் 'மேலக்கோபுரத்துக்கிட்ட பர்வதமும் பூமயிலுவும் சுருண்டு கிடந்ததைப் பார்த்தேன்னு' சொன்னான். மனசுக்குக் கொஞ்சம் ஆறுதலா இருந்துச்சு.

ஆவலோட ஊர்பூராவும் தேடிப்பார்த்தேன்... நிறையப் பொம்பளைகள் இங்க இருந்தா பொழைக்க முடியாதுன்னு

சிவகாசிப் பக்கம் வேலை தேடி நடந்தே போறாங்கன்னு பேசிக்கிட்டாங்க... நானும் அந்த நம்பிக்கையில் தான் பொறப்பட்டு அருப்புக்கோட்டை, விருதுநகர்னு ஊர்ஊராத் தேடி இங்க வந்து சேர்ந்தோம்... இதுக்கு மேலே எங்கபோறதுண்ணு தெரியல...” என்றான்.

சாத்தூரப்பன், “முதல்ல ரெண்டு மூணுநாள் நல்லா சாப்பிட்டு தெம்பா இருங்க... அப்புறம் நானும் வர்றேன். போய்த் தேடுவோம்...” என்று ஆறுதல் சொன்னான்.

சாத்தூரப்பன் ஒதுக்கிக் கொடுத்த ஓட்டு வீட்டில் தங்கிக் கொண்டு அவர்களின் புஞ்சைக் காட்டுக்குப் போகவும் சொல்கிற வேலையைச் செய்யவுமாக இருந்தார்கள் அப்பனும் மகனும்.

பத்துநாள் கழித்து ஒரு நாள் வில்லாயுதம் சாத்தூரப்பனிடம், “அய்யா... கொஞ்சம் போக்குவரத்துச் செலவுக்கு மட்டும் பணம் கொடுங்க... பையனை விட்டுவிட்டுப் போறேன்... நான் போய் ஒரு ரெண்டு நாள் பர்வதத்தையும் பூமயிலையும் தேடிட்டு வர்றேன்...” என்று சொல்லி கைசெலவுக்குக் கொஞ்சம் பணம் வாங்கிக் கொண்டு கிளம்பினான்.

சின்னப் பையனான ஆதிமூலத்தை சாத்தூரப்பனிடம் விட்டுவிட்டுப் போனவன்தான்... வில்லாயுதம் இதுவரை வரவில்லை, என்ன ஆனான் என்கிற தகவலும் இல்லை.

15

ஆதிமூலத்தை சாத்துரரப்பனே அரவணைத்துக் கொண்டார். பத்து வயது சின்னவன்தான். இருந்தாலும் தோழனாக பாவித்துச் சேர்த்துக் கொண்டார்.

ஆரம்பத்தில் ஒரு சில வருசங்கள் இரண்டுபேரும் ராமேஸ்வரம் போய்த் தேடினார்கள். சாத்துரரப்பனுக்குக் கல்யாணம் ஆனது. அப்புறம் சாத்துரரப்பன் போவதை நிறுத்திக் கொண்டார்.

ஆதிமூலம் மட்டும் வருசத்துக்கு இரண்டுமுறை போய்த் தேடிவிட்டு வருகிறான்.

இது தொடர்ந்து கொண்டிருக்கிறது.

சாத்துரரப்பனும் அழகர்சாமியும் ஒரு தடவை ஆதிமூலத்திடம்,

“பள்ளிக்கூடம் போய்ப் படிக்கிறாயா ...? என்று கேட்டார்கள்.

“என் அப்பா வரட்டும்... போகிறேன்...” என்றவன் இதுவரை போக வாய்ப்பில்லாமலே போனது.

சாத்துரரப்பனும் ஊர்மக்களும் தந்த ஆதரவு ஒருபக்கமிருக்க, அவ்வப்போது பொங்கி எழும் சோகத்தைச் சொல்லிப் புலம்ப ஒருதுணையாக ஆதிமூலத்திற்குக் கிடைத்தது அந்த பிள்ளையார் கிடங்குக் கரையில் குடியிருந்த பிள்ளையார்தான்.

“எப்படியாவது அப்பா அம்மாவையும் தங்கை பூமயிலையும் என்கூட சேர்த்துவை பிள்ளையாரப்பா...”என்று பிள்ளையாரிடம்

மன்றாடிக் கொண்டிருப்பதே தினசரி வேலைகளில் ஒன்றானது ஆதிமூலத்துக்கு.

வாழ்க்கையில் மனக்குமுறலை எத்தனை நாள்தான் மனிதர்களிடம் சொல்லி அழுவது, அவர்களுக்கும் சலித்துவிடாதா... சலிக்காமல் அழுகையைக் கேட்க ஒருத்தர் வேண்டாமா...

ஆதிமூலத்துக்குப் பிள்ளையார்தான் அப்படி ஒரு துணையானார். தாத்தாவிடம் கற்றுக் கொண்ட சிலம்பாட்டத்தை நாலு பேருக்குச் சொல்லிக் கொடுப்பது தொடர்கிறது.

கூடவே கரிசல்காட்டு வெள்ளாமையில் ஏனோ இந்த களத்துவேலைகளில் ஆதிமூலத்துக்கு அதீத ஆர்வம் ஏற்பட்டது. சிலம்பாட்டத்தில் கைசுற்றிய பழக்கம் தகரச் சொளகை லாவகமாகச் சுழற்றி தானியங்களைத் தூற்றுவது என்பது மெல்லமெல்லக் கைகூட, பார்க்கிறவர்கள் அதைப் பார்த்து ரசித்துப் பாராட்ட, அப்படியே இந்தக் களத்து வேலையில் ஆதிமூலம் தவிர்க்க முடியாத ஆளானான் அந்த ஊரில்.

இதையெல்லாம் கண்ணைமூடி அசை போட்டுக் கொண்டிருந்த ஆதிமூலத்தின் கண்களில் தண்ணீர் முட்டியது. கண்ணெல்லாம் சிவந்து விட்டிருந்தது.

அப்போது டிவிஎஸ்-50 வருகிற சத்தம் கேட்டது.

ராமகிருஷ்ணன்தான்.

ஆதிமூலம் கண்ணைத் துடைத்துக் கொண்டான். இருந்தாலும் கண்கள் வீங்கிக் கிடந்தது.

“என்னண்ணே... கண்ணெல்லாம் சிவந்திருக்கு...?” என்று அக்கறையோடு கேட்டான்.

“நீ வர்றதுக்கு செத்த முன்னாடி ஒரு காத்து சர்ர்ன்னு அடிச்சிட்டுப் போச்சே... மண்ணை அள்ளி கண்ணுல போட்டுட்டுப் போயிடுச்சப்பா...” என்று செயற்கையாக ஒரு சிரிப்பை வரவழைத்துச் சொன்னான்.

ராமகிருஷ்ணனுக்கு அவன் மனத்துயரம் தெரிந்தது. தொடர்ந்து கேட்டு தர்மசங்கடத்தில் ஆழ்த்த விருப்பமில்லை.

‘மனுஷன் அந்தத் துயரத்தை மறக்கிற மாதிரி தெரியலயே... பாவம் தினம் தினம் தனியா உட்கார்ந்து அழறாரே” என்று

மனதுக்குள் சங்கடப்பட்டுக்கொண்டான்.

“இன்னிக்கு உட்கார்ந்து அடிப்படை வேலையா அந்த அணைக்கட்டுத்திட்டம் பற்றிய குறிப்புகளை கோர்வையா எழுதுகிற வேலையை முடிக்கணும்ணே... அதை ஒரு சின்ன புத்தகமாக்கணும்” என்றான்.

“நீ எழுது. நான் துணைக்கு உட்கார்ந் திருக்கேன்” என்றான் ஆதிமூலம்.

ஊர்ப் பெரியவர் ராமசுப்பு, ஆதிமூலம், சாத்தூரப்பன்... ஊர் மக்கள் எல்லாருமே இப்படி ஊருக்குள் இருக்கிற தண்ணீர் பஞ்சம் பற்றி கவலைப்பட்டுக் கொண்டிருக்க, ராமகிருஷ்ணன் இந்த மழைமறைவுப் பிரதேசத்தில் மாட்டிக்கொண்ட மானாவாரி கரிசல் மண்ணின் தண்ணீர்ப்பஞ்சம் தீர கொஞ்சம் மாறுபட்டு யோசித்தான். ‘இங்கே மேற்கே கண்ணுக்குத் தெரிகிற தூரத்தில் இருக்கிற மேற்குத் தொடர்ச்சி மலையில் பெய்து வீணாகக் கடலில் கலக்கிற தண்ணீரை ஓர் அணைகட்டி வாய்க்காலில் கொண்டுவந்து இந்த மண்ணில் விட்டால் எப்படி செழிப்பாக இருக்கும் இந்தப் பூமி...’ என்று யோசித்தான்.

அவ்வப்போது திண்ணையில் உட்கார்ந்து கால்மேல் காலைப்போட்டு இப்படி யோசிக்கும் போது, தண்ணீர் பெருக்கெடுத்து ஒரு வாய்க்காலில் ஓடி வந்து அப்படியே மூன்று மாவட்டம் தாண்டி எங்கேயோ கடலடிப் பக்கம் வரைக்கும் பச்சைப்பசேல் என்ற காட்சி கண்ணில் விரிவதைக் காண்பான்.

‘அதற்காக இப்படி கற்பனை பண்ணிக்கிட்டே இருந்தா வந்துடுமா என்ன?’ என்று உள்மனது கேள்வி எழுப்பும்.

உடனே எழுந்து சேகரித்த காகிதங்களைத் திரும்பவும் படிப்பான்... கூர்ந்து படித்து குறிப்புகளை எழுதிக்கொள்வான்.

அடுத்து என்ன செய்யலாம் என்று திட்டமிடுவான்.

அன்றைக்கு ராமகிருஷ்ணனுக்காக ஆதிமூலம் தூக்கத்தைக் கட்டுப்படுத்தி விழித்திருந்தான். இடைஇடையே ஒன்றிரண்டு தடவை கொட்டாவி வந்தது. அதைப்பார்த்ததும்

ராமகிருஷ்ணனுக்கும் கொட்டாவி வந்தது.

“ஏன்ணே... நீங்க தூங்கலயா... தூங்குங்க... எனக்கு இன்னும் கொஞ்சம் எழுத்து வேலை பாக்கியிருக்கு” என்றான்.

“நீ இங்கேயே இருப்பா... நான் வந்துடுறேன்” என்று சொல்லி எழுந்து போனான்.

போனவன், நேராக வீட்டுக்குபோய் வெளியே காய்ந்து கிடந்த பருத்தி மார் குச்சிகளை ஒடித்து எடுத்து அடுப்பில் வைத்தான். அதை எரிக்கவிட்டு கொஞ்சம் டீத்தண்ணி போட்டுக் கொண்டு வந்தான்.

“ஏன்ணே... இப்படிச் சிரமப்படுறீங்க... நீங்க செவனேன்னு தூங்க வேண்டியதுதானே...”

“ராமகிருஷ்ணா... நீ எங்கேயோ அணைகட்டி இந்த வறண்ட பூமிக்கு தண்ணி கொண்டுவரணும்னு என்னென்னவோ கஷ்டப்படுறே... உனக்கு ஒருவாய் டீத்தண்ணி போட்டுக் கொடுக்கிறதுல எனக்கொரு சந்தோஷம். நீ குடி...”

“எம்புட்டு நேரமனாலும் சரி... நீ படி... எழுது... நான் உங்கூட முழிச்சிருக்கேன்....” என்றான்.

டீ குடித்துக் கொண்டே கால்மேலே காலைப் போட்டு லேசாக ஆட்டிக்கொண்டே கையில் இருந்த காகிதங்களைக் கூர்ந்துப் படித்தான் ராமகிருஷ்ணன்.

ராமகிருஷ்ணன் உட்கார்ந்திருந்த தோரணையைப் பார்க்க ஆதிமூலத்துக்கு அப்படியே அவன் அப்பா அழகர்சாமியைப் பார்க்கிறதுபோல இருந்தது.

அழகர்சாமி ஒரு பெரிய லட்சியத்தை மனதில் கொண்டு வாழ்ந்தவர். அந்த லட்சியத்தை நிறைவேற்றாமலேயே உயிரை விட்டுவிட்டார். ஆனால், அந்த லட்சியத்தைத் தவறாமல் தன்மகன் ராமகிருஷ்ணனுக்குக் கடத்திவிட்டுத்தான் உயிரை விட்டார்.

ஊருக்குத் தென்மேற்கே அழகர்சாமி குடும்பத்திற்கு நாலு ஏக்கர் மானாவாரி கரிசல் பூமி கிடந்தது. அண்ணன் தம்பிகளான அழகர்சாமியும் சாத்தூரப்பனும் அதை முறையாகப் பாகம் பிரிக்காமல் முழுசாகவே வைத்து விவசாயம் செய்து வந்தார்கள். பருத்தியோ அல்லது நாற்றுச் சோளமோ விதைத்து

பயிர்வைப்பார்கள். ஊடுபயிராக உளுந்து, மொச்சை விளையும், ஒட்டுமொத்தமாக விளைச்சலை அழகர்சாமியே எடுப்பார். கணக்குப்பார்த்து சரிபாதியாக விளைச்சலில் பாதியைப் பங்கு போட்டுக் கொடுத்துவிடுவார்.

அழகர்சாமிக்கு விவசாயம் செய்வது ஒரு பக்கம் என்றால், இன்னொரு பக்கம் அந்த வட்டாரத்து விவசாயிகளின் பிரச்சனைகளை மனுவாக எழுதியோ, சின்னச்சின்ன போராட்டங்கள் நடத்தியோ அரசாங்கத்தின் கவனத்துக்குக் கொண்டுபோகிற வேலையையும் இழுத்துப் போட்டுக் கொள்வார். அந்த வட்டாரத்து விவசாயிகள் சங்கத்தில் அவ்வப்போது முக்கியப் பொறுப்புகளில் இருந்து வந்தார். ஒன்றிரண்டு தடவை தேர்தலில் நிற்க வாய்ப்புக் கிடைத்தது.

“தேர்தலில் நின்று அரசியல்வாதியிட்டா சங்கத்தோட சக்தி குறைஞ்சிடும்... எனக்கு அதிலே உடன்பாடு இல்லை...” என்று நிராகரித்துவிட்டார்.

ஒரு சங்கமாக விவசாயிகளை ஒருங்கிணைப்பது அவ்வளவு எளிதாக இல்லை அழகர்சாமிக்கு. தொழிலாளர்களை ஒருங்கிணைப்பது போல விவசாயிகளை ஒருங்கிணைப்பது அவ்வளவு சுலபமல்ல என்று தெரிந்து வைத்திருந்தார்.

இதையெல்லாம் தாண்டி மேற்குத் தொடர்ச்சி மலையில் இந்தக் கரிசல் வட்டாரத்துக்கே பிரத்யேகமாக ஓர் அணைகட்ட வேண்டியதன் அவசியத்தை வலியுறுத்தி அதை ஓர் இயக்கமாக மாற்ற முயற்சி செய்து வந்தார். இதற்கென சில வல்லுநர்களைச் சேர்த்து ஒன்றிரண்டு முறை ஸ்ரீவில்லிபுத்தூர் வழியாக மலை ஏறிச் சென்று ஆய்வு செய்து அறிக்கைகளை அரசுக்கு அனுப்பினார்.

அழகர்சாமி இப்படி பொதுவேலைக்கு அலையும்போதெல்லாம் அவரின் தம்பி சாத்தூரப்பன், அண்ணன் புஞ்சைக்காட்டையும் விவசாய வேலைகலையும் சேர்த்துப் பார்த்துக்கொள்வார். அதுவும் சமீபகாலமாக ரொம்பவே தீவிரமாக அலைந்ததால் எல்லாவற்றையும் சாத்தூரப்பனே இழுத்துப்போட்டு செய்து கொண்டிருந்தார். இருந்தாலும் இணைத்தே ஆகவேண்டும் என்ற லட்சியத்தோடு திரிந்தார்.

புஞ்சைக்காட்டில் பயிர் வைக்கிற வேலை தீவீரமாக இருக்கும்போது, இப்படி அலைவதை கொஞ்சம் குறைத்துக் கொண்டு புஞ்சைக்காடு, மோட்டார், பம்புசெட்டு என்று வந்துவிடுவார். கூடவே, பள்ளிக்கூடம் போய் வந்த நேரங்களில் ராமகிருஷ்ணனும் சேர்ந்துகொள்வான்.

அந்த வருட மழை ஓரளவிற்குப் பெய்திருந்தது. பெரிய மழை என்று எதுவும் பெய்திருக்கவில்லை!

மழை பெய்தால் அது ஆரம்பிக்கிற வேகத்தைப் பார்த்து அப்பாவி சம்சாரிகளும் அதே வேகத்துக்குப் புறப்படுவார்கள்.

பெய்த மழையை நம்பி பயிர் வைக்கிறவர்களுக்கு மழை எல்லா வருசமும் தொடர்ந்து பெய்து காப்பாற்றுவதில்லை. இது அந்த மண்ணின் சாபக்கேடு!

என்ன பண்ண? எப்படியாவது இருக்கிற கிணற்றுத்தண்ணீரை 'பெரிய அளவில்' திட்டம் போட்டு வருகிற கரண்ட்டுக்குத் தோதான நேரம் பார்த்து மோட்டாரைப் போட்டு தண்ணீர் பாய்ச்சி 'எப்படியாவது போட்ட பயிரை காப்பாற்றுகிற' சக்தியை அந்த மண் அவர்களுக்குக் கொடுத்திருந்தது.

ராமகிருஷ்ணனின் அப்பா அழகர்சாமியும் அந்த வருடம் பெய்த மழையை நம்பி கிணற்றுப் பாசனம் இருக்கிற புஞ்சைக்காட்டில், ஒரு பக்கம் பருத்தியும் மறுபக்கம் மிளகாயும் போட்டு மருந்தடிக்கவும் உரம்போடவும் தண்ணீர்விடவுமாக பருவம் பண்ணிக் கொண்டிருந்தார்.

அந்த வருடம் வழக்கம்போலவே மழை சீக்கிரமாகவே விடை பெறத் தொடங்கியது. கிணற்றுத் தண்ணீரும் மளமளவென கீழே இறங்க ஆரம்பித்தது.

அன்றைக்கு தண்ணீர் பாய்ச்சப் போன அழகர்சாமி, கூடவே மகன் ராமகிருஷ்ணனை கூட்டிப் போனார்.

"ஏலே.. ராமகிருஷ்ணன்... நான் எங்க விவசாய சங்கத்து ஆட்களோட போன வாரம் விருதுநகருக்கு மந்திரியை பார்க்க போனோமே ஏன் தெரியுமா..? மோட்டார் ரூம் கதவைத் திறந்துகொண்டே கேட்டார் அழகர்சாமி.

"தெரியலயேப்பா..."

"தெரிஞ்சுக்கோ..." என்றவர் தொடர்ந்தார்.

"காலமெல்லாம் நம்ம காட்டுல மானம் பார்த்த பூமியில பெய்யாத மழையை எதிர்பார்த்தே வெள்ளாமை வெச்சு மல்லுக்கட்டிக்கிட்டுக்கு இருக்கோமே.."

"ஒண்ணு தெரிஞ்சுக்கோ... இந்த மண் ஒரு மழைமறைவுப் பிரதேசம்.... பெரிய மழை எல்லாம் எதிர்பார்க்க முடியாது.

தமிழ்நாட்டுல வடமாவட்டங்களில் பெய்கிற மழையே அவர்களுக்குப் போதும். ஆனா, இங்கே இவ்வளவுதான் மழை... இதுவரை பெய்கிற மழையை வச்சு மானாவரி விவசாயம் பண்ணி காலங்கள் கடந்தது. ஆனா இப்போ பட்டாசு, தீப்பெட்டின்னு வந்திருக்கிற புதுப்புதுத் தொழில்களுக்கு மத்தியில் வேலைக்கு ஆட்கள் கிடைக்காமல் போராடி மல்லுக்கட்டி விவசாயம் பண்ணுகிற நிலைமையில இப்படி வறட்சியும் சேர்ந்து துயரப்படுத்தும்போது யாரும் விவசாயம் பண்ணத் தயாராக இல்லை. இதுக்கு உடனடியா ஒரு தீர்வு கண்டாகணும். நமக்கு இப்போதைய தேவை ஒரு நல்ல அணைத்திட்டம்".

"ஆமாப்பா.."

"இதுக்கு ஒரு நல்ல தீர்வு இருக்குது. வெள்ளைக்காரன் காலத்துல இருந்தே அது விசயமா ஆய்வு நடக்க ஆரம்பிச்சது. ஆனா அந்த திட்டத்தை அப்படியே.... போட்டுட்டாங்க... அதைத் திரும்பவும் எடுத்து வெச்சு நிறைவேத்தணும்னு கோரிக்கை வைக்கத்தான் போனேன். இது விஷயமா நாங்களும் மலையேறிப் போய் ஆய்வு செஞ்சோமே... அதையும் சேர்த்து கோரிக்கை வெச்சுட்டு வந்தோம்."

"அது என்ன திட்டம்ப்பா?"

"அந்தா தெரியுதே, மேற்கு தொடர்ச்சி மலை. அங்கே பெய்கிற மழையை அணைகட்டி வாய்க்கால் மூலமா கொண்டு வந்தா, நம்ம ஊர் மட்டுமில்ல... நம்மைச் சுத்தி மூணு மாவட்டத்துக்கும் பாசன வசதி கெடச்சுடும்... குடிதண்ணீர் பிரச்சினையும் சுத்தமா தீர்ந்துடும்" என்றார்.

"ஆனா, இது எங்க தலைமுறையில நடக்கிற மாதிரி தெரியல... நீயும் தெரிஞ்சே ஆகணும். எத்தனை தலைமுறையானாலும் அந்த முயற்சியை விடக்கூடாது. நம்ம மண் வளம் பெறுகிறதுக்கான திட்டம் அது..."

"அது என்னப்பா...?"

"முதல்ல நம்ம இந்த கரிசல் பூமி, 'ஒரு மழை மறைவுப் பிரதேசம்' என்கிற பூகோள அமைப்புல அமைஞ்ச பூமி. இங்கே மழைங்கிறது இப்படித்தான் இருக்கும். நாம என்ன பிரயத்தனப்பட்டாலும் எத்தனை சாமியைக் கும்பிட்டாலும் இவ்வளவுதான் மழை. சில நேரம் நல்லா பெய்யும்... பெரும்பாலான வருசம் வறட்சிதான் இருக்கும்.

ஆனா... இந்தக் கரிசல் மண் ஒரு தனிக்குணம் வாயச்ச மண்ணு... இதுக்கு கொஞ்சம் ஈரம் காட்டிட்டா, இதுபோல விளைகிற வேற மண் எதுவும் கிடையாது..."

"ஆனா, இன்றைக்கு இந்த நவீனகாலத்துல அணைகள் கட்டி ஓர் இடத்திலேயிருந்து இன்னொரு இடத்திற்கு தண்ணீர் கொண்டுவருகிற திட்டங்களைச் செயல்படுத்த அரசாங்கத்தால் முடியும்... அது, ஒண்ணும் புதிய திட்டமில்ல... வெள்ளைக்காரன் காலத்திலேயே ஆய்வுசெஞ்சு வகுத்துவைக்கப்பட்ட திட்டம். அழகர் அணைத் திட்டம்னு அதுக்குப் பேரு. 1929லேயே இதுக்கான திட்ட வடிவம் தயாராகி இருக்கிறது. ஆனா, இதுவரை அது கிடப்பிலேயே இருக்குது..."

"இந்தப் பூமியில் இந்த வறட்சி புதுசு இல்ல... காலகாலமா இதே நிலைமைதான்... ஆனா, இந்தத் தொழில்கள் வர்றதுக்கு முன்னாடி மக்கள் விவசாயத்தையே முழுசாய் பார்த்ததாலே, பெய்கிற மழையை வெச்சு மண்ணுக்கேத்த பயிர்களை விளையவெச்சு, நெல்லு, வாழைனு இல்லாவிட்டாலும், இந்த பருத்தி, மிளகாய், பயறுகள், சிறு தானியங்கள்னு குறைவில்லாம விளையவெச்சு நிறைவோட வாழ்ந்த மக்கள்தான் இந்த கரிசல் மக்கள். ஆனா, இன்றைக்கு வேற தொழில்கள் மெல்லமெல்ல இந்த மண்ணுக்குள்ள நுழையும்போது, வேற பூமி மாதிரி இல்லாம, இங்கே முழுசா இந்த மண்ணை தொழில்கள் ஆக்கிரமிக்கிற ஆபத்து நெருங்கிட்டு வருது. தொழில்கள் வரட்டும்... அதை வரவேற்போம்... ஆனாலும் இருக்கிற பூமியில் கொஞ்சமாச்சும் சனங்களை தக்கவெச்சு விவசாயம் பார்க்கலைன்னா மண்ணு முழுசும் 'கரிக்காடு' ஆகிப் போயிடும். மண்ணெல்லாம் பாஸ்பரஸ், கந்தகம்னு மூடிப் போயிடும்.

அதனாலே... ஓர் அணைத் திட்டம் கொண்டுவந்து, மண்ணைக் கொஞ்சமாச்சும் வளப்படுத்த வேண்டியது அவசியம்..."

அழகர்சாமி மனசில் ஏனோ அன்றைக்கு எல்லாவற்றையும் தன் மகனுக்குச் சொல்லிவிட வேண்டும் என்று உள்மனசு சொல்லியது.

"அந்த அணைத் திட்டம் பத்தின எல்லா விஷயங்களும் வீட்டிலே நான் வெச்சிருக்கேன்... எடுத்துப் படிச்சுப் பாரு..." என்றவர்,

"தொழில்கள் பெருகிட்டுப் போகுது. தொழிற்சாலைகள் பக்கம் திரண்டு ஓடுகிற ஜனங்களைக் கொஞ்சமாச்சும் நிறுத்தி

விவசாயத்தைக் காப்பத்தனும்... இந்த கரிசல் மண்ணோட வளத்தைத் தக்கவைக்கணும்னா இதைக் கண்டிப்பா செய்தாகணும்...” சொல்லிக்கொண்டே மண்வெட்டியைக் கையில் எடுத்துக்கொண்டு “நீ மோட்டார் சுவிட்சு போடு... நான் குழாயில வர்ற தண்ணியை மிளகாய்க்குத் திருப்பிவிடுறேன்..” என்றார்.

ராமகிருஷ்ணன் சுவிட்சைப் போட்டான். மோட்டார் நன்றாகத்தான் ஓடியது. ஆனால், தண்ணீர்தான் கொட்டவில்லை. வெத்து மோட்டார்தான் ஓடியது.

அழகர்சாமி சுவிட்சை ‘ஆப்’ பண்ணச் சொல்லிவிட்டு, கிணற்றை எட்டிப்பார்த்தார். கிணற்றில் தண்ணீர், குழாயின் அடிப்பாகமான புட்பாலுக்கும் கீழே இருந்தது.

‘அப்புறம் எப்படி தண்ணீர் கொட்டும்...?’ என்று நொந்துகொண்டார்.

“ஏலே... இன்னிக்கு தண்ணி பாய்ச்ச முடியாது போல... நீ போய் பிட்டர் வேப்பங்குளம் சீனியை கூட்டிட்டு வா” என்று அனுப்பிவைத்தார்.

நிறைகுளத்தின் நிறைஞ்ச விவசாயமும், மோட்டார்களும் பிட்டர் வேப்பங்குளம் சீனியை இங்கேயே குடியேற வைத்திருந்தது.

ஊரில் உள்ள மோட்டார்களுக்கெல்லாம் டாக்டரும் அவர்தான். எஞ்சினியரும் அவர்தான்.

ராமகிருஷ்ணன் கூப்பிடப்போனபோது, சீனி ஊர்ப்பெரியவர் ராமசுப்புவின் தெற்குத் தோட்டத்தில் மோட்டார் இறக்கப் போய்விட்டதாகவும் சாயங்காலம்தான் வருவார் என்று சொல்லிவிட்டாள் அந்த அத்தை... சீனியின் மனைவி.

“சரி வா... வீட்டுக்குப் போவோம்... நாளைக்கு சீனி வந்து மோட்டாரை இறக்கினாத்தான் இனி வேலையாகும்...” என்று அழகர்சாமி சொல்ல, அப்பாவும் மகனும் வீடு திரும்பினார்கள்.

மறு நாள்...

ராமகிருஷ்ணனுக்குப் பள்ளிக்கூடம்.

சீனி, கையில் பானர், பைப் ரிஞ்ச் வகையறாக்களோடு வீட்டில் வந்து நின்றார். வந்தவர், “அக்காவை காபித்தண்ணி போடச் சொல்லுங்க... குடிச்சிட்டு கிளம்புவோம்” என்றார் தோரணையோடு.

ராமகிருஷ்ணன் பைக்கட்டைத் தூக்கி வைத்துக் கொண்டு, “யப்பா... நான் பள்ளிக்கூடம் போகவா... உங்ககூட மோட்டார் மாட்ட வரவா...” என்று கேட்டான்.

“யப்பா... ராமகிருஷ்ணா... நீ பள்ளிக்கூடம் கெளம்பி... போ... இந்தப் பொழப்பு எங்களோட போகட்டும்... நீ படிச்சி டவுனுக்குப்போகிறவேலையப்பாரு...இதைநானும்உங்கப்பாவும் பாத்துக்கிடறோம்” என்று அனுப்பிவைத்தார் சீனி.

பள்ளிக்கூடம் ஒண்ணரை மைல் தொலைவில் இருந்தது. நடந்தே போக வேண்டும். போகும்போது வழியில் படுகிற மண்ணெல்லாம் காய்ந்து பிளந்துகிடப்பது இன்று ஏனோ புதிதாகத்தெரிந்தது அவனுக்கு. வழக்கமான வறண்ட மண்தான். ஆனால், அவன் அப்பா அந்த மலைமேல் அணைகட்டுகிற திட்டத்தைச் சொன்னதைக் கேட்டதாலோ என்னவோ, ‘இந்த பூமியெல்லாம் பச்சையா மாறினா எப்படி இருக்கும்?’ என்று கற்பனை செய்யத் தோன்றியது.

அன்றைக்கு வகுப்பில் ‘இலக்கிய மன்றக் கூட்டம்’ நடத்துவதாக இருந்தது. தமிழாசிரியர் அவனை பாரதியார் பாட்டு ஒன்றைப் பாடச் சொல்லி இருந்தார்.

ராமகிருஷ்ணனை தமிழாசிரியருக்கு ரொம்பவே பிடிக்கும். அவனுடைய கண்ணையும் மூக்கையும் காட்டி “பாரதியார்போல இருக்கலே...” என்பார். ஒருநாள் தன் தோள் துண்டைக் கொடுத்து தலையில் கட்டச் சொல்லி, “பார்றா... அப்படியே பாரதியார் மாதிரியே இருக்காம்லே” என்றார்.

ராமகிருஷ்ணன் ஒன்றும் படிப்பில் பெரிய சூரப்புலி கிடையாது. அவனுக்கு இந்த ‘முதல் ரேங்க்... இரண்டாம் ரேங்க்...’ என்கிற போட்டியில் எப்போதும் மனம் ஈடுபட்டதில்லை.

அவனுக்கான சந்தேகங்களைத் தெளிவாகத் தீர்த்துக் கொள்வான். பிடித்த விஷயங்களை ஊன்றிப் படிப்பான்.

அவ்வளவுதான். சமூகப் பொது விசயங்களை ஆழமாகத் தெரிந்து வைத்திருப்பான்.

அவனுடைய இந்த அணுகுமுறை தமிழாசிரியருக்கு ரொம்பவே பிடித்திருந்தது.

பள்ளிக்கூடம் போகிற வழியில் ஓர் ஆலமரம் இருந்தது. கூடவந்தவர்களை முன்னே அனுப்பிவிட்டு கூட்டாளி

காமராசுவை மட்டும் இருக்கச்சொல்லி, ஆலமரத்தடியில் தான் தேர்ந்தெடுத்த பாரதியார் பாட்டைப் பாடிப் பழகிக் கொண்டு வகுப்புக்குச் சென்றான்;.

"என்ன பாட்டு பாடப்போறடா" என்று கேட்டான் காமராசு.

"பாரதியார் பாட்டு... சிந்து நதியின் மிசை....ங்கிற பாட்டு" அப்பா அணை கட்டுவதைப் பற்றிச் சொன்னதிலிருந்து அவன் சிந்தனை அதை ஒட்டியே பயணித்தது. அதற்குப் பொருத்தமாக இந்தப் பாட்டைத் தேர்ந்தெடுத்துக்கொண்டான்.

"அது சினிமாவுலயும் வருதே... சிவாஜி பாடுவாரே, அதையே பாடிடு... நல்லாருக்கும்."

"ம்..." என்று சொல்லி பயிற்சி செய்தான். நன்றாகவே வந்தது.

16

வகுப்பில் இலக்கிய மன்றக் கூட்டம் தொடங்கியது. வகுப்புத் தலைவன் வரிசையாக நிகழ்ச்சி நடத்தும் பெயர்களை வாசித்தான். மணி என்கிற மாணவன் ஓரங்க நாடகம் ஒன்றை நடித்துக் காட்டினான். செல்வி என்பவள் கவிதை வாசித்தாள். அடுத்து ராமகிருஷ்ணன் எழுந்து முன்னே போய் நின்று பாடத் தொடங்கினான்.

“சிந்து நதியின் மிசை நிலவினிலே...” என்று தொடங்கி கணீர் குரலில் பாடினான். தமிழாசிரியர் கூர்ந்து கவனித்தார்.

சரணத்தை முடித்து பல்லவிக்குள் நுழைந்தான்.

“கங்கை நதிப்புறத்து... கோதுமைப்பண்டம்

காவிரி வெற்றிலைக்கு மாறுகொள்வோம்...”

தொடர்ந்து மெல்லக் குரலை இறக்கி “வங்கத்தில் ஓடிவரும் நீரின் மிகையால்...

மையத்து நாடுகளில் பயிர் செய்குவோம்...”

என்று ஒருமுறை இந்த வரிகளைப் பாடும் போது, பள்ளிக்கூடத்தின பியூன் வந்து தமிழாசிரியரின் காதில் ஏதோ சொன்னார். லேசாக முகம் மாறிய தமிழாசிரியர் மெல்ல எழுந்தார்...

“வங்கத்தில் ஓடிவரும் ...” இரண்டாவது முறை அதே வரியை

பாடத் தொடங்கினான். அப்போது ஆசிரியர் அவன் அருகில் வந்தார்.

"ராமகிருஷ்ணன்...போதும்...நீவெளியே வா..." என்று கூட்டிப் போனார்.

வெளியே நிறைகுளத்திலிருந்து வந்து அதே பள்ளிக்கூடத்தில் பத்தாவது படிக்கும் குமரன் சைக்கிளோடு நின்றிருந்தான்.

"உங்கப்பாவுக்கு ஏதோ காலில் அடிபட்டுடுச்சாம். நீ உடனே கிளம்பு..." என்று அனுப்பிவைத்தார்.

பதற்றத்தோடு சைக்கிளில் பின்னால் ஏறிக் கிளம்பினான். வீடு போகும்வரை ஏனோ குமரன் எதுவும் பேசவில்லை.

வீட்டின் வாசலில் பெருங்கூட்டம் இருந்தது.

உள்ளே அப்பா அழகர்சாமி படுக்க வைக்கப்பட்டிருந்தார்.

"மோட்டார் மாட்டுறதுக்கு கூட இரண்டு பேரைக் கூட்டிட்டுப் போயிருக்கலாம்... கிணற்றுப் படியில மோட்டாரை இறக்கும்போது தடுமாறி தலைகுப்புற விழுந்திருக்கிறார். தலையில அடி பட்டுருச்சு... இந்தச் சோகத்தை என்ன சொல்ல..." என்று ஒருத்தர் சொல்லிக் கொண்டிருப்பது காதில் விழுந்தது.

ராமகிருஷ்ணன் அருகில் உட்கார்ந்திருந்த தாயைக் கட்டிப்பிடித்து பெருங்குரலெடுத்து அழுதான்.

வீடெல்லாம் சொந்த பந்தங்கள், அழகர்சாமியுடன் விவசாயிகளுக்கான போராட்டக் களங்களில் ஓடித்திரிந்தவர்கள் என பெருங்கூட்டம் திரண்டிருந்தது.

அந்தச் சோகச் சூழலிலும் ராமகிருஷ்ணனின் மூளைக்குள் எங்கிருந்தோ ஒரு மூலையில் இருந்து பாடல் கேட்டது.

"வங்கத்தில் ஓடிவரும் நீரின் மிகையால்

மையத்து நாடுகளில் பயிர் செய்குவோம்.."

ராமகிருஷ்ணன்தான் கொள்ளி வைத்தான்.

அழுகையை அடக்கமுடியாமல் நடந்துகொண்டே கொள்ளி வைத்தான்.

மயானக்கரையிலிருந்து உறவினர்களோடு திரும்ப வந்தவனை பம்புசெட்டில் குளிக்கச் சொன்னார்கள். பம்புசெட்டில் இருந்து கொட்டிய தண்ணீரில் தலையைவிட்டு உட்கார்ந்தான்.

நீரின் சலசலப்புக்கு இடையே அந்தப் பாடல் வரி காதில் ரீங்காரமிட்டதை அவனால் தவிர்க்க முடியவில்லை.

இம்முறை அந்தப்பாடல் வரியோடு ஒரு தலைப்பாகையைக் கட்டிக் கொண்டு மீசையை லேசாக வருடிக்கொண்டு பாடுவதுபோல அவன் அப்பா அழகர்சாமியின் முகம்தான் தெரிந்தது, தண்ணீரின் ஊடாக.

நாட்கள் நகர்ந்தன.

அண்ணன் நிலத்தைப் பயிர்வைப்பது என்று கூடுதல் பொறுப்பு சாத்தூரப்பனுக்கு வந்தது.

சாத்தூரப்பன் பொறுப்பாக அண்ணன் அழகர்சாமியின் குடும்பத்தையும் கவனித்துக் கொண்டார். தன் புஞ்சைக்கு ஈடாக அண்ணன் நிலமும் பயிர் நிறைந்திருக்கும்படி பார்த்துக் கொண்டார். கூடவே, ராமகிருஷ்ணனின் படிப்பும் நின்று விடாமல் பார்த்துக்கொண்டார்.

ராமகிருஷ்ணனும் நன்றாகப் படித்தான்.

கூடவே, அப்பாவைப் போலவே விவசாய சங்க நடவடிக்கை களிலும் தன்னை ஈடுபடுத்திக் கொண்டான். படித்துக்கொண்டே சமூகப் பிரச்சனைகளை ஏதாவது ஒன்றை எழுதி பத்திரிகைகளில் வரவைத்து வெளிச்சம் போட்டு காட்டுவதில் கொஞ்சம் கூடுதல் கவனம் செலுத்தி வந்தான்.

அன்று அவன் அப்பா இறந்த நாளில் அவன் பாடிய பாரதியார் பாட்டு இன்றுவரை அவ்வப்போது உள்மூளையில் ஒரு அசரீரிபோல வந்து கொண்டேதான் இருந்தது.

அவன் அப்பாவைப் பற்றி நினைக்கும்போது அந்தப் பாடல் நினைவுக்கு வருவதும் அந்தப் பாடல் நினைவுக்கு வரும்போது அப்பாவின் முகம் நினைவுக்கு வருவதும் ஒரு தொடர்கதையாகவே இருந்தது.

முதலில் ஒரு சோக நிகழ்வை நினைவுறுத்துவதாகத் தெரிந்த அந்த வரிகள், போகப்போக ஏதோ ஒரு வைராக்கியத்தில் அப்பா எதையோ சொல்ல வந்ததை சொல்லிவிட்டுப் போனதுபோலத் தோன்ற ஆரம்பித்தது.

ஒருநாள், கல்லூரி நூலகத்தில் உட்கார்ந்து அங்கிருந்த பத்திரிகைகளை ஒவ்வொன்றாகப் படித்துக் கொண்டிருந்தான்.

அதில் ஒன்றில், 'கிடப்பில் போடப்பட்ட கீறியாற்று அணைத் திட்டம்...' என்ற தலைப்பு தெரிந்தது.

கூர்ந்து வாசித்தான்.

"மழை மறைவுப் பிரதேசத்தில் அமைந்து தண்ணீருக்கு அவதியுறும்பகுதிகளான,விருதுநகர்மாவட்டத்தில்உள்ளஸ்ரீவில்லி புத்தூர், ராஜபாளையம், சிவகாசி, சாத்தூர், கோவில்பட்டி, விளாத்திகுளம் வழியாக அருப்புக்கோட்டை, சாயல்குடி, கடலாடி வரையுள்ள பகுதிகளுக்கு நீர்ப் பாசனத்திற்காகவும் குடிநீர் வசதிக்காகவும் 'அழகர் அணைத் திட்டம்' என்ற ஒரு திட்டம் நாட்டு விடுதலைக்கு முன்பே 1929ஆம் ஆண்டிலிருந்து கோரிக்கை வைக்கப்பட்டு வந்தது..." என்று தொடங்கிய அந்தச் செய்தி 1969ல் அதற்கான திட்டம் வகுக்கப்பட்டதையும் 1971 அழகர் அணை ஆய்வு ஆணை பிறப்பிக்கப்பட்டதையும் குறிப்பிட்டது. 1991-ல் ரூ.157 கோடியாக அதன் திட்ட மதிப்பீடு உயர்த்தப்பட்டதையும் அச்செய்தி குறிப்பிட்டது.

இவ்வளவு நடந்தும் அத்திட்டம் பற்றிய எந்த அறிகுறியும் இன்றைக்கு காணோமே என்று தவித்தது ராமகிருஷ்ணனின் மனசு. இந்தக் கீறியாற்று அணைத் திட்டம் அவன் அப்ப சொன்ன அழகர் அணைத் திட்டத்தின் திருத்திய வடிவம் போலத் தெரிந்தது.

வாசிக்கும்போது ஏனோ, அப்பாவின் முகமும் அந்தப் பாடல் வரிகளும் வந்துபோயின.

"வங்கத்தில் ஓடி வரும் நீரின் மிகையால்.."

அந்தக் கட்டுரையில் மேற்குத் தொடர்ச்சி மலையில் இருந்து கடலில் கலக்கும் 'மிகை நீரைப்' பற்றிச் சொல்லியிருந்தார்கள்.

"இதைத்தானே அன்னைக்கு கிணற்றில் மோட்டார் இறக்கும் போது அப்பா சொன்னார்?.." என்று யோசனை போனது அவனுக்கு. அன்றைக்கு ஆரம்பித்தது அவன் தேடல்... 'அழகர் அணைத்திட்டத்தையோ, கீறியாற்று அணைத் திட்டத்தையோ எப்படியாவது வெளிச்சத்துக்குக் கொணடு வந்து அரசாங்கத்தின் கவனத்தை ஈர்க்கணும்' என்று மனசுக்குள் உறுதி எடுத்துக் கொண்டான்.

கல்லூரிப் படிப்பு முடிந்ததும் மேற்படிப்புக்குப் போகாமல், ஒருபக்கம் விவசாயத்தைக் கவனித்துக்கொண்டே வட்டார விவசாயிகள் சங்கங்களில் தன்னை ஈடுபடுத்தத் தொடங்கினான். அந்தக் கூட்டங்களிலெல்லாம் அழகர் அணைத்திட்டத்தையே

பிரதானமான ஒன்றாகப் பேச ஆரம்பித்தார்கள் 'அழகர் அணை ராமகிருஷ்ணன்' என்ற அடைமொழியோடு ராமகிருஷ்ணனைக் கூப்பிட ஆரம்பித்தார்கள் அந்த வட்டாரத்தில்.

'இருக்கட்டும். இப்படியாவது இந்தக் கருத்து மக்களிடம் பரவட்டும்' என்று மகிழ்ச்சியோடு ஏற்றுக்கொண்டன் ராமகிருஷ்ணன்.

17

மேடையில் இதையெல்லாம் அசை போட்டபடி உட்கார்ந் திருந்த ஆதிமூலம் லேசாகத் தூங்கிப் போயிருந்தான்.

ராமகிருஷ்ணன் எழுதுகிற வேலையை முடித்துவிட்டு எல்லாவற்றையும் எடுத்து வைத்தான்.

லேசான சத்தத்தில் எழுந்துவிட்ட ஆதிமூலம்,

"என்னப்பா... எழுதி முடிச்சிட்டியா... சரி, நீ போய்த் தூங்கு. நான் இங்கேயே படுத்துக்கிடறேன்..." என்று படுக்கையைச் சரி செய்தான்.

படுக்கை என்ன... ஒரு முரட்டு விரிப்பும் ஒரு போர்வையும்தான். மனுசன் தலையணைகூட வைத்துக் கொள்வதில்லை.

ஒருபக்கம், மக்களைத் திரட்டுவதோடு யார் கேட்டாலும் ஆணித்தரமாக எடுத்துச் சொல்லும் விதமாக அழகர் அணை யின் வரலாற்றை ஆவணப்படுத்தினான் ராமகிருஷ்ணன். அதன் ஒருதொடர்ச்சியாகத்தான் இன்றைக்கு உட்கார்ந்து எழுதிக்கொண் டிருந்தான்.

"அண்ணே... முதல்கட்டமா நம்ம மந்திரியைப் பார்த்து இதை அவர்கிட்ட கொடுத்து கோரிக்கை வைக்கணும். அதைச் செய்தி யாக்கணும். அப்படி இதை மந்திரியைப் பார்த்து எடுத்துச் சொல்லும் போதுகூட, பத்துபதினஞ்சு பேர் நின்னா வெயிட்டா

இருக்கும். அதான் என்ன பண்றதுன்னு யோசிச்சிக்கிட்டி ருக்கேன்" என்றான்.

"அதுக்கென்ன ராமகிருஷ்ணன்... நாங்க எல்லாரும் வர்றோம். ஒண்ணு செய்வோம். வர்றசித்திரை ஒண்ணாம் தேதி ஊர்க்கூட்டம் இருக்கு... அதுல இதைப்பத்தி பேசுவோம். அப்போ சொல்லி, மந்திரியைப் பார்க்கப் போகும் போது வீட்டுக்கு ஓர் ஆண் வரணும்னு ஒரு அறிவிப்பு செய்யச் சொல்லுவோம்.... அப்புறம் எத்தனை பேரு போறதுண்ணு முடிவு பண்ணிக்கிடலாம்...." என்றான் ஆதிமூலம்.

"நம்ம ஊர்ல மட்டும் சொன்னா போதாதுண்ணே... இந்த கரிசல் வட்டாரத்துல எல்லா ஊர்களுக்கும் இதைக் கொண்டு போய்ச் சேர்த்திருக்கிறோம். இந்த வட்டார விவசாயிகளின் ஒட்டுமொத்த குரலாக அந்தக் கோரிக்கை வலுக்கணும்... ஒலிக்கணும்."

"ஒரு பத்து நாள் ஒதுக்கி இதே வேலையா அலையணும். அதுக்கு நான் ரெடி... போவோம்... நம்ம ஊர்க் கூட்டத்துல இதை ஆரம்பிச்சுட்டு அன்னையிலேருந்து எல்லா முக்கியமான ஊர்களுக்கும் போய் கூட்டம் போடுவோம்... எல்லாம் நம்ம கரிசல் காட்டு சம்சாரிகள் தானே... சொன்னதும் புரிஞ்சுக்கிடு வாங்க... எடுத்துச் செய்ய ஆளில்லாமல்தானே இத்தனை காலம் கடந்துடுச்சு."

"உண்மைதான்."

"அண்ணே உங்க மனசுல ரெண்டு விஷயங்களைப் போட்டு அவதிப்படுறீங்க... எனக்குப் புரியுது. ஒண்ணு உங்க குடும்பத்த பிரிஞ்சு தவிக்கிறீங்க... இன்னொன்னு நீங்க நம்பிக்கையோடு கும்பிடுற அந்தப் பிள்ளையார் திருடுபோனது உங்களைக் கூடுதலா பாதிச்சிடுச்சு. இந்த ரெண்டு விஷயத்துலயும் உங்களுக்கு ஒரு வழி கிடைக்கணும், அப்போதான் என் மனசு ஆறும்..."

ஆதிமூலம் அமைதியாக முகத்தைக் கவிழ்த்து தொண்டையில் லேசாக துக்கத்தை விழுங்கியது ராமகிருஷ்ணனுக்குத் தெரிந்தது. ஆதிமூலம் மெல்லச் சொன்னான்.

"முதல்ல உன் லட்சியம் நிறைவேறட்டும். ஊர்க்கூட்டத்திலே பேசி ஆரம்பிப்போம். அப்புறம் நம்ம விஷயத்துக்கு வருவோம்."

ராமகிருஷ்ணன் மேற்கொண்டு எதுவும் பேச முடியாமல் அமைதியாகக் கிளம்பி வீட்டுக்குப் போனான்.

18

ஊர்க் கூட்டம் தொடங்கியது. ஊர்ப் பெரியவர் ராமசுப்பு பேச்சை ஆரம்பித்தார். நிறைகுளம் கிராமத்தில் மாசம் ஒருமுறை இப்படி ஊர்க்கூட்டம் நடத்துவார்கள். அதிலும் சித்திரை ஒண்ணாம் தேதி நடக்கிற கூட்டங்களில் பேசி முடிவெடுக்க நிறைய விஷயங்கள் இருக்கும். அதில் அந்த வருடத்தில் வருகிற கோயில் திருவிழா, பஞ்சாங்கம் வாசித்து பருவநிலை பற்றி விவாதித்துக் கொள்வது, கண்மாய், கிணறுகளில் தண்ணீர் நிறைந்திருக்கும்போது அதை எப்படி நிர்வாகம் பண்ணுவது, கோடை, வறட்சி காலங்களில் எப்படிச் சமாளிப்பது என்று காலத்திற்கு ஏற்ப பேசுவார்கள்.

இந்தக் கோடையைக் 'கொஞ்சம் கண்ணைக் கட்டிக் கொண்டு' தாண்டினால் வருகின்ற ஐப்பசி கார்த்திகையில் மழை வந்தால் அது எப்படி இருக்கும்... இல்லே, மழை பேயாமலே போயிடுமா என்றெல்லாம் விவாதித்துக் கொள்வார்கள்.

அப்பண்ணசாமிதான் ஒவ்வொரு வருசமும் பெய்கிற மழை குறித்து அனுமானித்துச் சொல்வார். அவர் அதை அவ்வளவு சீக்கிரம் சொல்லிவிட மாட்டார். ரொம்ப யோசித்து ஒவ்வொரு விசயமாகத்தான் கவனித்து வந்ததைச் சொல்லுவார். அதைவைத்து கேட்கிறவர்கள், ஒரு கணிப்புக்கு வந்து கொள்ள வேண்டும்.

அப்பண்ணசாமியின் தோற்றம் கொஞ்சம் வித்தியாசமாக இருக்கும். கை கால்கள் அளவுக்கு மீறி நீளமாக நீண்டு

கொண்டிருப்பது போல இருக்கும். எப்படி நின்றாலும், உட்கார்ந்தாலும் அதற்கேற்றார்போல தன்னை வளைத்துக் கொள்ளும்படியான உடம்பு. விரல்களும் நீளநீளமாக இருக்கும். அவர் நடக்கும்போது அதைப்பார்க்கவே ஒன்றிரண்டு வாண்டுகள் பின்னாலே செல்லும். ஒவ்வொரு எட்டு நடக்கும்போதும் கால் முழுசாக வளைந்து நிமிரும். பார்க்க ஒரு சாயலுக்கு ஒட்டகம் நடக்கிற மாதிரி இருக்கும்.

அப்பண்ணசாமிக்கு அத்துப்படியான விஷயங்கள் இசை, வைத்தியம். கூடவே காலம் பார்த்து சில விஷயங்களைக் கணித்துச் சொல்வது. முழு ஜோசியர் என்று சொல்லிவிட முடியாது. பஞ்சாங்கம் பார்ப்பது, அந்த வருட மழை எப்படி இருக்கும் என்று கணிப்பது... இப்படி சில விசயங்களில் அவர் துல்லியமாக இருப்பார்.

சில ராகங்களைத் தெரிந்துவைத்துப் பாடுவார். தாளசுதிகளைப் பயன்படுத்தி அந்த பஜனை கோயிலில் இருக்கிற 'டோல்' வாத்தியத்தை லாவகமாக வாசிப்பார். சில வைத்தியக் குறிப்புகள் தெரிந்து வைத்திருப்பார். இவையெல்லாம் சேர்ந்து ஊரின் எல்லா விஷயங்களிலும் மக்கள் அவரைத் தேடவைத்தது.

அவருக்கென்று கொஞ்சம் வைத்திய ஞானம் உண்டு. யாராவது 'ஒற்றைத் தலைவலி' என்று சொன்னால், யாருக்கும் தெரியாமல் போய் ஒரு மூலிகையைப் பறித்து வருவார். அதிகாலையில் வந்து வீட்டு வாசலில் நின்று கூப்பிடுவார். உள்ளே வரமாட்டார். வாசலில் நின்றவாறு கொஞ்சம் கண்ணை மூடி ஏதோ முணுமுணுத்துவிட்டு சாற்றைப் பிழிந்து நெற்றியில் பூசிவிட்டு அடுத்து ஒரு நிமிடத்தில் அதை அவரே கழுவிட்டுப் போய் விடுவார். கொஞ்ச நேரம் எரிச்சலில் துடிப்பான் சம்பந்தப் பட்டவன். அப்புறம் அந்த இடம் கறுப்பாக மாறும். தலைவலி அத்தோடு போய் விடும். ஆனால் அந்தக் கறுப்பு பத்துநாளைக்கு இருக்கும் நெருப்பில் பட்டதுபோல.

அவரிடம் தேள்கடிக்கு ஒரு வைத்தியம் உண்டு. அது ரொம்ப எளிய வைத்தியம்.

அவர் ஒரு மரக்கட்டையில் செய்த நீளமான மை பேனா ஒன்று வைத்திருப்பார். அதைக் கொண்டுதான் சோதிடக் குறிப்புகளை எழுதிக்கொண்டே வருவார்.

தேள்கடி என்று வருகிறவர்களை உட்கார வைத்துக்கொள்வார். வீட்டில் திண்ணை இருக்கும். அதில் ஒரு தூண் இருக்கும்.

அதில் சாய்ந்துகொள்ளச் சொல்வார். பக்கத்தில் உட்கார்ந்து பேனாவைத் திறந்து அதைத் தயார்ப்படுத்துவார். பேனாவின் மொத்தப் பாகங்களையும் அந்தத் தேள்கடிக்காரனுக்கு முன்னே கழட்டி மாட்டுவார். அப்புறம் மெல்ல அவனை அருகில் அழைத்து தேள்கடி பட்ட இடத்தில் பேனா முனையை லேசாக அழுத்தி அங்கிருந்து மேலும்கீழுமாகச் சில படங்களைக் கட்டம் கட்டமாக வரைவார். இது ஒருமணி நேரம் தொடரும். அதற்குள் அவர் நான்கைந்து கதைகளைச் சொல்லிவிடுவார்.

அவரின் இந்த வைத்தியம் பற்றி அறிந்து கொள்ள ராமகிருஷ்ணனுக்கு ரொம்ப ஆர்வமாக இருந்தது.

ஒருநாள் கேட்டான்.

“பெரியப்பா... உங்களோட இந்த வைத்திய நுணுக்கங்களை யெல்லாம் கொஞ்சம் எங்களில் யாருக்காவது சொல்லிக் கொடுங்க.”

“நானும் யோசிச்சிக்கிட்டுதான் இருந்தேன். யார்கிட்ட சொல்ல லாம்னு உனக்கே சொல்லிடறது நல்லதுன்னு நினைக்கிறேன். ஒருநாள் வா. சும்மா வரக்கூடாதுலே. குருதட்சணையோட வா” என்று கிண்டலாகச் சொல்லி அனுப்பிவைத்தார்.

சந்திக்கும்போதெல்லாம் ஏதாவது ஒரு வைத்தியக் குறிப்பைச் சொல்லி வந்தார். ராமகிருஷ்ணனும் அதை உன்னிப்பாகக் கவனித்துக் கொண்டான்.

அப்படி ஒவ்வொன்றாக சொல்லிக்கொண்டு வந்தவர், அந்த தேள்கடி வைத்தியத்தைச் சொல்லவேயில்லை, ஒருநாள் இவனாகவே கேட்டான்.

பட்டாசு வெடித்ததுபோல ஒரு சிரிப்பைச் சிரித்தார் அப்பண்ணசாமி...

“என்ன பெரியப்பா... சிரிக்கிறீங்க...”

“ஒண்ணுமில்லப்பா... தேள்கடிக்கு வைத்தியமெல்லாம் ஒண்ணும் கிடையாது. உனக்குத் தெரியுமா? தேள்கடிச்சா ஒருநாள் வலி இருக்கும். அதுக்கு எந்த வைத்தியமும் கிடையாது.... தேள்கடிச்ச முதல் ரெண்டுமூணு மணிநேரம் வலிகொஞ்சம் உச்சத்துல இருக்கும். அதைக் கடந்துட்டா கொஞ்சம் குறைஞ்ச மாதிரி தெரியும். மனசும் அந்த வலிக்கு பழகிக்கிடும். அதுவரைக்கும் ஏதாச்சும் செய்யணுமே. அதுக்குத்தான் இந்த பேனாவும் கதைகளும்.”

ராமகிருஷ்ணன் சிரித்தான்.

அப்பண்ணசாமி ஒவ்வொரு வருசமும் பெய்யப்போகிற மழை குறித்து தெளிவாகவே அனுமானிப்பார் என்று ஒரு பேச்சு உண்டு. ஊர்க்கூட்டத்தில் அவரை முதலில் பேசச் சொன்னார்கள்.

இப்படி கணிப்பதற்கு அப்பண்ணசாமி சில விசயங்களை வருசம் முழுக்க உற்றுக் கவனித்துக் கொண்டே வருவார்.

மார்கழி மாசம் பன்னிரண்டாம் தேதியிலிருந்து இருபத்து ஆறாம் தேதி வரைக்கும் வானம் கர்ப்பம் தரிக்கிற காலம் என்பார்.

இது 'கர்ப்பிணிப் பெண்களை, மருத்துவச்சிகள் கர்ப்பம் ஏற்பட்டதை கணித்துச் சொல்வதிலிருந்து தொடர்ந்து வயிற்றுக் குள்ளே பிள்ளை வளர்கிறதைக் கவனிப்பதுபோல' என்பார்.

கார்த்திகை மாசமே வானத்தைக் கண்காணிக்கத் தொடங்கி விடுவார். பவுர்ணமிக்கு முந்தி வருகிற வளர்பிறையைக் கவனித்துக்கொண்டே இருப்பார்...

ஒரு குறிப்பிட்ட நாளில், இன்னிக்கு நிலா தெரியக்கூடாது... தெரிஞ்சா மேகம் கருகொள்ளாது..." என்பார்.

இன்னொரு நாளில் பிறைநிலா 'எந்தப் பக்கம் சாய்ந்திருக்கிறது' என்று பார்த்துக் கொள்வார்.

"வடக்கே சாய்ஞ்சா வரப்பெல்லாம் நெல்லு...

தெற்கே சாய்ஞ்சா தெருவெல்லாம் பொட்டி.." என்பார்.

"வடக்காக நிலா சாய்ந்திருந்தால் அமோக விளைச்சலில் வரப்பெல்லாம் நெல்மணிகள் சிதறிக்கிடக்கும்.

தெற்கே சாய்ந்திருந்தால் விளைச்சல் குறைஞ்சு மக்களெல்லாம் பொட்டியைத் தூக்கிட்டு தானியங்களை பிச்சைகேட்கிற நிலை வரும், அதுதான் அந்த அர்த்தம்..."

காற்றுப்பட்டு மண்ணிலிருந்து வருகிற வாசத்திலும் அவர் ஒரு கணிப்பு வைத்திருப்பார் என்பார்கள்.

கரிசல் மண்ணில் வேம்பும் புளியும் நன்றாக வளருகிற மரங்கள். அந்த மரங்களையும் கூர்ந்து பார்ப்பார்.

"மங்குற காலத்துக்கு மாங்காய்... பொங்குற காலத்துக்குப் புளியங்காய்" என்று சொல்லிக் கொள்வார்.

புளியமரத்தில் காய்க்கிற புளியம் பழங்களை அவ்வபோது உடைத்துப் பார்த்துக் கொள்வார். சரியாக புளி சதை பிடிக்கவில்லை என்றால் “இந்த வருசம் மழை எப்படியோ ... பார்ப்போம்” என்று சலிப்பாகச் சொல்வார்.

இந்த விசயங்களெல்லாம் ஊரில் இன்னும் பலருக்குத் தெரியும் என்றாலும், அப்பண்ணசாமி அதை நாள் தவறாமல் கூர்ந்து கவனித்துக்கொண்டே வருவார். அந்த கவனிப்பு அவரின் ஓர் உள்ளுணர்வாகவே மாறியிருந்தது. கூடவே, வீட்டில் ஒரு பஞ்சாங்கம் வைத்திருப்பார்.

“மார்கழி மாசம் பன்னிரண்டாம் தேதியிலிருந்து இருபத்து ஆறாம் தேதி வரைக்கும் வானம் கர்ப்பம் தரிக்கிற காலம்” என்றார்.

சாத்தூரப்பன் பக்கத்திலிருந்து நக்கலாக, “ஆமா... வானம் கர்ப்பம் தரிக்கிறதாக்கும்?” என்றதும், லேசாக முகம்சுளித்த அப்பண்ணசாமி, மெல்ல சுதாரித்து, ‘இவர்களுக்கு தெளிவு படுத்துறது நம்ம கடமை’ என்று மனசுக்குள் யோசித்துவிட்டு, ‘இந்தா பாருங்கய்யா... அண்டத்தில் உள்ளதுதான் பிண்டத்தில் உள்ளது’ என்கிறது சித்தர் வாக்கு. இப்போ, எனக்கு உங்களுக்குப் பாடம் நடத்த முடியாது... வேணும்னா தட்சணையோட வந்து பாரு... சொல்லித் தர்றேன்” என்று சொல்லிவிட்டு, தொடர்ந்து பேச ஆரம்பித்தார்.

“நான் இந்தப் பஞ்சாங்கத்தில் உள்ளதை மட்டும் வெச்சு சொல்றதா நினைக்காதீங்க... நான் பிறந்ததிலேர்ந்தே இந்த மண்ணோட ஒட்டிக்கிட்டவன். இந்த மண்ணோட வாசத்தை வெச்சே அதன் பிரச்சினைகள் என்னன்னு தெரிஞ்சிக்கிட கத்துக்கிட்டவன். வானம், காற்று, பறவைகள் கத்துறது, மாடுகள் மிரளுறது... இப்படி நிறைய விஷயங்களைக் கண்காணிச்சு கணிக்கக் கற்றுக்கிட்டவன். நான் சொல்றது ஓர் உள்ளுணர்வுல தோணுகிற விஷயங்கள்தான். அதுக்கு இந்த கணிப்புகள்லாம் எனக்கு ஓர் ஒத்தாசை. இது பலிக்கலாம்... பலிக்காமலும் போகலாம்... அவ்வளவு விஞ்ஞானம் வெச்சு, என்னென்னமோ கருவிகள் வெச்சு கணிச்சு, ‘மழை பெய்யும்’னு சொல்றான் ரேடியோவுல. அதுவும் சில நேரம் பொய்யாகிப் போகுது. என்னோட கணிப்பு எனக்குத் தெரிஞ்சு தப்புனதில்ல... ஒத்துக்கிடறதும் ஏத்துக்கிடறதும் அவரவர் இஷ்டம்...”

“நான் சும்மா நக்கலுக்குச் சொன்னேன், சித்தப்பா...” என்று சாத்தூரப்பன் சமாதானப்படுத்தினார்.

அப்பண்ணசாமி பேசிவிட்டுப் போனதும் அடுத்து பேசப்போகிற விஷயம் குறித்து எல்லோர் மத்தியிலும் பெரிய எதிர்பார்ப்பு இருந்தது. சில வருடங்களாகவே ராமகிருஷ்ணன் பேசிக்கொண்டும் அதற்காக அலைந்து கொண்டும் இருப்பது எல்லோரும் அறிந்ததே. அதுபற்றி இன்றைக்குக் கூட்டத்தில் பேசப்போகிறான் என்கிற விஷயம் காலங்காலமாக தண்ணீருக்கு அலைகிற அந்த மண்ணின் ஆண், பெண் எல்லோர் மத்தியிலும் பெருத்த எதிர்பார்ப்பை ஏற்படுத்தியிருந்தது.

அந்த எதிர்பார்ப்பும் அதற்காகக் கூடிய கூட்டமும் ராமகிருஷ்ணனுக்கு ஒரு நம்பிக்கையை விதைத்தது.

கேள்விப்பட்டு அந்த வட்டாரத்திலிருக்கும் சில கிராமங்களில் இருந்தும் சில அக்கறையான விவசாயிகள் வந்திருந்தார்கள். அவர்களெல்லாம் ராமகிருஷ்ணன் இந்த விஷயத்தைப் பேச வரும்போது நுழையலாம் என்று ஆங்காங்கே மரத்தடியில் நின்று கொண்டிருப்பார்கள்.

பெரியவர் அப்பண்ணசாமி சொன்னதிலிருந்து 'இந்த வருசம் பரவலா மழை பெய்யும்' என்று நம்பினார்கள் எல்லோரும்.

அவர் சொல்லிவிட்டு மெல்ல நகர்ந்து கூட்டத்தில் பின்னால் போய் உட்கார்ந்து கொண்டார். "இனி நீங்க வேற விசயங்களைப் பேச ஆரம்பிச்சுக்கோங்க..." என்று அர்த்தம் அதற்கு.

முதலில் ஊர்ப் பெரியவர் ராமசுப்பு பேச ஆரம்பித்தார்.

"வர்ற வருசம் ஓரளவுக்காச்சும் மழை பெய்யும்னு நம்பிக்கை இருந்தாலும் நாம பண்ணவேண்டியதை பண்ணிக்கிட்டிருப்போம். கோடை உழவு அடிக்கிறவங்க சம்சாரிகளுக்குத் தேவையான மம்பட்டி கடப்பாறைன்னு எல்லாத்தையும் தயார்படுத்துற வேலை சுணக்கமில்லாமப் பார்த்துக்குங்க... ஆசாரிகள் அதுக்கு ஒத்தாசை பண்ணுங்க. உங்க கோரிக்கை ஏதாச்சும் இருந்தா சொல்லுங்க. அதேபோல மருத்துவர், மருத்துவச்சி, ஏகாளி எல்லோரும் உங்க குறைகளைச் சொல்லுங்க... வருசக்கூலி பாக்கி, வீடு பராமரிப்பு இப்படி ஏதாவது குறைகள் இருந்தாலும் இந்த தொழிலாளிகள் இந்தக் கூட்டத்தில் முறையிட்டுக் கொள்ளலாம்."

"மறுபக்கம் என்னென்ன செய்யணும்ங்கிறதை ஆளாளுக்கு யோசனை சொல்லுங்க" என்றார்.

சிறிது நேரத்தில், ராமகிருஷ்ணன் பேசத் தொடங்கினான்.

"எல்லோருக்கும் வணக்கம். நம்ம ஊர் காலங்காலமாக விவசாயத்தை நம்பி, அதுவும் இந்த வானம் பார்த்த பூமியில் பெரும்பாலும் மானாவரி விவசாயத்தை மட்டுமே பார்த்து வருகிற பூமி. இது நம்ம ஊர் மட்டும் இல்ல. கிட்டத்தட்ட நம்ம மாவட்டம் முழுசும் அப்படித்தான்... கூடவே, பக்கத்து மாவட்டங்கள். சில பகுதிகளில் இந்தக் கரிசல் மண்ணோட தொடர்ச்சி இருக்கிற இடங்களிலெல்லாம் இதே நிலைமைதான்.

காரணம்... இது மழை மறைவுப் பிரதேசத்திலேயே அமைந்திருப்பதால்...

ஆனால், இயற்கை நமக்குக் கொடுத்திருக்கிற இந்த கருப்பு மண், மண்ணு வகைகளிலேயே உசந்தது. நல்ல மழை பெய்தாலோ, தண்ணீர் கிடைத்தாலோ இதுபோல விளைகிற பூமி வேற இருக்காது.

இந்தக் குறைவான மழையிலும் நம்ம காலங்காலமா விவசாயம் பண்ணிட்டு வந்தோம்னா, அதுக்கு இந்த மண் கொடுத்த ஆதரவுதான் பெரிய காரணம்.

இந்த மண்ணோட தரம் அப்படி.

ஆனா, இன்றைக்கு வளர்ந்து வருகிற நவீன தொழில்கள் வேற எந்த விவசாய பூமியைவிட இந்த மண்ணை ரொம்ப ஈஸியா ஆக்கிரமிக்க ஆரம்பிடுச்சு... காரணம், இந்த மண்ணில் விவசாயிகளும் விவசாயத் தொழிலாளர்களும் வறட்சி தாங்காம இந்த மழையை நம்பி இப்படி விவசாயம் பண்ணணுமா... பேசாம வேற தொழில்கள் பக்கம் போகலாமே... என்று யோசிப்பதுதான்.

அவர்கள் யோசனை தப்பில்லை. தொழில் வளர்ச்சி வந்தா வருகிற மாற்றம் தேவைதான். ஆனா, அது நம்ம விவசாய பூமியை முழுசா ஆக்கிரமித்துவிடக் கூடாது. அப்பப்போ நிலவுகிற வறட்சி அதுக்கு இடம் கொடுத்துவிடுகிறது.

தமிழ்நாட்டிலே மட்டுமில்லே... நாட்டின் எல்லா பகுதிகளிலேயும் தொழில் வளர்ச்சி இருக்கத்தான் செய்யுது... ஆனா, எங்கேயும் அது முழுசா விவசாயத்தை ஆக்கிரமிப்பு செய்யல.

உதாரணத்துக்கு நம்ம கோயம்புத்தூர், ஈரோடு மாவட்டங்களைப் பாருங்க... அங்கே இல்லாத தொழில் வளர்ச்சி இல்லே... ஆனா, விவசாயம் அழிந்து போகவிடல. காரணம், அங்கே இருக்கிற நீர்வளம். காவிரி, பவானி, அமராவதின்னு ஆறுகள் ஒருபக்கம்.

கூடவே, அதிகமாக வருகிற தண்ணீரைத் தேக்கிவைக்கிற அணைகள் மறுபக்கம்" என்றவனிடம்,

கூட்டத்தில் ஒருத்தன் எழுந்து கேட்டான்.

"அங்கெல்லாம் ஆறுகள் இருக்கு... அணை கட்டினாங்க... இங்கே, எங்க ஆறு இருக்குறது... சின்னச்சின்ன ஓடைகள்தானே இருக்கு"

"யார் சொன்னது? ஆறுகள் இல்லைனு... அதோ தெரியுதே, மேற்குத் தொடர்ச்சி மலை... அதிலே நிறைய ஆறுகள் உற்பத்தியாகி அப்படியே மேற்குப் பக்கமா கடலிலே வீணாகக் கலக்குது...

முதலில் ஒரு விஷயம் தெரிஞ்சுக்கங்க... இது ஏதோ இந்த ராமகிருஷ்ணன் 'சொந்தமா யோசிச்சு சொல்கிற யோசனை'ன்னு நினைச்சுட வேண்டாம்.

முல்லைப் பெரியாறு அணை எப்படி உருவாச்சுன்னு உங்களுக்கெல்லாம் தெரியும். இதே மாதிரி மேற்கே போகிற ஆத்தை மறிச்சு அணைகட்டி நம்ம பக்கம் திருப்பிவிட்டாங்க.... பென்னிகுயிக் கேள்விப்பட்டிருப்பீங்க... எஞ்சினியர் அவர். அவர் போட்ட திட்டம்தான் அது. அதை அவரே நின்னு, சொந்த சொத்துக்களை விற்று அதைக் கட்டினார் என்கிற வரலாறு எல்லாம் கேள்விப்பட்டிருப்பீங்க..

அதேபோலத்தான் இங்கேயும் ஓர் அணைகட்ட ஒரு வெள்ளைக்கார எஞ்சினியர் வேலையை ஆரம்பிச்சார். மேலே ஒரு குழுவைக் கூட்டிட்டுப் போய் ஆராய்ச்சி செய்து ஓர் அணைக்கான திட்டத்தைத் தயார் செய்தாரு. 1929லேயே இந்தத் திட்டத்தை அன்றைய அரசாங்கம் ஒத்துக்கிட்டு அதற்கான வரைவுத் திட்டத்தைத் தொடங்கிவைச்சது.

ஆனா, என்ன காரணமோ... இதுவரை அது நிறைவேறவில்லை. அதைத் திரும்பவும் வலியுறுத்துறதுதான் நம்மோட நோக்கம்..."

பேசி முடித்ததும் ராமகிருஷ்ணன் மெல்ல சேதுராஜின் முகத்தைப்பார்க்க, சேதுராஜ் எழுந்து பேச ஆரம்பித்தான்.

"இப்போ நம்ம ராமகிருஷ்ணன் செய்துக்கிட்டிருக்கிற காரியம் ரொம்ப முக்கியமானது... அதைப்பத்தித்தான் முதலில் பேசணும்..."

"ம்... சொல்லுப்பா. நாங்க எல்லாரும் எதிர்பார்ப்போட இருக்கோம்."

“நம்ம ஊர்ல மட்டுமில்ல... இந்த வட்டாரத்திலேயே தண்ணிப் பிரச்சினைங்கிறது ஒரு நிரந்தரமான விசயம், ஒரு தடவை மழைபெய்ஞ்சதும் அதை மறந்து போறதும் திரும்ப வறட்சி வரும்போது, இப்படி புலம்பிக்கிடறதும் தொடர்கதையா இருக்கு, இதுக்குத்தான் ஒரு நிரந்தர தீர்வு கிடைக்கணும்னு நம்ம தம்பி ராமகிருஷ்ணன் ஒரு திட்டத்தைப்பற்றி தெரிஞ்சுக்கிட்டு அதைக் தேடி எடுத்து அதன் வரலாற்றையெல்லாம் தொகுத்து ஒரு தெளிவான கோரிக்கையை வகுத்து வச்சிருக்கிறார். அது எல்லாருக்கும் தெரியும். இந்த விசயத்தை நம்ம ஊர் கையில எடுத்து இந்த வட்டாரத்துக்கே ஒரு நிரந்தர தீர்வு ஏற்படணும். அதுக்கு என்ன செய்யலாம்ங்கிறதை இந்தக் கூட்டத்துல முடிவு பண்ணணும்” என்றான்.

சேதுராஜ் சொன்னதை ஏற்றுக்கொண்ட ஊர்மக்கள் அவன் சொன்னது போலவே ராமகிருஷ்ணனின் அழகர் அணைத்திட்ட கோரிக்கையை, ஒரு பிரச்சாரமாக எடுத்துச் செல்ல வேண்டும் என்றும் அதற்கு அந்த வட்டாரத்தில் உள்ள இன்னும் பல ஊர்களுக்கு ஒரு குழுவாகப் போய் ஆதரவு திரட்டுவதென்றும் எப்படியும் இன்னும் சில வருடங்களில் இந்த திட்டத்தை நிறைவேற்ற அரசாங்கத்தைத் தொடர்ந்து நிர்பந்திக்க வேண்டும் என்றும் தீர்மானம் செய்தார்கள்.

அப்பண்ணசாமி தள்ளிப்போய் உட்கார்ந்திருந்தவர் திரும்பவும் வந்து கூட்டத்தைப் பார்த்துப் பேசினார்.

“நீங்க எடுத்துச் செய்கிற காரியம் பெரிய விசயம். அது நல்லபடியாக நடக்க நாங்க எல்லோரும் ஒத்துழைப்பு தரணும்...” என்று பேசியவர், மெல்ல பிள்ளையார் சிலை வைக்க வேண்டியதை நினைவுபடுத்தினார்.

“நம்ம ஊர் பிள்ளையார் சிலை காணாமல் போய் இன்னைக்கோட ஏழெட்டு வருசமாயிடுச்சு... அதுபத்தி யாரும் இப்போ பேசுறதுகூட கிடையாது. ஊர் நல்லா செழிக்கணும்னா பிள்ளையார் சிலையைத் திரும்பவும் கொண்டுவந்து பிரதிஷ்டை பண்ணணும்ங்கிறது நிறைய பேரோட எதிர்பார்ப்பா இருக்கு... கூட்டத்திலே அதுக்கு ஓர் ஏற்பாட்டைப் பண்ணுங்க.”

‘இப்படி மழை தண்ணி இல்லாம நாம சிரமப்படுகிறதுக்கு அந்தக் குறையைப் போக்கினா பிள்ளையார் அருளாலே ஊருக்கு நல்ல மழை கிடைக்கும் என்கிற நம்பிக்கை இருக்கு. இதுக்கு

ஒரு முடிவை இந்தக் கூட்டத்திலே எடுத்தாக வேணும்' என்று பலரும் அவர் பக்கம் நின்றார்கள்.

அப்பண்ணசாமியைத் தொடர்ந்து ராமகிருஷ்ணன் எழுந்து, "அப்பண்ணசாமி சித்தப்பா சொல்றதை நான் ஆமோதிக்கிறேன். மக்கள் நம்பிக்கை வீண்போகக்கூடாது. அதுவும் இந்தக் கூட்டத்துல ஒரு முடிவு எடுங்க. இதுல நாங்க என்ன செய்யணும்னு சொல்றீங்களே, சொல்லுங்க செய்யறோம்" என்றான்.

தொடர்ந்து அழகர் அணைத்திட்டம் நிறைவேற்றுவதற்கான திட்டம் குறித்து அந்த வட்டார மக்கள் எல்லோரையும் திரட்டி விழிப்புணர்வு ஏற்படுத்துகிற வேலையோடு, ஒரு பிள்ளையார் சிலை வடித்துக் கொண்டு வந்து திரும்பவும் கொண்டுவந்து பிள்ளையார்க் கிடங்கின் கரையில் மீண்டும் வைத்து பூசிப்பதற்கான ஏற்பாடுகளைச் செய்ய வேண்டும் என்று முடிவு எடுக்கப்பட்டது.

அழகர் அணை பற்றிய வேலைகளுக்கு ராமகிருஷ்ணனுக்கு உதவியாக சேதுராஜையும், பிள்ளையார் சிலை சம்பந்தமான வேலைகளை ரிடையர்டு போலீஸ்காரர் குருசாமி பார்த்துக் கொள்வது என்றும் அதற்கு ஒத்தாசையாக சாத்தூரப்பனை நியமிப்பது எனவும் முடிவானது.

ராமகிருஷ்ணன் எழுந்து, "என்னோட இந்த முயற்சிக்கு நீங்க எல்லாம் இவ்வளவு ஆதரவா இருக்கிறது ரொம்ப மகிழ்ச்சியா இருக்கு... நான் இந்த திட்டத்தைப் பற்றி பல இடங்கள்ல பேசிட்டேன்...இப்போ ஒரு சிறிய புத்தகமா எழுதி, அதைத் தெளிவு படச் சொல்லியிருக்கேன். அடுத்து நாம செய்ய வேண்டியது, இதை இந்த வட்டார மக்கள் எல்லார் மத்தியிலும் கொண்டு போய்ச் சேர்த்து, அரசாங்கத்துக்கு ஒரு மக்கள் கோரிக்கையா இதை வடிவெடுக்கச் செய்யணும். ஜனநாயகத்தின் பேர்ல நம்பிக்கை வெச்சிருக்கிற நம்ம அரசியல் அமைப்பு, கண்டிப்பா மக்கள் கோரிக்கையை நிறைவேற்றிக் கொடுக்கும், அந்த ஒரு வெற்றி கிடைச்சா... அது இந்த மண்ணையே பொன்னாக்கும், கரிசல்மண் மண்ணிலேயே சிறந்த மண்" என்றான்.

19

கூட்டம் முடிந்ததும் எல்லோரும் கலைந்து சென்றார்கள், ஒரு நல்ல நோக்கத்திற்காக இளைஞர்கள் சேர்ந்து ராமகிருஷ்ணன் தலைமையில் களத்தில் இறங்கப்போவது குறித்து எல்லோரும் சிலாகித்துக் கொண்டார்கள்.

கூட்டமெல்லாம் கலைந்தபின், சாத்தூரப்பன், பெரியவர் ராமசுப்பு, கூட சில பேர் உட்கார்ந்து பேசிக் கொண்டிருந்தார்கள். கூட, ரிட்டையர்டு ஏட்டய்யா குருசாமி பக்கத்தில் வந்து உட்கார்ந்தார். கொஞ்சம்தள்ளி ஒரு மரத்தடியில் ஆதிமூலம் தனியாக உட்கார்ந்திருந்தான்.

"என்ன ஆதிமூலம்... வாடிப்போய் இருக்கே முகம்?"

"அவன் மனசுக்குள்ளே என்னென்ன கவலைகள்... துயரங்கள்... என்னதான் சிரிச்சுப் பேசிக்கிட்டு திரிஞ்சாலும் அந்த மனுசனுக்குள்ளே இருக்கிற கவலைகள் நமக்குத் தெரியுமா? நம்ம பிள்ளையார்க் கிடங்கு கரையிலே பிள்ளையார் இருக்கிற வரைக்கும் மனுசன் கொஞ்சமாச்சும் அவரைச் சிநேகிச்சுக்கிட்டு கொஞ்சம் மனசை ஆறுதல் பண்ணிக்கிட்டு பொழுதைக் கடத்தினான். அது பிடிக்காத எந்த ஊர்க்காரனோ சரியா, இங்க வந்து சிலையைத் திருடிட்டுப் போய்ட்டான். ஏழெட்டு வருசமா பிள்ளையார் துணையும் இல்லாம போச்சு. என்ன பண்றது?" என்றார் பெரியவர் ராமசுப்பு.

“அவன் மட்டுமா... நம்ம எல்லாருக்கும் அந்தப் பிள்ளையார் ஒரு மனத் துணையா இருந்தார். நான் மனசு கஷ்டப்படும் போதெல்லாம் அவர்கிட்ட போய்த்தான் ஆறுதல் கேட்பேன். ஆதிமூலம்தான் பூசை பண்ணுவான்” என்றார் குருசாமி ஏட்டய்யா.

உண்மைதான். பிள்ளையார்க் கிடங்குப் பிள்ளையாரின் முக்கிய பக்தர்களில் ஏட்டய்யாவும் ஒருத்தர். தினம்தினம் ஸ்டேஷனுக்குப் புறப்படும்போது சைக்கிளில் நேரே கோயிலுக்குத்தான் வருவார். மனசுருக கும்பிட்டுவிட்டுத்தான் டூட்டிக்குப் போவார்.

பிள்ளையார்க் கிடங்குக் கரையில் அந்தப் பிள்ளையார் உட்கார்ந்திருக்கிற பீடத்தைச் சுற்றிலும் சின்னச்சின்ன வசதிகள் செய்து தருவதில் குருசாமியின் பங்கு எப்போதும் உண்டு.

மீண்டும் ஒரு பிள்ளையாரை அங்கே கொண்டு வர வேண்டும் என்பதில் முனைப்பாக இருப்பதில் அவரும் ஒருவர்.

பலமுறை இதுகுறித்து ஊர்க்காரர்களிடம் பேசி வந்தார். ஏனோ அது கைகூடாமல், இன்றுவரை கடந்துவிட்டது.

“அய்யா... நீங்க சொன்னீங்கன்னா இப்போகூட ஏதாவது ஒரு ஏற்பாடு செய்யலாம்” என்று பெரியவர் ராமசுப்புவைப் பார்த்து கோரிக்கையாக வைத்தார் ஏட்டய்யா.

“இதில் என்ன எங்க உத்தரவு வேண்டியிருக்கு? நீங்க ஏற்பாடு செய்யுங்க... நல்லபடியா ஒரு சிலையைக் கொண்டுவந்து வெச்சா ரொம்ப சந்தோசம். அப்படியாவது, நல்லா மழை பெய்யும்னா நல்லதுதானே?”

“ஆனா, நாமளும் திருடித்தான் கொண்டு வரணுமாங்கிறதுதான் இப்ப யோசனையா இருக்கு...” என்றார் சாத்தூரப்பன்.

“அதுபத்தி கவலைப்பட வேண்டாம். நான் முயற்சி பண்றேன். நல்லபடியா அமையும்னு நம்புறேன்...” என்றார் குருசாமி.

“சரி... நீங்களும் சாத்தூரப்பனும் ஒரு டீமா இருந்து காரியத்துல இறங்குங்க” என்றார் பெரியவர்.

“அதுக்கு நம்ம குருசாமிதான் தோதான ஆளுன்னு தெரிஞ்சுதான, அந்த வேலை அவர்கிட்ட ஒப்படைச்சிருக்கோம்.”

“என்ன குருசாமி ஏட்டய்யா... என்னாச்சு?”

குருசாமி, "கொஞ்சம் பொறுங்க... சீக்கிரமாகவே வேலைய முடிச்சுத் தர்றேன்..." என்ற உறுதி அளித்துவிட்டு அங்கிருந்து வேகமாகக் கிளம்பினார்.

அன்றுஇரவு,தாம்மனசுருகவணங்கிவந்தபிள்ளையார் முகத்தை மனசுக்குள் வரவைத்து உருகிக்கொண்டே தூங்கிப் போனார் ஏட்டய்யா குருசாமி. கனவில்கூட ஊருக்குள் பிள்ளையார் நுழைவதுபோலத்தான் கனவு வந்தது.

மறுநாள் காலை தூங்கி எழுந்த ஏட்டய்யா குருசாமிக்கு மனசு முழுசும் வரப்போகிற பிள்ளையார்தான் நினைப்பாக இருந்தது.

தூங்கி எழுந்து திண்ணையில் உட்கார்ந்திருந்த குருசாமிக்கு, யோசனை எங்கெங்கோ போனது. கனவில் வந்த பிள்ளையார் சிலையின் வருகை ரொம்பவே மனசைக் குடைந்தது.

'ஏதாவது ஒரு யோசனை பண்ணி இதுக்கு ஒரு வழி ஏற்படுத்தணுமே... இந்த வருசம் எப்படியும் பிள்ளையார் சிலையைக் கொண்டுவந்து பூசை பண்ண ஆரம்பிக்கவேணுமே... இதுக்கு யாரோட உதவியை நாடலாம்..'

இப்படியாக யோசித்துக் கொண்டே போனவருக்கு, தற்செயலாக ஒரு முகம் மனதில் வந்துபோனது.

அந்த முகத்துக்குச் சொந்தக்காரன் லட்சுமணன்.

ஏதோ ஒரு தீர்வைக் கண்டுகொண்டவராக எழுந்து சாத்தூரப்பனைப் பார்க்கப் போனார்.

ஊர் மந்தைமைதானத்தில் சாத்தூரப்பன் மாட்டு வண்டியின் சக்கரங்களைக் கழட்டி தனியாகப் படுக்கவைத்து ஏதோ ஆராய்ச்சி பண்ணிக் கொண்டிருந்தார்.

"என்ன சாத்தூரண்ணே... ஜி.டி.நாயுடு மாதிரி என்னவோ பெரிய்ய ஆராய்ச்சி நடக்குதுபோலத் தெரியுது?"

"ஏட்டய்யா வாங்க... ஒண்ணுமில்ல. நம்ம வண்டியில் ஏரோப்ளேன் மெஷின் வாங்கி மாட்டணும். எப்படி மாட்டுறதுன்னு யோசனை பண்ணிக்கிட்டிருக்கேன்."

"பண்ணுவீங்கண்ணே...பண்ணுவீங்க...யோசனையில கூடுன ஆளுகதானே நீங்க..."

பக்கத்தில் இருந்த அப்பண்ணசாமி, "நல்லா யோசனை

பண்ணித்தான் எதையும் செஞ்சிருப்பார். அச்சு சரியில்லன்னா அவர் என்ன பண்ணுவார்?"

கேட்டுக்கொண்டே அங்கே வந்த கடைக்காரர், "என்ன பழைய கதை திரும்புதா?"

"என்ன கதை?"

அங்கிருந்த கதை தெரியாத ஒன்றிரண்டு பேர் கேட்டார்கள்.

"சொலவடை கேட்டிருக்கோம்... அதுக்கான கதை தெரியலை... சொல்லுங்க கேப்போம்" என்றார்கள்.

அப்பண்ணசாமி, "கோபண்ணா கதைதானே... சொல்றேன் கேளுங்க."

"ஓர் ஊரில் கோபண்ணா என்று ஒரு சம்சாரி இருந்தாராம்" என்று ஆரம்பித்தார்.

"கோபண்ணா ஊரில் ஒரு பெரிய சம்சாரி. அவருக்கு வாய்த்த பூமியும் நல்ல கரிசல் மண். கண்ணேகரேலென்று கண்ணைப் பறிக்கிற மண். ஊரிலிருந்து கொஞ்ச தொலைவில் எட்டு ஏக்கரில் அமைந்திருந்தது அவருடைய கரிசல் பூமி. எப்போதும் ஏழெட்டுப் பேர் வேலை செய்து கொண்டிருப்பார்கள். கோபண்ணாவும் அவர் தம்பி பாபண்ணாவும் ஆளுக்கொரு ஜோடி மாடுகளோடு உழுவது, மண்ணடிப்பது, களத்து வேலை பார்த்து, மிளகாய், பருத்தி என்று விளைந்ததை தாட்டுகளில் நிரப்பி சந்தைகளுக்கு வண்டி கட்டிப் போவது என்று எப்போதும் பரபரப்பாக இருப்பார்கள்.

அவர்களின் அந்தப் புஞ்சைக்காட்டில் ஒரெயொரு பனைமரம் நின்று கொண்டிருந்தது. கொஞ்சகாலமாக அந்த மரத்தில் நொங்கு எதுவும் காய்க்கவில்லை.

"இது என்னத்துக்கு ஒத்த பனைமரம்? ஒரு வேலைக்கும் ஆகாம மொட்டையாக் கிடக்கே.... இதை என்ன பண்ணலாம்? மரத்தை அறுத்துப் போடலாமா என்று யோசித்தவர், அவருடைய ஆஸ்தான ஆசாரியான மாரிமுத்து ஆசாரியிடம் தெரிவித்தார்.

"ஒரு பெரிய ரம்பம் தர்றேன்.. நாலுபேரைக் கூட்டிட்டுப் போய் அறுத்து வண்டியில ஏத்திக்கொண்டு வந்து போடுங்க.... அறுத்தா ஏழெட்டு கட்டை வரும்.... தொழுவத்துக்கு சாய்மானம் போடலாம்.." என்றார் ஆசாரி. நல்ல யோசனையாகப்பட்டது கோபண்ணாவுக்கு.

ஆசாரியிடம் ரம்பத்தை வாங்கிக் கொண்டு அறுக்க ஆட்களையும் கூட்டிக்கொண்டு வண்டி கட்டிக்கொண்டு போனார்.

"வண்டி எதுக்கு..ன்னு கேட்கத் தோணும். அறுத்த மரத்தைக் கொண்டு வரணுமே..." என்று கடகடவென சிரித்துவிட்டுத் தொடர்ந்தார் அப்பண்ணசாமி.

"அதுவரைக்கும் மஞ்சனத்தி, வாகைன்னு அந்த மண்ணுக்கேயான மரங்களின் 'கொப்புகளை' (கிளைகளை) வெட்டி அறுத்து கட்டைகளாக வண்டியில் ஏற்றிப் பழக்கப்பட்ட கோபண்ணாவுக்கு கூடப்போன 'அப்ரசென்ட்'களுக்கும் இப்படி நெடுநெடுன்னு நிக்கிற பனைமரத்தை எப்படி வாகாக வெட்டி அறுக்கிறது என்று பிடிபடவில்லை. ஆளுக்கொரு பக்கம் திரும்பி யோசித்தார்கள்.

"மரத்தை அறுக்கிறதுக்கு யோசனை சொன்ன ஆசாரி, அதை எப்படி வண்டியில ஏத்துறதுன்னு சொல்லலையே. இனி திரும்பப் போய்க் கேட்டு வரவா முடியும்?" என்று யோசிக்க ஆரம்பித்தார் கோபண்ணா.

"யோசிச்சா ஆயிரம் வழி கிடைக்குமப்பா..." என்று நினைத்துக் கொண்டே யோசிக்க ஆரம்பித்தார் கோபண்ணா.

கோபண்ணாவின் யோசனைக்கு உரமேற்ற கொஞ்சம் டீத்தண்ணி தேவைப்பட்டது. அதையும் ஓர் ஓரத்திலே கல்லை வைத்து அடுப்பு ஏற்படுத்தி, கொண்டுபோன வெல்லம், பெட்டிக் கடையில் வாங்கின குருவி மார்க் டீப்பொட்டலம் எல்லாம் வைத்து கொஞ்சம் டீத்தண்ணி காய்ச்சிக்கொண்டார்கள்....

காடுகளுக்குப் போகும்போது டம்ளர் கோப்பை எல்லாம் கொண்டு போகிற பழக்கமில்லை. தேங்காய்ச்சிரட்டைதான். கழுவ வேண்டியதில்லை. குடித்துவிட்டு தூர எறிந்துவிடலாம்.

ஒரு தேங்காய்ச்சிரட்டையில் டீத்தண்ணியை ஊற்றி கோப்பண்ணா ஒரு பக்கம் புர்ரென்று உறிஞ்சினார். ஒரு வாய்தான் உள்ளே போனது. இரண்டாவது வாய் போனவேகத்தில் 'புஷ்ஷென்று' தெரித்துக்கொட்டியது. அப்படி உள்ளே போன டீத்தண்ணியை 'அம்புட்டு' வேகமாக வெளியே தள்ளியது அதன் சுவைநெடியோ அல்லது தும்மலோ அல்ல.... மூளையில் உற்பத்தியாகி வெளியே வரத்துடித்த அந்த 'யோசனை...'

அந்த யோசனையை உடனே சொல்லிவிடத் துடித்தது மனது.. "ஏம்பா... இம்புட்டுப் பெரிய மரத்தை வெட்டிக் கீழ

சாய்ச்சா வண்டியில ஏத்தமுடியாது... மரத்தை வெட்டினதும் அப்படியே வண்டியில ஏத்துறதுக்கு நா ஒரு யோசனை வச்சிருக்கேன்...." என்று படபடவென்று சொல்ல ஆரம்பித்தார்.

'அப்படி ஒரு யோசனை இருந்தா நல்லதுதானே' என்று நினைத்தார்கள். அவர்சொல்லப்போகிற'யோசனையைக்' கேட்கஎல்லோரும்அவர் வாய்ப்பார்த்து நின்றார்கள்.

"எப்படின்னு சொல்லுறேன் கேளுங்க. நீங்க எல்லாரும் ரம்பத்தை வெச்சு அறுங்க... நானும் என் தம்பியும் உச்சியில கயிறு கட்டி கீழ வண்டிக்குப் பின்னால நின்னு இழுத்துக் கிட்டிருக்கோம்... அறுத்து முடிச்சதும் அப்படியே இழுத்து வண்டியில சாய்ச்சிடுவோம்...."

"நல்ல யோசனைதான்...." என்று டீத்தண்ணியை அவரவர் 'ஸ்டைலில்' உறிந்துகொண்டே ஒத்துக்கொண்டார்கள் எல்லோரும்.

மளமளவென்று அறுப்பு தொடங்கியது. வந்ததிடகாத்திரமான ஆட்கள் 'கரகர'வென்று அறுக்க ஆரம்பித்தார்கள்.

அண்ணனும் தம்பியும் 'எப்படா அறுப்பு முடியும்... இழுக்கலாம்' என்று கயிற்றை திடமாகப் பிடித்து நின்றார்கள்.

பனைமரம் மெல்ல சாயத் தொடங்கியது. அது சாய்கிற திசையை அனுமானித்து வண்டியை நிறுத்தி, கயிற்றை லாவகமாக இழுத்து மரம் நேரே வண்டியிலேயே சாயும்படி பார்த்துக் கொண்டார்கள் அண்ணனும் தம்பியும்.

சொன்னது போலவே கயிற்றின் திசையில் மரம் சாய்ந்து வண்டியில் விழுந்தது.

'யோசனை' பலித்தது.

ராமர் வில்லை உடைக்கும்போது ஒரு சத்தம் வந்திச்சாம். கூத்திலே கதை சொல்கிறவர் சொல்லும்போது அவர் போடும் சத்தம் ஒரு நிமிசம் கேட்கிறவர்களை மிரளச் செய்துவிடும். காதைப் பொத்திக்கொள்வோம்.

அப்படி ஒரு சத்தம் அப்போ கேட்டது.

வில்லைப் போலவே அதுவும் உடைந்தது..

கதையைக் கேட்டுக் கொண்டிருந்த சாத்தூரப்பன் கழட்டிப் படுக்க வைக்கப்பட்டிருந்த வண்டிச் சக்கரத்தின் ஆரக்காலுக் குள்ளே ஒரு காலை விட்டு இன்னொரு காலை நீட்டிய கோலத்தில்.

"என்னாச்சு... மரம் உடைஞ்சுடுச்சா சித்தப்பா..."

"நீ வேற... கிறுக்குப்பயலா இருக்கியே... உடஞ்சது மரம் இல்ல... வண்டி... மரம் உடைஞ்சா கதை எதுக்கு?"

கதை தொடர்ந்தது... திரும்பிப் பார்த்துவிட்டு கோபண்ணா சொன்னாராம்...

"யோசனையெல்லாம் நல்ல யோசனைதான். வண்டியிலதான் அச்சு சரியில்ல... 'கழுதை' அதை காலாகாலத்துல மாத்தணும்..."

"நல்லவேளை... அவர் காட்டில் ஒருபனைமரம்தான் இருந்தது" என்றுசிரித்துக்கொண்டே கதையை முடித்தார் அப்பண்ணசாமி.

"அந்த வண்டிதான் சுத்திச்சுத்தி இப்போ உம்மகிட்ட வந்து மாட்டிக்கிட்டு முழிக்குதோ" சாத்தூரப்பனைப் பார்த்து நக்கலடித்தார் கடைக்காரர் கந்தசாமி.

'கதைசுத்திவளைச்சுநம்மளையேகுறிவைக்கிறமாதிரிஇருக்கே' என்று சங்கடமாய் நெளிந்த சாத்தூரப்பன்.

"ம்... விடுங்க..." என்று சமாளித்து, குருசாமி ஏட்டையாவைப் பார்த்து,

"என்ன ஏட்டய்யா... பிள்ளையார் சிலை கொண்டு வர்றதுக்கு பொறுப்பேத்துக்கிட்டோமே...என்னயோசனைவெச்சிருக்கீங்க..."

சாத்தூரப்பனைக்கொஞ்சம்தனியாகக்கூப்பிட்டுப்போனார் ஏட்டய்யா.

"நாம ரெண்டு பேரும் கயத்தாறுக்குப் போகணும்..."

"கயத்தாறுல என்ன வேலை...?"

"உம்ம வண்டியைச் சரி பண்ணனும்னு சொன்னீரே...?"

"ஆமா.."

"அந்த வேலையைச் சாக்காவெச்சி சத்தமில்லாம ஒரு பிள்ளையார் சிலையைத் தூக்கிட்டு வந்துடுவோம்..."

"அது சரி, அது முரட்டுத்தனமான சனங்க ஊரு... மாட்டினா கஷ்டம்தான்..."

"அதெல்லாம் கவலைப்படாதீரும்... நமக்கு ஒத்தாசை பண்ண ஒரு ஆள் அங்கயே இருக்கான்..."

"சரி, புறப்படுவோம்... எப்போ போலாம்...?"

"நாளைக்கே புறப்படுவோம்..."

மறுநாள் காலை ஆசாரியைக் கூட்டிக்கொண்டு கயத்தாறுக்குப் போவதற்காக கோவில்பட்டி பஸ்ஸில் ஏறினார்கள் குருசாமியும் சாத்தூரப்பனும்.

பஸ்ஸில் ஏறியதும் சாத்தூரப்பனும் குருசாமியும் ஒரு சீட்டில் உட்கார்ந்தார்கள். ஆசாரி டிரைவருக்குப் பக்கத்தில் போய் உட்கார்ந்து கொண்டார். அவருக்கு டிரைவர் ஒரு கையால் ஸ்டீரிங்கைப் பிடித்து இடது கையால் 'கியர்' போடுகிற 'அளகையும்' வண்டியின் அசைவுக்கேற்ப டிரைவரின் முகபாவனை மாறுகிற 'அளகையும்' பார்ப்பதில் படு அலாதி. முகம் குழந்தைபோல ஆகிவிடும்.

சாத்தூரப்பன் குருசாமியைக் கேட்டார்.

"என்ன யோசனை வெச்சிருக்கீங்க... விவரமாச் சொல்லும்..."

"கயத்தாறுக்குப் பக்கத்துல ஒரு ஊர்... அங்கே லட்சுமணன்னு ஒருத்தன் இருக்கான். அவனைப்பத்திச் சொல்றேன்..." என்று குருசாமி சொல்ல ஆரம்பிக்கும்போது,

"எங்கே போகணும்...?" என்று மோதிர விரலில் சொருகிய விசிலோடும், டிக்கெட்டுப் புத்தகத்தோடும் வந்து நின்றார் கண்டக்டர்.

"கோவில்பட்டி... மூணு டிக்கட்..." என்று சொல்லிக்கொண்டே நூறு ரூபாய்த்தாளை நீட்டினார் குருசாமி.

டிக்கெட்டை மட்டும் கொடுத்த கண்டக்டர், "மீதிப் பணத்தை இறங்கும்போது கேளுங்க தர்றேன்" என்று சொல்லிவிட்டு நகர்ந்தார்.

"இறங்கும்போது ஞாபகப்படுத்தும்" என்று சாத்தூரப்பனிடம் சொல்லிவிட்டு, லட்சுமணனைப் பற்றியும் அவன் ஊரைப் பற்றியும் சொல்ல ஆரம்பித்தார்.

20

குணம் என்பது ஒரு மனிதனுக்கு என்றில்லை. ஓர் ஊருக்கும் ஒட்டுமொத்தமாக ஒரு குணம் இருக்கும். ஒவ்வோர் ஊருக்கும் ஒரு குணம் உண்டு. கிராமங்களில் வசித்தவர்களுக்கு, வசிப்பவர்களுக்கு அது புரியும்.

"அந்த ஊரே அப்படித்தானப்பா..." என்று முத்திரை குத்துவார்கள். தெருவுக்குத் தெருகூட குணங்களில் வேறுபாடு தெரியும்.

கயத்தாறுக்குப் பக்கத்தில் இருக்கிற லட்சுமணனின் கிராமத்துக்கும் அப்படி ஒரு குணம் உண்டு.

பெரியதும் இல்லாத சின்னதுமல்லாத ஒரு நடுத்தர கிராமம். நல்ல சம்சாரிகள் வாழுகிற ஊர். முழுக்க சம்சாரிகள்தாம். ஊரைச் சுற்றிலும் லாரிலாரியாக எள்ளை அள்ளிக்கொண்டு வந்து போட்டு நிரவியதுபோல மணிமணியாத் திரண்டிருக்கும் கரிசல் மண். காலங்காலமாக மாடு பூட்டி, விவசாயம் பண்ணி வந்த ஊரில் நூற்றுக்கணக்கில் ஜோடி மாடுகளும் அதே எண்ணிக்கையில் வண்டிகளும் ஏர்க் கலப்பைகளும் இருந்ததாகச் சொல்வார்கள். இன்றைக்கு அந்த எண்ணிக்கை கணிசமாகக் குறைந்திருந்தாலும் வெள்ளாமையும் விளைச்சலும் குறைய வில்லை.

மாடுகளுக்கு நிகராக ஊரில் நான்கு டிராக்டர்கள் 'டபடப' வென்று சுற்றிக் கொண்டிருந்தன.

இந்த டிராக்டர்கள் உழும்வரை உழுதுகொண்டும் மண் அடித்துக்கொண்டும் இருக்கும். யாருக்காவது, டவுனில் போய் சினிமா, நாடகம் என்று பார்க்க ஆசை வந்துவிட்டாலோ அல்லது வில்லுப்பாட்டு, பாட்டுக் கச்சேரி என்று தகவல் வந்தாலோ அந்த டிராக்டரின் பின்னால் டிரெய்லர் இணைக்கப்பட்டு பயணத்திற்கு தயாராகிவிடும். அந்த நாலு டிராக்டர்களில் ஊரே கிளம்பிப் போவார்கள்.

டிராக்டருக்கு முன்னே 'விவசாயத்திற்கு மட்டும்' என்று எழுதியிருப்பார்கள்.

அப்படி எழுதிக்கொண்டு ஆட்களை ஏற்றிக் கொண்டு போனால் போலீஸ் விடுவாங்களா. நிறுத்தி "எங்க... ஆட்களை ஏத்திட்டுப் போறீங்கப்பா..." என்று டிராக்டர் ஓட்டிப்போகிற டிரைவரைப் பிடித்துக் கொள்வார்கள்.

உடனே எல்லோரும் இறங்கி கூட்டமாக போலீஸை மொய்த்துக்கொள்வார்கள்.

பழக்கப்பட்ட போலீசார், காலப்போக்கில் இந்த நான்கு டிராக்டர்களைப் பிடிப்பதில்லை. அதிலேயே அவர்கள் வளர்க்கிற நாய்களையும் கூட்டிப்போவார்கள். நாய் எதுக்கு? காவலுக்கா என்றால் இல்லை... படம் பார்க்கவாம்.

ஆண் பெண் என்றில்லாமல் எல்லோருமே தாட்டியமான ஆட்கள்.

'பாசமலர்' திரைப்படம் ராமசாமி தியேட்டரில் ஓடிக்கொண் டிருந்தபோது, ஊரோடு நான்கு டிராக்டரில் போனார்கள். கூட நான்கைந்து நாய்கள் வேறு!

அந்த 'பாசமலர்' திரைப்படத்தில் ஜெமினி கணேசனின் தாயாகவும் படத்தின் பிரதான வில்லியாகவும் நடித்த அந்த வயசான நடிகைமேல் கோபம் வராத மனிதர் இருக்கமுடியாது. அப்படி ஒரு பாத்திரப்படைப்பு. அன்றைக்கு படம் பார்க்கப் போன கூட்டத்தில் அழகம்மா கிழவிக்கு அந்த வில்லி மேல் பெருத்த கோபம் எழுந்தது. உடனே முன்சீட்டில் உட்கார்ந்திருந்த மகன் தாமோதரனுக்கு கட்டளை பறந்தது.

"ஏலே தாமோதரா... எடுறா அந்த ஊனு முளைய, போடுறா அந்தக் கிழவியை..." என்று அழகம்மா கிழவி கத்த, தாமோதரனோடு நான்கைந்து இளவட்டங்கள் ஓடிப் போய் வண்டியில் கிடந்த நான்கைந்து ஊன்று முளைக்குச்சிகளை பிடிங்கிவந்து திரையில் வீசினார்களாம்.

திரைதான் கிழிந்தது.

அந்த வில்லிக்கு ஒன்றும் ஆகவில்லை.

"அந்த ஊரைப்பற்றிச் சொல்ல இன்னும் நிறைய இருக்கிறது" என்றார் குருசாமி.

லட்சுமணனின் அப்பா கோபால் நாயக்கர்.

பெரிய சம்சாரி, ஊரில் இருக்கிற நாலு டிராக்டரில் ஒன்று அவருடையது.

கடும் உழைப்பாளி... முரட்டு சம்சாரி... கூடவே நல்ல பேச்சாளி.

கதை சொல்வது, அழிப்பான் போடுவது, சொலவடை உதிர்ப்பதுஎன்று அவருடன் திரிகிறஎல்லோருக்கும் நல்லபடியாக பொழுதுபோகும்.

புராணக்கதைகளைச் சொல்லி கூடவே தத்துவங்களை உதிர்ப்பார்.

கோபால நாயக்கர் மனைவி தேசம்மாள்... ஜாடிக்கேத்த மூடி.

அன்றைக்கு காலை வெள்ளென காட்டுக்குப் போய் வரப்பில் மொச்சைக் கொடிகளில் மொச்சைக்காய்களை பறித்து வந்திருந்தார் கோபால் நாயக்கர்.

தேசம்மாள் பச்சை மொச்சைக்காயை உரித்து ஒரு எவர்சில்வர் பரியத்தில் சிப்பியில் இருந்து முத்துப் பரல்களைக் கொட்டுவது போல ஒவ்வொன்றாக உதிர்த்துவிட்டுக் கொண்டிருந்தாள். அது நிறைய நிறைய பார்க்க கண்ணுக்கே ருசி தெரியும். அப்படி ஒரு 'விளைச்சல்' அது. அந்த மண்ணுக்கே பாத்தியப்பட்ட சொத்து. அதிலே குழம்பு வைத்தால் தெரு மணக்கும். பச்சை மொச்சைக்காய் வேகிற போது வருகிற வாசம் அப்படி.

திண்ணையில் பாரியாள் மொச்சைக்காயை உதிர்க்க எதிர்த் திண்ணையில் கோபால் நாயக்கர் தோள்துண்டை எடுத்துப் போட்டு உட்கார்ந்தார். அவர் உட்கார்ந்திருந்தால் தெரு முழுக்கத் தெரியும். அவரது பேச்சு சுவாரஸ்யத்துக்கு ஆசைப்பட்டு நாலஞ்சு பேராவது கூடிவிடுவார்கள்.

அந்த வழியாகப் போன சீனிராஜ், திண்ணைக்குப் பக்கத்தில் வந்து, கோபால் நாயக்கரைப் பார்த்ததும் திண்ணை ஓரத்தில் உட்கார்ந்தான்.

"என்ன மாமா... வீட்டுல மொச்சைக்காய் குழம்பா இன்னிக்கு...?"

சீனிராசைப் பார்த்தும் கோபால் நாயக்கர் கேட்டார்.

"ஏன்பா... சீனிராசு... மொச்சக்காயை அப்படியே அவிச்சு உரிச்சுத் தின்னு பார்த்திருக்கியா..." கேட்டுவிட்டு 'நீ பதில் சொல்லிக்கிடமாட்டே' என்பதுபோல புருவத்தைச் சுளித்து தலையாட்டினார் கோபால் நாயக்கர்.

பதில் இல்லாத கேள்வியைக் கேட்டுவிட்டால் மனுசனுக்கு கிடைக்கிற சுகமே தனிதான் போல...

"நான் தின்னதில்ல மாமா."

"உனக்குத்தெரியுமா...இப்படி அவிச்ச மொச்சக்காயை உரிச்சித் தின்னும்போது அதிலே இருக்கிற புழுபூச்சி கண்ணுலபட்டா கொமட்டல் வரும்னு விளக்கை அணைச்சிட்டு இருட்டுல உட்கார்ந்து குடும்பத்தோட திம்பாங்கலாம்... ஒரு கதை உண்டு..." என்றார்.

"அது சரி மாமா... நீங்க எப்படி?"

"உங்க அத்தையைப் பார்த்தியே... உரிச்சுத்தான் அவிப்பா... ஆனா அவிச்சி வெச்சிக்கிட்டு அதை அப்படியே உரிச்சித்திங்கிற ருசி தனிதான்."

"அப்பொம்... நீங்க எப்பயோ விளக்கை அணைச்சிட்டுத் தின்னிருக்கீங்க திருட்டுத்தனமா..." அப்படித்தானே மாமா."

பேச்சு அப்படியே தத்துவத்தின் பக்கம் தாவியது.

"உலகமே திருட்டுதானப்பா..." என்று ஆரம்பித்தார்.

"ஏன் மாமா."

"மாப்பிள்ளே... ஒண்ணு தெரிஞ்சுக்கோ... மனுசன் தன் தேவைக்கு மேலே வெச்சிருக்கிற எல்லாமே யாருக்கோ உரியது.

அது எப்படியோ நம்ம கைக்கு வந்திருக்கு... அதை எப்படி யாச்சும்கொடுத்திரணும்...வெச்சிருந்தோம்னா திருடினதாத்தான் கணக்கு."

"நெசந்தான் மாமா" என்று ஆமோதித்தான் சீனிராசு.

திண்ணைக்கு இன்னும் ஒன்றிரண்டு ஆட்கள் வந்து சேர்ந்தார்கள்.

இப்படி கூடிவிட்டால் அடுத்து கோபால் நாயக்கர் தேசம்மாளை டீத்தண்ணிக்கு உள்ளே அனுப்புவார். அது வாடிக்கை.

மொச்சைக்காய் உரித்து உதிர்ப்பதை பாதியில் போட்டுவிட்டு, சொளகை பரியத்தின் மேலே மூடி வைத்துவிட்டு உள்ளே போனாள் டீத்தண்ணி காய்ச்சி கொண்டுவர.

வந்தவர்களில் வரதராசு ஒருத்தன்.

ஊர்க்கதைகளை அக்கம்பக்கம் சேகரித்து வந்து கோழிக்கு தீனி போடுவதுபோல ஒவ்வொன்றாகச் சமயம் பார்த்துக் கொட்டுவான்.

"திருட்டுன்னதும் ஞாபகத்துக்கு வருது... பக்கத்துத் தெருவுல நேத்து ராத்திரி ரெண்டு ஆடு திருடு போச்சாம்... ஈச்சக் கோனார் தொழுவத்துல இருந்து..." என்று ஆரம்பித்தான்.

"இன்னும் கொஞ்ச நேரத்துல உங்கிட்ட பிராது கொடுக்கணும்னு சொல்லிக்கிட்டிருந்தார்..."

லேசாக அதிர்ச்சி அடைந்த கோபால் நாயக்கர், "அப்படியா... இந்த ஊருக்குள்ள வந்து திருடுறான்னா அவனுக்கு சிலை வைக்கணும்... துணிச்சல்காரன்தான் போங்க..." என்றார்.

"ஏன்... உள்ளூர்க்காரனே கூட திருடியிருப்பான்..." என்று புதுகருத்து ஒன்றைச் சொன்னான் சீனிராஜ்.

கொஞ்ச நேரத்துக்கெல்லாம் ஈச்சக்கோனார் வந்துநின்றார். அவருக்கும் ஒரு டம்ளர் டீத்தண்ணி போனது.

"முதல்ல டீத்தண்ணீய வாங்கிக் குடியும்... எல்லாம் கேள்விப்பட்டேன்..." என்றார் கோபால் நாயக்கர்.

"அதெப்படி சாமி... இம்புட்டு தாட்டியமான ஊர்லவந்து முழுசா ஆட்டைத் தூக்கிட்டுப் போறாங்கன்னா... அவன் பெரிய மொரட்டுத் திருடனாத்தான் இருக்கணும்..."

"திருடனுக்கு முதல் தகுதியே குருட்டுத்தனமான முரட்டுத்தனம் தான். ஓய்... கவலைப்படாதிரும்... துப்பு வைச்சு புடிச்சுப்புடுவோம்"

"என்னவோ... சொல்றீங்க... உங்கள நம்பித்தான் இருக்கோம்..."

ஈச்சுக்கோனாரை ஆறுதல் சொல்லி அனுப்பிவிட்டு, மளமளவென வேலையை ஆரம்பித்தார்.

தனக்கேயான பிரத்யேக துப்பு சொல்கிற ஆட்கள் சிலரைக் கூப்பிட்டு அனுப்பினார்.

போனவர்கள் வந்து சொல்கிற தகவல்கள் அடிப்படையில் யோசனைகளைச் சொல்லி திரும்பவும் அனுப்பினார்.

ஒரு வாரத்திற்குள்ளாகவே ஆட்டை மீட்டுக் கொடுத்தார், கோபால் நாயக்கர். பெரிதாக ஒரு கும்பிடு போட்டு நன்றிப் பெருக்கோடு கண்ணீர்விட்டார் ஈச்சக்கோனார்.

கோபால நாயக்கரின் இந்த சாதுர்யத்துக்கு நிறைய திருட்டு வழக்குகள் அவரிடம் புகார்களாக வந்துநின்றன. சுத்துப்பட்டு ஊர்களில் இருந்தும் வந்து நின்றார்கள். அவரும் தனது புத்தி சாதுர்யத்தையும் அனுபவத்தையும் வைத்து துப்புச் சொல்லி ஆளைப் பிடித்துவிடுவார்.

ஆனால், அவரை அறியாமலேயே ஒரு திருடன் அவருக்கு அருகில் வளர்ந்துவருவதை அப்போது அவர் அறியவில்லை.

அன்றைக்கு திண்ணையில் உட்கார்ந்திருந்தார் கோபால் நாயக்கர். கூட, வழக்கம்போல நான்கைந்து பேச்சாளிகள்.

நானாக்கதையும் ஓடிக்கொண்டிருந்தது.

அப்போது ஒரு பெண் அவர்களை நோக்கி வேகமாக வருவது தெரிந்தது.

கோபால் நாயக்கர் புஞ்சைக்குத் தெற்கே உள்ள புஞ்சைக்காரர் சுந்தரராசின் மனைவி லோகம்மாள் "குய்யோமுய்யோ" என்று கத்திக்கொண்டே வந்து நின்றாள்.

"என்னாச்சு லோகம்மா... இப்படி துடிச்சுப்போய் வந்து நிக்கிற" தேசம்மாள் கேட்டுக் கொண்டே கூப்பிட்டு திண்ணையின் தெற்கு ஓர முனையில் உட்காரவைத்தாள்.

"வீட்டுல கிடந்த ஆறு பவுன் வடமுறுக்கிச் செயினு... ஒரு டப்பாவுக்குள்ள போட்டு மூடி வெச்சுருந்தேன். அதை காணோம்க்கா... அது ஒண்ணுதான் என் சொத்து, உனக்கு தெரியுமேக்கா... மாடு புடிச்சுட்டுவர்றேன்னு விருதுநகர்ப் பக்கம் கன்னிசேரி சந்தைக்குப் போனவர் இன்னும் வரல... வந்தா என்ன பதில் சொல்லுவேனக்கா..."

அழுது புலம்பி அழிச்சாட்டியம் பண்ணினாள்.

மெல்ல எழுந்து கோபால் நாயக்கருக்கு அருகில் போய் நடந்ததெல்லாம் சொன்னாள், ஒவ்வொன்றாக.

விபரங்களைக் கேட்டுக்கொண்ட கோபால் நாயக்கர், "நீ

பெ.மகேந்திரன் | 155

போய்வா தாயி... ரெண்டொரு நாள்ல திருடுபோன நகையைப் பிடிக்கிறதுக்கு துப்புவைக்கிறேன்... தைரியமாய்ப் போய் வா” என்று ஆறுதலாகச் சொல்லி அனுப்பினார்.

அனுப்பினாரே ஒழிய... எப்படி துப்பு துலங்குகிறது என்று விளங்கவில்லை அவருக்கு.

இது புது விதமான திருட்டு அந்த ஊருக்கு.

எல்லோரையும் அனுப்பிவிட்டு மோட்டைப் பார்த்தபடி உட்கார்ந்து மோவாயைச் சொறிந்தார்.

ஒவ்வொரு விஷயமாக மனசுக்குள் அசை போட்டுப் பார்த்தார். வழக்கைத் துப்புதுலக்க அனுப்புகிற ஆட்களை வரச்சொல்லி சில சூட்சுமங்களைச் சொல்லி அனுப்பினார்.

‘ஆடு, கோழி களவு போகுதுன்னு இருந்துட்டோமே... இப்போம் அது இப்படி கழுத்துச் சங்கிலி களவு போகிற அளவுக்குப் போயிடுச்சே... இப்படியே விட்டுட்டா பட்டப்பகல்ல காட்டுக்குப் போகிற பெண்களுக்கு என்ன பாதுகாப்பு இருக்கு...? என்னாச்சு ஊருக்கு? ஊரோட ஒத்துமையைப் பார்த்து கண்ணெழவு வச்சுட்டாங்களா... இந்த ஊருக்குள்ள வந்து இப்படி தெரியாம களவு பண்ணிட்டுப் போக யாருக்கு துணிச்சல் வந்துச்சு... இதை எப்படியும் துப்புவச்சு புடிச்சாகணுமே...’ மனசுக்குள் கங்கணம் கட்டிக்கொண்டே உள்ளே போகவும் வரவுமாக இருந்தார் குட்டிப் போட்ட பூனையாக.

“ஏப்பா... சீனிராசு... இதை ஊர்க் கூட்டம் போட்டு முடிவு பண்ணணும்... இப்படியே விட முடியாது... ஊர்க் கூட்டத்துக்கு ஏற்பாடு பண்ணு.”

சீனிராசு போய் தண்டோராகாரனுக்கு ஏற்பாடு பண்ணி ஊர்க் கூட்டத்துக்கு அறிவிப்பு செய்தான்.

ஊர் கூடியது. ஆளாளுக்குப் பேசினார்கள்.

“நம்ம ஊருக்குள் வந்து இப்படி நகையை வீடு புகுந்து தூக்கிட்டுப் போக யாருக்கு அம்புட்டு தைரியம் இருக்கு? எனக்கென்னவோ எவனோ உள்ளூர்ப் பயலுகதான் தூக்கியிருப்பானுங்க” என்று சிலர் கருத்து சொன்னார்கள்.

கோபால் நாயக்கருக்கு உடன்பாடு வந்தது. ஒரு யோசனை செய்து சொன்னார்.

"உள்ளூர்த் திருடன்தான்னு சொல்றீங்க... அப்பம் ஒரு காரியம் பண்ணலாம்... இன்னைக்குச் சாயந்தரம் நாம எல்லாம் வீட்டுக்கு ஒரு ஆள் வந்து பெருமாளைக் கும்பிடுவோம். ஒரு கோரிக்கை வைப்போம். அப்படியே அங்க இருந்து எல்லாரும் அவங்க வீட்டுக்குப் போய் வீட்டுக்கொரு மஞ்சப்பையில் கால்பை நெல் உமிபோட்டுக் கொண்டு வந்து பெருமாள் கோயில் கருடாழ்வார் சிலைக்கு முன்னே வெச்சிட்டுப் போயிடணும்,

"கொஞ்சமாச்சம் மனசாட்சி உள்ளவங்க, எடுத்திருந்தாங்கன்னா எடுத்த பொருளை உமிக்குள்ளே வச்சு போடட்டும்.

அவங்களுக்கு அந்த பெருமாளே மன்னிப்பு குடுப்பாரு.

யாரும் எந்தப் பையில என்ன இருக்குன்னு பார்க்கக்கூடாது.

இருட்டினதுமா போய் எல்லாப் பையையும் கொட்டி சோதிப்போம். திருடுனவன் திருந்திக் கொண்டுவந்து கொடுக்க வாய்ப்பு குடுப்போம். பொருள் வரலன்னா அதுக்குமேல என்ன செய்றதுன்னு அப்புறம் கூட்டம் போட்டு முடிவு பண்ணிக்கிடலாம்" என்றார்.

"எல்லாரும் போய் சொன்ன வேலையை ஆரம்பிங்க. தண்டோரா போடச் சொல்லுங்க... என்று சொல்லிக்கொண்டே கிளம்பினார்.

ஏற்பாடுகளைச் செய்யச் சொல்லிவிட்டு கோபால் நாயக்கர் வீட்டுக்குள் நுழைந்தார்.

தேசம்மாள் அன்றைக்கு அழுக்குத் துணிகளை துவைக்க வேண்டி ஒவ்வொரு துணியாக எடுத்து ஓர் அழுக்கு வேட்டியை விரித்து அதில் போட்டுக் கொண்டிருந்தாள்.

அதில் லட்சுமணனின் சட்டை ஒன்று லேசாக கனத்தது. எடுத்துப் பைக்குள் கையை விட்டாள்.

ஒரு தங்க 'வடமுறுக்கி' செயின் கையோடு வந்தது. மெல்ல திடுக்கிட்டவள் துடித்துப் போனாள்.

"ஐயோ... பிள்ளை எல்லை மீறி கெட்டுப் போயிட்டானே..." என்று கதற எத்தனித்து அப்படியே அடங்கிப் போய் அடுப்படியில் தலையை வைத்து உட்கார்ந்தாள். உள்ளே நுழைந்த கோபால் நாயக்கர், தேசம்மாளை இப்படி அடுப்படியில் படுத்துக்கிடப்பதைப் பார்த்து லேசாகப் பதறினார்.

அவளை இப்படி ஒருநாளும் பார்த்ததில்லை. பம்பரமாகச் சுற்றிக்கொண்டே திரிவதை மட்டும் இதுநாள் வரை பார்த்து வந்தவர். இப்படி உப்பு வத்தலுக்காக அவிச்சு காயப்போட்ட மிளகாய் போலக் கிடந்தாள்.

வேகமாக அருகே போய், "என்னாச்சு தேசம்மா... இப்படி சுருண்டு படுத்துட்டே?"

வாஞ்சையோடு வேகமாய் அருகில் போய் உட்கார்ந்து அவளது தலையைப் பிடித்து தூக்கி மடியில் வைத்தார். அவரிடமிருந்து மெல்ல நழுவிய தேசம்மா, படார் என காலைப் பிடித்து தரையில் விழுந்தாள்.

கோபால் நாயக்கர் கேட்டதும் அப்படியே காலில் விழுந்து அழ ஆரம்பித்தாள், தேசம்மா. வாக்கப்பட்டு வந்த நாளிலிருந்து எதையும் மறைத்து வைத்துப் பழக்கமில்லை தேசம்மாவுக்கு. "எம்பிள்ளையக் காட்டிக் கொடுத்திராதீங்க சாமி" என்று கதறிக்கொண்டே செயினை அவர் கால் மாட்டில் வைத்தாள்.

கோபால் நாயக்கருக்குப் புரிந்தது. மனசு படபடவென அடித்தது. தவியாய்த் தவித்தது.

அங்குமிங்குமாக நடந்தார் வீட்டுக்குள்ளேயே...

அங்கே ஊருக்குள்ளே எல்லோரும் வீட்டுக்கொரு ஆள் கணக்கில் கையில் ஒரு மஞ்சள்பையை உள்ளே கொஞ்சம் நெல் உமியைப்போட்டு வரிசையாக கோயிலை நோக்கி நடந்து கொண்டிருந்தார்கள்.

மனசு மரத்துப்போய் தூணில் சாய்ந்து உட்கார்ந்திருந்த கோபால் நாயக்கர், மனசைத் திடப்படுத்திக் கொண்டு மெல்ல எழுந்தார்.

"தேசம்மா... நம்ம வீட்டு மஞ்சப்பையைக் கொண்டுவா..." என்று ஆக்ரோசமாகக் கத்தினார்.

கோபால் நாயக்கரும் கையில் ஒரு மஞ்சள் பையை தூக்கிக் கொண்டு தெருவில் இறங்கினார்.

அந்த மஞ்சள் பையில் நெல் உமியோடு அந்த ஆறு பவுன் வடமுறுக்கிச் செயினும் இருந்தது.

சீனிராசு எதிரில் வந்தான்.

"என்ன சித்தப்பா... நீங்க எதுக்கு இப்படி பையைத் தூக்கிட்டு

வர்றீங்க... வேணாம் சித்தப்பா...”

கூடவந்த வரதராசு, “மாமா நியாயஸ்தரப்பா... தராசு மாதிரி. ஊருக்கே உதாரணமா இருக்கணும்னு நினைக்கிறார். எல்லோருக்கும் சொல்லிவிட்டு நாம செய்யலைன்னா எப்படி என்று யோசிச்சிருப்பார்... அவர் நினைக்கிறது சரிதானே?” என்றான்.

இதைக் கேட்ட ஈச்சக்கோனார், “மனுசன் அந்த ஆகாசம் அளவுக்கு உசந்து நிற்கிறார்ப்பா...” என்று உணர்ச்சிவசப்பட்டு கைகூப்பிக் கும்பிட்டபடியே பின்னே நடந்தார், அவருக்கான மஞ்சள் பையோடு.

கோபால் நாயக்கருக்கு நெஞ்சைப் பிடித்துக் கொள்ள வேணும்போல் இருந்தது. வழக்கத்தைவிட சற்றே தளர்ந்த நடையோடு கோயிலை நோக்கி நடந்தார்.

அவர் அப்படி வெளியே போனதும் மகன் லட்சுமணன் பின்வாசல் வழியாக வீட்டுக்குள் நுழைந்தான். அவனைப் பார்த்ததும் தேசம்மாள் கையில் கிடைத்ததையெல்லாம் எடுத்து வீசினாள். ஒருகட்டத்தில் ஆற்றமாட்டாமல் விழுந்து புரண்டாள்.

பிறகு மெல்ல எழுந்து இடுப்புச் சேலையில் செருகியிருந்த சுருக்குப் பையை கொஞ்சம் நூலை இழுத்துவிட்டு அதிலிருந்து இருபது ருபாய்த் தாளைக் கொடுத்து, “இந்தா... இதை வாங்கிக்கிட்டு இப்படியே ஓடிப்போயிடு. இங்க இருந்து உங்கப்பா கண்ணிலேபட்டே... உன்னைக் கொன்னே போட்டுடுவார்” என்றாள்.

வீட்டிலிருந்து புறப்பட்ட லட்சுமணனுக்கு அன்று எங்கே போவது என்று புரியவில்லை.

சின்னச்சின்னத் திருட்டுக்கள் தன்னை இப்படிக் கொண்டுவந்து விட்டதே என்று அவனுக்கும் ஒரு குற்றஉணர்ச்சியை ஏற்படுத்தியது.

அதுவும் இப்படி மனசுக்குள் ஒரு காதல் பூத்துக் கொண்டிருக்கிற நேரத்திலா?

மனசு அலை பாய்ந்தது.

இனி ஊருக்குள் எப்படிப் போவது?

அதுவாச்சும் பரவாயில்லை.

எப்படி ரேணுகா முகத்தில் விழிப்பது?

மனசு இப்படி காதலி கண்ணைப் பார்க்கத் துடிக்கும்போது எப்படி திருட்டுப்புத்தி உள்ளே வந்துச்சு?

அவனுக்கே அவன்மேல் வெறுப்பாக இருந்தது.

ஏறி கோவில்பட்டி போகிற பஸ்ஸில் பயணமானான்.

எங்கே போவது?

அவனுக்கு எதுவும் பிடிபடவில்லை.

கோவில்பட்டி பஸ்ஸ்டாண்டில் இறங்கியதும் அங்கிருந்த ஒரு பஸ்ஸில் ஏறினான். அது எங்கே போகும் என்றுகூடப் பார்க்கவில்லை. ஏறி உட்கார்ந்ததும் வண்டி புறப்பட்டது.

கண்டக்டர் கீழிருந்து படியில் ஏறும்போது.

"சாத்தூர்... சாத்தூர்...

சாத்தூர்... சாத்தூர்..."

என்று கூறியதிலிருந்து போகும் ஊரைத் தெரிந்துகொண்டான்.

கையிலிருந்த 20 ரூபாயில் 3 ரூபாய் சாத்தூருக்கான டிக்கெட்டில் கழிந்தது. மீதி பதினேழு ரூபாயை பையில் போட்டுக் கொண்டு கிளம்பினான்.

இருட்டத் தொடங்கி இருந்தது.

மேற்கிலிருந்து லேசான காற்று பஸ்ஸின் ஜன்னல் வழியாக இதமாக ஊடுருவிச் சென்றது.

பஸ்ஸின் கண்ணாடி, கடக்கும் காற்று, வாங்கிப் பையில் போட்ட டிக்கெட்... என்று எல்லாவற்றிலுமே ரேணுகாவின் முகமே தெரிந்தது.

ஒரு தூய மனிதனாக ஊருக்குத் திரும்ப வேண்டும் என்ற எண்ணம் மேலோங்கியது.

அதுவரை ரேணுகாவைப் பார்க்க முடியாதுதான்.

வேறு வழியில்லையே!

பஸ் மெல்ல சாத்தூர் வைப்பாற்றுப் பாலத்தைக் கடந்தது. இரவு விளக்குகளின் வெளிச்சத்தில் வைப்பாற்று மணல் மின்னியது. தண்ணீர் எங்கும் தட்டுப்படவில்லை.

சாத்தூர் பஸ்ஸ்டாண்டில் இறங்கினான். அங்கும் இங்குமாக நடந்து கொண்டிருந்தவனுக்கு குருசாமி ஏட்டையா கண்ணில் பட்டார்.

அப்பாவின் சிநேகிதர்.

ஏதோ ஒரு பிடிமானம் கிடைத்ததைப்போல உணர்ந்தான்.

நேரே அவர் முன்னே போய் நின்றான்.

முதலில் யாரென்று தெரியாமல் தோரணையோடு, "என்னப்பா வேணும்.. எந்த ஊரு?" என்று மிரட்டினார். இன்னாரென்று சொன்னதும் ரொம்ப சந்தோஷப்பட்டார்.

"வாப்பா... முதல்ல அந்த கிளப்புக்கடையிலே ரெண்டு இட்லியோ புரோட்டாவோ சாப்பிடு" என்று கூட்டிப்போனார்.

புரோட்டா சாப்பிட்டுக் கொண்டே தயங்கித் தயங்கி நடந்ததை எல்லாம் சொல்லி முடித்தான்.

"நீ இப்போதைக்கு ஊருக்குப் போக வேணாம்... இங்கே ஒரு வேலைக்கு ஏற்பாடு பண்றேன். ஆறுமாசம் கழச்சி நானே ஊருக்குக் கூட்டிப்போறேன்... அப்புறமா எந்தத் தப்பும் பண்ணாம ஊரிலே இருந்து விவசாயம் பண்ணு... என்ன குறைச்சல் உனக்கு? அவ்வளவு நிலமும் உனக்குத்தான். ஒரு குட்டி ஜமீன்தார் மாதிரி வாழற வாழ்க்கைய விட்டுவிட்டு இந்தத் திருட்டுத்தனம் தேவையா... ஏன் இப்படி புத்தி போச்சுன்னு தெரியல..." என்று புத்திமதி கூறி தங்கவைத்தார். அங்கே இரண்டு நாட்கள் கழித்து ஒரு 'கட்டிங் பிரஸ்ஸில்' வேலைக்குச் சேர்த்துவிட்டார்.

ஆறுமாதம் ஒழுங்காக நகர்ந்தது. காட்டு வேலை செய்தவனுக்கு இந்த வேலை வித்தியாசமாகப்பட்டது. நகரத்து வாழ்க்கையும் அதன் பரபரப்பும் ஒரு விதத்தில் பழகிப்போனாலும் ரேணுகாவின் முகமும், அந்த மண்ணின் வாசமும் அவனை ஊருக்குப் போவதற்கான ஏக்கத்தை வளர்த்தது.

தன்னுடைய ஆசையை குருசாமியிடம் சொன்னான்.

"இப்போ நீ போனா உங்கப்பா உன்னை அடிச்சு துரத்திடுவார், முன்கோபி... நான் முதலில் போய் பேசிவிட்டு வர்றேன்..." என்று கூறி கிளம்பிப் போனார்.

குருசாமி கோபால் நாயக்கரைப் பார்த்ததும் ஆச்சர்யப்பட்டுப் போனார்.

எப்படி இருந்த மனுசன்?

கூனிக் குறுகிப் போயிருந்தார்.

கையில் ஒரு கம்பை வைத்து நடந்தார்.

"என்னாச்சு... ஏன் இப்படி...?" என்று தேசம்மாளைக் கேட்டார்.

"கோபத்துல அடிச்சுப்புடுவாரோன்னு பயந்து ஓடிப்போனான். ஆனா அவன் பிரிவை அவர் மனசளவிலே தாங்கிக்கிடல... அங்க உங்க கிட்டதான் இருக்கான் என்கிற சேதி கிடைச்சதும் கொஞ்சம் ஆறுதலானார். ஆனாலும், அது தெரியாத மாதிரியே இருந்துக்கிட்டார்..."

சூழ்நிலை சகஜமாக இருப்பதை உணர்ந்த குருசாமி, "சரிய்யா... நான் பையனைக் கூட்டிவந்து விடறேன்... இனி ஒரு தப்பும் பண்ண மாட்டான். நான் கியாரண்டி. முழுக்க விவசாயத்திலே இறக்கிவிடுங்க... என்ன குறைச்சல்? மணிக்கரிசல் மண்ணு... பருத்தி, மிளகாய்ன்னு வெளைய வைக்கட்டும். கூடவே சீக்கிரமா கல்யாணம் பண்ணி கால்கட்டு போடுங்க... எல்லாம் சரியாயிடும்..." என்று சொல்லிவிட்டு, மதிய சாப்பாட்டைச் சாப்பிட்டுவிட்டு கிளம்பினார்.

லட்சுமணனுக்கு, பக்கத்து ஊரில் ஒரு ஒன்றுவிட்ட அக்கா உண்டு. அந்த அக்காவுக்கு ஓர் அழகான மகள் உண்டு. அவள்தான் ரேணுகா. அந்தப் பக்கம் போகும்போதெல்லாம் அவன் கால்கள் அவனை அறியாமல் அங்கே போய் நிற்கும்.

அந்த அக்காள் அவனை உட்காரவைத்து உபசரித்து அனுப்பு வாள் செல்லப்பிள்ளைபோல. அவளுக்கு, லட்சுமணனுக்கே தன் பெண்ணைக் கொடுத்துவிட ஆசை.

ஆனால் ரெண்டு விசயங்கள் தடுத்தது.

ஒன்று பயல் 'திருடப் போகிறான்...' என்று சேதி காதில் விழுந்தது.

'இன்னொன்று... வருகிறபோதெல்லாம் 'அக்கா...' என்று வருவானே ஒழிய, 'கட்டிக்கப்போகிற' பிள்ளையை ஒருதடவைகூட ஏறிட்டுப் பார்த்ததில்லை. 'ஒருவேளை அவனுக்குப் பிடிக்க லையோ.... இதை யாருகிட்டப் போய் கேட்க' என்று மனசுக்குள்ளேயோ கேட்டுக்கொண்டிருந்தாள்!

ஆனால் பயலுக்கு 'கொள்ளை ஆசை...! அவனுடைய கூச்சம்தான் அவனைப் பார்க்க விடாமல் தடுத்தது.

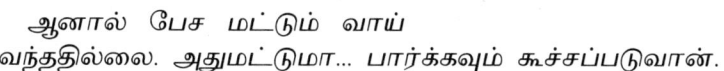

ரேணுகாவைப் பார்க்க நேர்கிற பொழுதுகளுக்குக் காத்திருப்பான்.

அந்த ஊருக்குப் போகிறதுக்குக் கிடைக்கிற காரணங்களை எல்லாம் பயன்படுத்திக் கொள்வான்.

ஆனால் பேச மட்டும் வாய் வந்ததில்லை. அதுமட்டுமா... பார்க்கவும் கூச்சப்படுவான்.

ஒருநாள் நான்கைந்து நாட்டுக் கோழி முட்டைகளை எடுத்துக்கொண்டு ரேணு வீட்டுக்குக் கொடுக்க கிளம்பிப் போனான்.

கதவு சாத்தியிருந்தது. பூட்டியிருக்கவில்லை.

கதவை மெல்லத் தள்ளினான்.

ரேணுகாதான் இருந்தாள். ஒரு கண்ணாடி முன்னே நின்று பூவைத் தலையில் கோர்த்துக் கொண்டிருந்தாள். முகமெல்லாம் ஏற்கெனவே அலங்காரத்தில் மெருகு ஏறி இருந்தது.

அவள் திரும்பும்முன்னே, வந்த வேகத்தில் கதவை மூடிவிட்டு, "கோழி முட்டை திண்ணையில வெச்சிருக்கேன்...." என்று பொதுவாகக் கத்திவிட்டு வேகமாகக் கிளம்பி விட்டான்.

அது ஏனோ தெரியவில்லை. பேச முடிவதில்லை.

அப்படியே ஊர் எல்லைக்கு வந்து சைக்கிளை வேகம் குறைத்து ஒரு மரத்தடியில் கால் ஊன்றினான்.

ரேணுகாவின் அப்பாவும் அம்மாவும் ஒரு டிவிஎஸ்-50-ல் அவனைக் கடந்து போனார்கள். அவர்களைக் கூப்பிடக்கூட மனசில் தெம்பில்லை. அப்படியே விட்டுவிட்டான்.

ரெண்டு ஊரும் ஒரே சாலையில் தான் டவுனுக்குப் போக வேண்டும்.

"எப்படியும் என்னைக்கானாலும் இந்த வழியாத் தானே டவுனுக்குப் போகணும்... ஒருநாளைக்கு நிப்பாட்டி பேசிடணும்" என்று மனசுக்குள் திட்டம் தீட்டினான்.

அந்த நாளை எதிர்பார்த்து, ஒவ்வொரு நாளும் அந்தச் சாலையில் உலவினான்.

ஒருநாள் வந்தாள் ரேணுகா... அழகு ரதமாக.

'லேடீஸ் சைக்கிள்' என்று ஒன்று உண்டு.

முன்பக்கம் முக்கோண பாரில் ஒன்று, பெண்ணினத்துக்கு மரியாதை செய்து வளைந்து நிற்கும். சைக்கிளே லேசான பெண்மையோடு இருக்கும் மென்மையாக.

ரோஸ் கலரில் ஒரு தாவணியும் தலையில் மல்லிகைப் பூவுமாக அவள் வந்த அழகில் சொக்கிப் போய் நின்றான்.

'இன்றைக்கு நாம குறைந்தபட்சம் பார்வையைத் திருப்பாம அவளைப் பார்த்தே ஆகணும்' என்று மனசுக்குள் கங்கணம் கட்டிக் கொண்டான்.

அவன் நிற்பது போர்க்களமா என்ன? வீரமெல்லாம் அங்கே எடுபடுமா... வைராக்கியம் தான் உதவி செய்யுமா...?

அருகே வரவர கண்கள் தடுமாறியது.

மெல்ல திசை திரும்பியது அப்படியே மறுபக்கமாக...

விட்டாச்சு... நல்ல வாய்ப்பை...

சரி போகட்டும் என்று, அவள் ஒரு இருபதடி கடந்து போனதும், ஏதோ வேகம் வந்தவனாக அவள் போகும் திசையைப் பார்த்தான்...

அவளும், 'என்ன?' என்று கேட்டு வைத்தாள்.

கேட்டவள் கொஞ்சம் 'சூதானமாகக் கேட்டிருக்கலாம். கொஞ்சம் முகத்தை விரைப்பாக வைத்துக் கொண்டு கேட்டு விட்டாள். பாவம் அவளுக்கும் அப்படிக் கேட்க வேண்டும் என்றில்லை. அதுதான் முகத்தில் வந்தது. அவள் என்ன செய்வாள்.

அவனுக்கு மேற்கொண்டு கை கால் ஓடவில்லை.

ஒன்றும் பேசாமல் 'ஒன்றுமில்லை' என்று சொல்லி அனுப்பி வைத்தான். போனவளை இருபதடி வரை நடந்துவிட்டுத் திரும்பிப் பார்த்தான்... கழுதை அவளும் திரும்பிப் பார்த்திருக்கிறாள்.

அந்தப் புள்ளியில் நிச்சயமானது அவர்களின் பந்தம்.

அதற்கப்புறமும் இரண்டு பேரும் பேசிக்கொள்ளவில்லை.

ஆனால் பார்வைகள் பேசிக் கொண்டிருந்தன.

ஊரெல்லாம் அவன் 'செட்' இளந்தாரிகளெல்லாம் ஒவ்வொருத்தராக கல்யாணம் பண்ணி தோளில் பிள்ளைகளைத் தூக்கிக்கொண்டு திரிய அதைப் பார்த்து அவனுக்கும் ஆசை வந்தது.

'ரேணுகா மீதான தன்னுடைய காதலையும் அவளைக் கல்யாணம் பண்ண வேணும் என்கிற ஆசையையும் யாரிடம் சொல்லி நிறைவேற்றுவது' என்று யோசித்துக் கொண்டே இருந்தான்.

"இதை ஏன் நம்ம குருசாமி ஏட்டய்யா கிட்டயே சொல்லக் கூடாது?" என்று பொறி தட்டியது.

உடனே கிளம்பி பஸ் ஏறி சாத்தூருக்குப் புறப்பட்டான்.

"எங்கேடா கிளம்பிட்டே..." என்றாள் தேசம்மாள்.

"அம்மா... சாத்தூர் வரைக்கும் போயி குருசாமி ஏட்டய்யாவைப் பார்த்துவிட்டு வர்றேன்..."

அவன் ஏதோ ஒன்றைச் சொல்லத் தயங்கிக் கொண்டிருப்பதை தேசம்மாள் உணர்ந்தாள். 'இந்த வயசில் வேறென்ன இருக்கும்? கல்யாண ஆசையாத்தான் இருக்கும்' என்று உணர்ந்தவள், தானாகவே கேட்டுவிட நினைத்தார்.

மெல்ல யோசித்தவள், 'அவன் வழிக்கே விட்டுவிடுவோம்' என்று அனுப்பிவைத்தாள்.

"எதுக்குன்னு கேட்க மாட்டியாம்மா..."

"அது எதுக்கு எனக்கு? நீ அவர்கிட்ட பேசுறதுக்கு ஆயிரம் வெச்சிருப்பே... ஏதாச்சும் தொழில் தொடங்கணும்னு யோசனையா?" என்று லேசான நக்கல் தோரணையில் கேட்டாள்.

"அது என்னன்னு போய்ட்டு வந்து சொல்றேன்..." என்று வேகமாகக் கிளம்பினான்.

கோபால் நாயக்கர் எதிரில் வந்து நுழைந்தார்.

"பிள்ளை எங்கே போறாண்டி?"

"ஏதோ நல்ல விஷயமாகத்தான் தெரியுது... போய்ட்டு வரட்டும்... பேசலாம்" என்றாள்.

குருசாமி ஏட்டய்யாவுக்கு லட்சுமணனைப் பார்த்ததும்,

அவன் வந்ததன் நோக்கத்தை லேசாக யூகித்தார். இருந்தாலும் அவனால் தயக்கமின்றி அதைச் சொல்ல முடியாது என்பதை உணர்ந்திருந்தார்.

'நானே கேட்டுட வேண்டியதுதான்' என்று முடிவு செய்தவராக,

"என்ன லட்சுமணா... அப்பா உன் கல்யாணத்தைப் பத்தி எதுவும் பேசினாரா..?"

"இல்லை... ஏட்டய்யா..."

"உனக்கும் அப்படி ஓர் எண்ணம் இல்லையா...?"

"இல்லாம இல்ல..." என்று லேசாகத் தயங்கி ஆரம்பித்தான். தொடர்ந்து பேசியதில் அவன் மனசில் இருந்ததெல்லாம் கொட்டியது.

"சரி... இன்னைக்கு இங்கே தங்கு... காலையில் நானும் வர்றேன்... போய்ப் பேசுவோம்..." என்றவர்,

"ஆமா, அந்த ரேணுகா சம்மதிப்பாள்தானே? அப்புறம் எல்லாம் பேசி முடிச்சு போய் பொண்ணு கேட்கும்போது பின்வாங்கக் கூடாது..."

"இல்ல ஏட்டய்யா.. அவளுக்கும் சம்மதம். அவங்க வீட்டுலேயும் எல்லாருக்கும் சம்மதம்..." என்றான்.

மறுநாள் புறப்பட்டுப்போய் கோபால் நாயக்கரிடமும் தேசம்மாளிடமும் விஷயத்தைச் சொல்ல, மெல்லமெல்ல எல்லாம் கைகூடி கல்யாண பேச்சு நிறைவேறியது.

குருசாமி ஏட்டய்யா இரண்டு நாளுக்கு முன்னமே வந்து கல்யாண ஏற்பாடுகளைப் பார்த்துக் கொண்டார்.

கல்யாணம் தடபுடலாக நடந்தது.

21

குருசாமி பஸ்ஸில் பக்கத்து சீட்டில் உட்கார்ந்திருந்த சாத்தூரப்பனிடம் லட்சுமணின் கதையைச் சொல்லி முடிக்கவும் கோவில்பட்டி பஸ்ஸ்டாண்டுக்குள் பஸ் நுழையவும் சரியாக இருந்தது.

“அந்த லட்சுமணனைத்தான் இப்போ பாக்கப் போறோம்... இப்போ கல்யாணம் பண்ணி பிள்ளைக்குட்டிகளோட வெள்ளாமை வெச்சு நிம்மதியா இருக்கான்... இந்த நல்ல காரியத்துக்கு அவனை விட்டா நமக்கும் வேற வழி தெரியலயே...”

“அவன் நல்லா நிம்மதியா இருக்கிறது உமக்குப் பிடிக்கலையா....?

“நாம ஒரு நல்ல காரியத்துக்குத்தானே உதவி கேட்டுப் போறோம்... பிள்ளையார் சிலை திருடுறது ஒண்ணும் குத்தமில்லே... அது இந்த மண்ணுல ஒரு நடைமுறைதானே...” என்றார் குருசாமி சாத்தூரப்பனிடம், கண்டக்டரிடம் மீதிக் காசை கேட்டுக்கொண்டே.

“வாரும், இறங்கி கயத்தாறுக்குப் போகிற பஸ்ஸைப் பிடிப்போம்” என்று இறங்கினார்கள்.

கோவில்பட்டியில இறங்கியதும் அந்த மக்களின் பேச்சில் ஒரு வேத்து பாஷையின் வாசம் வீசியது சாத்தூரப்பனுக்கு. கரிசல் பூமிதான் என்றாலும் கோவில்பட்டியில் நெல்லைச் சீமையின் வாசம் லேசாக வீசும். அது பாஷையில் தெரியும்.

திருநெல்வேலியில்இருந்துவந்தஒரு பஸ் திரும்பவும் திருநெல்வேலிக்குப் போவதற்காகத் திரும்பி நின்று "நான் புறப்பட்டேனாக்கும்..." என்று சொல்கிற மாதிரி லேசான சப்தத்தை ஏற்படுத்திக் கொண்டிருந்தது.

இந்த பஸ்களுக்கு ஒரு குணம் உண்டு. எல்லா பஸ்களும் கிட்டத்தட்ட ஒரே கம்பெனியில் இருந்துதான் இங்கே வருகின்றன. இருந்தாலும் அந்த பஸ்கள் ஊருக்கு ஊர் வெவ்வேறு அவதாரங்களை எடுத்து வருகிறது. பஸ்ஸின் முகப்புத் தோற்றத்தில் இருந்து, பெரிய்ய பெட்டி கியர், ஆரன் சத்தம் என்று எல்லாமே வேறமாதிரி தெரிகிறது.

அப்படி பஸ்களின் தோற்றம் புதுசாகத்தெரிந்தால் பரவாயில்லை, மக்களும் அவர்கள் பேசுகிற மொழியும் கொஞ்சம் மாறித் தெரியும்போது லேசாகத் 'தெகமெரண்டு' போகிற சூழ்நிலை ஏற்பட்டு விடுகிறதுதான் ஆச்சர்யம்.

இந்த ஒரு விஷயத்தை இந்த வித்தியாசங்களை வெளியூர் போகிற நாட்களில் எல்லாம் சாத்தூரப்பன் கொஞ்சம் சுவாரஸ்யமாகக் கவனிப்பதுண்டு.

ஒரு தடவை மருதமலைக்குப் போக கோயம்புத்தூர் போன போது அங்கிருந்த பஸ்ஸில் பின்னாலே கண்டக்டர் சீட்டிலிருந்து டிரைவர் சீட் வரை ஒரு நீளமான கயிறு துணி காயப்போடுகிற கயிறு மாதிரி நீண்டுகிடந்தது.

'இது என்னத்துக்கு' என்று புரியாமல் பார்த்துக்கொண்டிருந்த போது, கண்டக்டர் அதை இழுத்துவிட்டு, "பாப்பநாயக்கன் பாளையம்... இறங்கிக்கோங்..." என்று கொங்கு பாஷையில் கத்தினார்.

அந்தக் கயிறை இழுத்ததும் டிரைவருக்குப் பக்கத்தில் 'டிங்டிங்' என்று பெல் அடிக்க டிரைவர் உடனே பஸ்ஸை நிறுத்தினார்...

"என்ன ஒரு யோசனை...?" என்று ஆச்சர்யப்பட்டுப் போனார் சாத்தூரப்பன்.

'அப்படி ஏதாச்சும் வித்தியாசமான சங்கதிகள் இந்த கோவில்பட்டி பஸ்ஸில் தெரியுதா' என்று நாலாப்பக்கமும் பார்த்தார்.

திருநெல்வேலி போகிற பஸ்ஸில் கண்டக்டர் நெற்றி நிறைய திருநீறு பூசி அதில் நடுவே ஒரு குங்குமப் பொட்டை வைத்திருந்தார். இந்த திருநெல்வேலி உத்தியோகஸ்தர்கள் எல்லாமே இப்படித்தான். அங்கங்கே இருக்கிற தாமிரபரணி படித்துறைகள், கால்வாய்கள் அவர்கள் நேரந்தவறாமல் குளிப்பதை கட்டாயமாக்கிவிடுகிறது. கூடவே, நெற்றி நிறைய திருநீறு பூசிவிடுகிறது.

பஸ் கோவில்பட்டியில் இருந்து புறப்பட்டு நாலாட்டமுத்தூரைத் தாண்டிப் போய்க் கொண்டிருந்தது.

கண்டக்டரின் முகமும் அவர் நாக்கில் அடிக்கடி விரலைத் தொட்டு டிக்கெட் கிழிக்கிற லாவகமும் சாத்தூரப்பனை ஒரு சிறு பிள்ளைபோல வேடிக்கை பார்க்க வைத்தது. அவ்வப்போது அவர் பேசுகிற ‘திருநெல்வேலி பாஷையும் அவரது வேடிக்கைக்கு உற்சாகம் சேர்த்தது. நிறைய வார்த்தைகளை மனசில் பதிய வைத்துக்கொண்டார். அப்புறம் குருசாமியிடம் கேட்டுக் கொள்ளலாம் என்று.

‘கரிசல் பூமிதான்’ என்றாலும், கோவில்பட்டியில் நெல்லை பாஷையின் சொல்வாசம் கொஞ்சம் கூடுதலாக இருக்கும்போல என்று மனசுக்குள் பேசிக் கொண்டார்.

பஸ் போய்க்கொண்டிருக்கும்போது, கண்டக்டர் யாரையோ திட்ட ஆரம்பித்தார். என்ன வாக்குவாதமோ... ஒருகட்டத்தில் கண்டக்டர் டென்சனாகி அந்த சண்டைக்காரனைப் பார்த்து,

“ஏலே... நீ மொத மோட்டாரைவிட்டு எறங்குலே” என்றார்.

இதைக்கேட்டதும் சாத்தூரப்பனுக்கு ஒன்றும் விளங்கவில்லை,

“மோட்டாரைவிட்டு இறங்குன்னு சொல்றாரே... பஸ்ஸிலே எங்கே மோட்டார் இருக்கு?”

என்று லேசாகச் சுற்றுமுற்றும் பார்த்தார்.

மெல்ல குருசாமியைப் பார்த்து, “இங்கன எங்கேண்ணே மோட்டார் இருக்கு, மோட்டார் மேல யார் நிக்கிறது?

“நீர் வேற... இம்புட்டு பெரிய பஸ்ஸைத்தான் கண்டக்டர் மோட்டார்னு சொல்றாரு...”

“சரிதான்... அப்போ நம்ம மோட்டாரை இவிங்க எப்படிச் சொல்லுவாங்களாம்...?”

“திருநெல்வேலிக்காரங்களுக்கு இந்த பஸ்தான் மோட்டாரு.

இங்கே எல்லாம் ஆத்துப்பாசனம்தான்... மோட்டாரெல்லாம் கிடையாது. நம்மதான் இந்த மோட்டாரை கிணத்துலவெச்சு மல்லுக் கட்டறோம்... அவங்களுக்கு இந்த பஸ்ஸுதான் மோட்டார்.”

“ம்...” என்று ஒரு தினுசாக தலையை ஆட்டிக்கொண்டார் சாத்தூரப்பன்.

சாத்தூரப்பனை இந்த திருநெல்வேலிச் சீமைக்குக் கூட்டி வந்ததில் குருசாமிக்கு ஒரு கூடுதல் வேலை... ‘துபாசி’ வேலை.

வெள்ளைக்காரன் இங்கே வந்தபோது, இந்த துபாசி வேலைக்கும் கிராக்கி இருந்தது.

‘துபாசி’ என்றால் ‘இரண்டு பாஷை தெரிந்தவன். வெள்ளைக்காரனுக்கு ‘துபாசி’ தேவைதான்.

‘இந்த விருனார் (விருதுநகர்) பாஷைக்கும் தின்னெவேலி பாஷைக்குமா துபாசி’ என்று குருசாமி மனசுக்குள் சொல்லிக் கொண்டார்.

வண்டியை ஒரு ஸ்டாப்பில் நிறுத்தி அந்த சண்டைக்காரனை இறக்கிவிட்ட கண்டக்டர் “யே... இந்த உப்புபெறாத பேலுவெல்லாம் மோட்டார்ல ஏறிக்கிட்டு நம்ம உத்யோகித்த அசிங்கப்படுத்துறானுவளே” என்று புலம்பிக்கொண்டே கண்டக்டர் சீட்டில் போய் உட்கார்ந்தார்.

கண்டக்டர் போகிற திசையெல்லாம் வைத்த கண் வாங்காமல் வேடிக்கை பார்த்த சாத்தூரப்பன், அந்த ‘திருனவேலி’ பாஷையை ரொம்பவே ரசித்தார். கூடவே, தான் இதுவரை பஸ்ஸில் பயணித்த காலம் போய் இன்றைக்குப் புதுசாக ‘மோட்டாரில்’ பயணிப்பது என்னவோ ஒரு கூடுதல் அனுபவத்தைக் கொடுப்பதாக உணர்ந்து உள்ளூர ரசித்துக் கொண்டார்.

எப்படியோ, கோவில்பட்டியில் ‘பஸ்ஸில்’ ஏறிய மூன்று பேரும் கயத்தாறு வந்ததும் ‘மோட்டாரை’ விட்டு இறங்கினார்கள்.

கயத்தாறில் இறங்கியதும் ஒரு தேநீர்க்கடையில் ஒதுங்கினார்கள். தேநீர் குடித்ததும் மெல்லப் புறப்பட்டார்கள்.

புறப்படும்போது, குருசாமி டீக்கடைக்காரரைப் பார்த்துக் கேட்டார்.

“இங்கே இந்த வண்டி சக்கரம் எல்லாம் செய்வார்களே... அந்த ஆசாரிப்பட்டறை எங்கே இருக்கு?”

"ஓ... பைதா செய்வாங்களே, அந்தப் பட்டறைய சொல்றீங்களோ... இப்படி வடக்க பாத்துப் போங்க... அங்க தெருமுனையில ஒருத்தன் சாரம்கட்டி நிக்கான் பாத்தீகளா... அவனுக்கு நேரே கிழக்க இருக்கு, அந்த பட்டறை..." என்றார் டீக்கடைக்காரர்.

சாத்தூரப்பனுக்கு ஒன்றும் விளங்கவில்லை...

மெல்ல நடந்துகொண்டே குருசாமியிடம் "என்னண்ணே... ஏதோ பைதா, சாரம்னு என்னென்னவோ சொல்றானே... ஏதாச்சும் வெளங்குதோ?"

"இந்த ஊர் பாஷையிலே பைதான்னா சக்கரம்... சாரம்னா லுங்கி. கஷ்டம்தான் உமக்கு வெளங்கவெக்கிறது" என்றார் குருசாமி.

"சரிதான்... இந்த ஊர்ல எதையும் அதுவா சொல்ல மாட்டாங்க போல..."

'இன்னும் எத்தனை சந்தேகங்கள் காத்திருக்கோ சாத்தூரப்பனுக்கு' மனசுக்குள் சிரித்துக்கொண்டே குருசாமி அவர்களை அந்த ஆசாரிப் பட்டறை நோக்கி கூட்டிப் போனார்.

சாத்தூரப்பன் ஆசாரியைப் பார்த்து வண்டிச்சக்கரம் செய்வதற்கான அளவு, அச்சாரம் எல்லாம் கொடுத்துப் பேசி ஏற்பாடு செய்தார்.

அந்த ஆசாரி கடைசிவரை வண்டிச்சக்கரத்தைப் பற்றியே பேசவில்லை. பைதாவைப் பற்றித்தான் பேசினார்.

அது முடிந்ததும் வண்டியைக் கட்டிவந்து புதுச்சக்கரம் மாட்டவேண்டிய நாளைக்குறித்துக்கொண்டு திட்டமிட்டப்படி லட்சுமணனைப் பார்க்கக் கிளம்பினார்கள்.

'லட்சுமணன் ஊரில் பிள்ளையாருக்கு என்ன பேரு வெச்சிருக்காங்களோ?' என்று மனசுக்குள் சிரித்துக்கொண்டார் சாத்தூரப்பன்.

அந்த ஊரின் சில வார்த்தைகள் இப்படி வித்தியாசமாக இருப்பதை யோசித்துக்கொண்டே நடந்த சாத்தூரப்பனுக்கு இந்த 'பைதா' மட்டும் மாறிமாறி காதுக்குள் ஒலித்தது.

சாத்தூரப்பனுக்கு வாழ்க்கை பற்றிய தத்துவங்களை யாரிடமாவது பேசும்போது, 'வாழ்க்கையே ஒரு சக்கரம்தானப்பா' என்று சொல்வது வழக்கம். அதுகூட இன்றைக்கு அவர் மனசில் 'வாழ்க்கையே ஒரு பைதாதான்' என்று பதிவானது.

கூடவே, சாத்தூரப்பனுக்கு தன்னுடைய ஒன்றுவிட்ட தம்பி சக்கரத்தாழ்வார் முகமும் ஞாபகத்து வந்துபோனது.

‘இனி அவனை சக்கரத்தாழ்வார்னு கூப்பிடக்கூடாது. பைதாழ்வார்னுதான் கூப்பிடணும்’ என்று நினைத்தவர், தன்னையறியாமல் ‘க்ளுக்’ என்று சிரித்துக்கொண்டார்.

இந்த வண்டிப் பைதா வேலை முடித்துவிட்டு இன்னொரு பஸ் ஏறி லட்சுமணனைப் பார்க்கச் சென்றார்கள். லட்சுமணனை ஏற்கெனவே ஊரிலிருந்து வெளியே வந்து ஒரு தனி இடத்தில் சந்திக்க ஏற்பாடு செய்திருந்தார் குருசாமி.

இவர்களை எதிர்பார்த்து லட்சுமணன் தயாராக ஒரு ஓடமரத்தின் கீழே நின்றிருந்தான். குருசாமியைப் பார்த்ததும் வேகமாக வணக்கம் போட்டுக்கொண்டே அருகில் வந்தான்.

குருசாமிக்கு அவனிடம் எப்படி பேச்சை ஆரம்பிப்பது என்று புரியவில்லை. காலமெல்லாம் அவனைக் கூப்பிட்டு ‘திருடாதே’ என்று புத்திமதி சொல்லி அதிலே வெற்றியும் கண்டவர். அவரது சொல்லுக்குக் கட்டுப்பட்டுத்தான் அவன் திருந்தி முழு சம்சாரியாகி, கல்யாணமும் ஆகி சந்தோசமாக வாழ்ந்து கொண்டிருந்தான். இப்போ அவனை ‘ஒரு பிள்ளையார் சிலை திருடணும்...’ என்று துணைக்குக் கூப்பிடுவது பெரிய தர்மசங்கடத்தில் ஆழ்த்தியது.

மெல்ல ஊரின் வறட்சி, இருந்த பிள்ளையார் சிலை காணாமல் போனது, ஒரு பிள்ளையார் திரும்ப வந்தால் ஊர் செழிக்கும் என்று மக்கள் நம்புவது என்று ஒவ்வொன்றாகச் சொல்லி, ‘அது ஒண்ணும் தப்பான செயல் கிடையாது. இந்த மண்ணின் நடைமுறைதான்’ என்பதையும் சொல்லி, அவனை தயார்ப்படுத்தி விட்டு ஆரம்பித்தார்.

“லட்சுமணா சொல்லுப்பா.... எங்க ஊருக்கு ஒரு பிள்ளையார் வேணும்... நானும் கொண்டுவர்றேன்னு வாக்கு கொடுத்திட்டேன். ஊர் உலகத்துல இல்லாததில்ல. சிலையைக் கடத்திக் கொண்டு போய்தான் வைக்கணும்னு ஜனங்க ஆசைப்படறாங்க...” என்றார்.

மெல்ல மேவாயைச் சொரிந்துகொண்டே யோசித்த லட்சுமணன்,

“ஏட்டய்யா... என்கூட வாங்க... ஒரு பிள்ளையாரைக் காட்டறேன்... நீங்க சரின்னு சொன்னா அவரையே உங்க ஊர்ல உட்கார வெச்சிடலாம்” என்றான் தீர்மானமாக...

22

பொழுது வெள்ளென விடிந்திருந்தது. இங்கே நிறைகுளத்தில் கரிச்சானில் தொடங்கி கோழிவரை எல்லாப் பறவைகளும் அதனதன் நேரக் கணக்கில் கத்தியும் கூவியும் முடித்திருந்தன.

சம்சாரிகள் எல்லாம் ஏரும் கலப்பையுமாக காட்டை நோக்கிப் போய்க்கொண்டிருந்தார்கள்.

மாடு மேய்க்கிறவர்கள் மாடுகளை பத்திக் கொண்டு போய்க் கொண்டிருந்தார்கள் மேய்ச்சலுக்கு.

அடுத்த தலைமுறை சிறுவர்கள் பள்ளிக்கூடம் புறப்பட்டுப் போய்க்கொண்டிருந்தார்கள். கூடவே ஒருசில உத்தியோகஸ்தர்கள், கடைக்காரர்கள் என ஒரு சிறு கூட்டம் பஸ் ஏறுவதற்காக பஸ் ஸ்டாப்பை நோக்கி அவரவர் ரசனைக்கேற்ப பாண்ட்ஸ், கோகுல் சாண்டல் என்று விதவிதமான பவுடர் வாசனை மணக்க நடந்து போய்க் கொண்டிருந்தார்கள்.

சில வீடுகளில், சிலர் வெளிநாடுகளில் வேலை பார்த்தார்கள். அவர்கள் அனுப்பும் சென்ட், ஃபாரின் பவுடர் மணக்க சிலர் பஸ்ஸ்டாப்புக்கு வந்திருந்தார்கள். பெண்கள் சிலர் வைத்திருந்த பூக்களின் வாசத்தோடு எல்லாம் கலந்த ஒரு வாசம் பஸ்ஸ்டாப்பையே நிரப்பி இருந்தது. பஸ் வந்துபோனால், அந்த வாசமும் போய்விடும்.

ஊர்ப் பெரியவர் ராமசுப்புவும் அன்றைக்கு ஒரு சொந்த விசயமாக டவுனுக்குப் போகலாம் என்று பஸ்ஸ்டாப்புக்குப் போனார். ஒன்பதரை மணிக்கு வருகிற பஸ்ஸை எதிர்பார்த்து பஸ்ஸ்டாப்பில் போய் நின்றார்.

அப்போது ஒரு ஜீப் வந்து பஸ்ஸ்டாப்பிலிருந்து நூறடி தள்ளி நின்றது. அதிலிருந்து மூன்று நான்கு பேர் இறங்கினார்கள். பின் சீட்டில் இருந்து இறங்கியவர்கள் ஏதோ சில அளக்கிற கருவிகளைக் கையில் வைத்திருந்தார்கள்.

ஊர்ப் பெரியவர் ராமசுப்பு குடையைக் கையில் பிடித்துக் கொண்டே அங்கே என்ன நடக்கிறது என்று உத்துப் பார்த்தார். அந்நேரம் ராமகிருஷ்ணனும் டிவிஎஸ் 50-ல் அங்கே வந்தான். அவரைக் கடந்து செல்லும்போது லேசாக வேகத்தைக் குறைத்தான்.

"யப்பா... ராமகிருஷ்ணன்... நில்லு. அங்க என்ன நடக்குது தெரியுமா?" என்று கேட்டார்.

"தெரியல பெரியப்பா... ஏதோ ரோடு அளக்கிற கருவிகள் மாதிரி தெரியுது. ஒருவேளை, இந்த ரோட்டை அகலப்படுத்தப் போறாங்களோ?" என்றான், வண்டியை நிறுத்தி காலை ஊன்றிக்கொண்டே.

"இருக்கும். அப்படி அகலப்படுத்துனா நல்லதுதானே..." என்று சொல்லிக் கொண்டிருக்கும்போதே பஸ் வந்தது. பஸ்ஸுக்காகக் காத்திருந்தவர்கள் மொத்தமாக அந்த பஸ்ஸில் ஏறினார்கள். ஊர்ப் பெரியவர் ராமசுப்பு அதில் ஏறிச் சென்றார். ஜீப்பில் வந்தவர்களை நோக்கி, ராமகிருஷ்ணன் மெல்ல அருகில் நடந்துபோய் கேட்டான்.

"என்ன சார்... ஹைவேஸ் டிபார்ட்மெண்ட்டா?"

"இல்லைங்க தம்பி... நாங்க பொதுப்பணித்துறை ஆபீசர்கள். இந்த வழியா டவுனுக்கு தண்ணி கொண்டு போறதுக்கு பைப் லைன் போடறதுக்காக சர்வே பண்ண வந்திருக்கோம்" என்றார், சின்னப்பையனைப் போல இருந்த ஒரு எஞ்சினியர்.

'இது வறண்ட கரிசல் காடு. நம்ம காட்டுல எங்கேயுமே தண்ணி இல்லையே. அப்படி எங்க இருந்து சார் தண்ணி கொண்டு வரப்போறீங்க...?"

"திருநெல்வேலி மாவட்டத்துல இருந்து கொண்டுவரப் போறோம். மேற்குத் தொடர்ச்சி மலையடி வாரத்துல சின்னதா

ஒரு தலை அணை இருக்கு. அங்கே மோட்டார்கள் வெச்சு பைப் மூலமா இந்த டவுனுக்கு தண்ணி கொண்டு வருவதுதான் இந்த திட்டம்."

"பரவாயில்லை சார், நல்ல திட்டம்தான். நாங்க சம்சாரிங்க, இங்கே பாசனத்துக்கு தண்ணி இல்லாம அவதிப்படறோம்னா... டவுனிலே அவங்க குடிக்கிற தண்ணிக்கே அல்லாடுறதைப் பார்க்க பாவமா இருக்கும். ஊருக்குள்ளே எங்கே பார்த்தாலும் தண்ணீர்வராத அடிபம்பை நம்பிக்கையோட 'டங்டங்குன்னு' அடிக்கிற சத்தம் டவுன் பூராவும் கேட்டுக்கிட்டிருக்கும்."

"ஆனா இது எல்லாத்துக்கும் ஒட்டுமொத்த தீர்வா அமையணும்னுதான், நான் இந்த அழகர் அணைத் திட்டத்தை தூக்கி வெச்சு போராடிக்கிட்டிருக்கேன்..." என்று மெல்ல அழகர் அணைத் திட்டத்தை அவர்கள் காதில் விழச் செய்தான்.

"சார், ஒரு டீகாபி வாங்கித் தரணும்னாகூட எங்க ஊர்ல டீக்கடை கிடையாது. எல்லாம் சம்சாரிங்க. எல்லார் வீட்லயும் மாடு இருக்கும். அவங்களே டீத்தண்ணியோ, காப்பித்தண்ணியோ போட்டுக் குடிச்சிக்கிடுவோம்.... எங்க வீட்டுக்கு வாங்க சார்... டீத்தண்ணி போட்டுத் தர்றேன் குடிச்சிட்டுப் போகலாம்..."

"அன்பா கூப்பிடுறீங்க... வாங்க போகலாம். இப்படிப்பட்ட உபசரிப்புதான் கிராமங்களோட தனி அடையாளம்..."

ராமகிருஷ்ணன் அம்மாவிடம் அவர்களை அறிமுகப்படுத்தி விட்டு டீ போடச் சொன்னான்.

கறந்த பாலில் காய்ச்சிய டீயை நுரைபொங்க வாங்கிக் குடித்தார்கள் எஞ்சினியரும் அவரது சகாக்களும்.

அப்போது அந்த இளம் என்ஜினியர் கேட்டார்.

"தம்பி, அப்போ ஏதோ அழகர் அணைத் திட்டம்னு சொன்னீங்களே..."

"ஆமா சார்... இருங்க வர்றேன்..." என்றவன்,

உள்ளே போய் ஒரு பெரிய ஃபைலை எடுத்து வந்தான். அதிலிருந்து அழகர் அணைத்திட்டம் தொடர்பான சில காதிதங்களை வரிசையாக எடுத்தவன் ஒவ்வொன்றாக அந்த எஞ்சினியரிடம் அவன் எழுதி இருந்த புத்தகத்தின் னகள் ஒன்றைக் கொடுத்தான்.

“இவ்வளவு நேரமா பேசிக்கிட்டிருக்கோம்... உங்க பேரைக் கேட்கலையே சார்...”

“என் பேர் தமிழ்ச்செல்வன். தேனிப்பக்கம். இந்த டிவிசன்ல ரெண்டு வருசமா வேலை பார்த்துக்கிட்டுருக்கேன்.”

“நல்லது சார்... என் பேர் ராமகிருஷ்ணன். டிகிரி முடிச்சேன். அப்பா இல்ல... அம்மா மட்டும்தான். இருக்கிற விவசாயத்தைப் பார்த்துக்கிட்டே அப்பா காலத்துல ஆரம்பிச்ச இந்த அழகர் அணைக்கான வேலையை தொடர்ந்து செஞ்சிக்கிட்டிருக்கேன்...”

“சுதந்திரத்துக்கு முன்னாடி இருந்தே ஒரு குழு இந்த அழகர் அணைத் திட்டத்துக்கு முழூமூச்சா வேலை செய்து வந்திருக்கு சார். ஸ்ரீவில்லிபுத்தூர்லே அதற்கென ஒரு டீம் செயல்பட்டு, மலை ஏறிப் போய் முகாம் அமைச்சு ஆய்வு செய்திருக்காங்க. ஒரு வெள்ளைக்கார அதிகாரியும் அதிலே ரொம்ப ஆர்வமா செயல்பட்டிருக்கார்.

அப்பா ரொம்ப தீவிரமா அழகர் அணைத்திட்டத்தை அரசியல்வாதிகள், அதிகாரிகள்னு எல்லோர் கவனத்துக்கும் கொண்டுபோய் அந்தத்திட்டத்தைஎப்படியாச்சும் அரசாங்கத்தின் கவனத்துக்குக் கொண்டுபோய் நிறைவேத்தணும்னு ரொம்பவே கனவு கண்டார். நான் பள்ளிக்கூடம் படிக்கும்போது கிணத்துல தவறி விழுந்து இறந்துவிட்டார். என் அப்பா வழியிலேயே எப்படியாவது என்றைக்காவது அந்த அழகர் அணைத்திட்டத்தைக் கொண்டுவர வைக்கணும்னு ஆசை சார். அதை நிறைவேற்றிக் காட்டணும்.”

சொல்லிக்கொண்டே அழகர் அணைபற்றிய குறிப்புகள் வெளிவந்த அரசாணைகள், செய்தித்தாளில் வந்த கட்டுரைகளை ஒவ்வொன்றாக எடுத்து நீட்டினான்.

“பரவாயில்லையே... எல்லா விபரமும் சேர்த்து வெச்சிருக்கீங்களே. உங்க முயற்சிக்கு நான் எல்லா விதத்திலயும் சப்போர்ட்டா இருப்பேன். முடிஞ்சவரைக்கும் உங்க கோரிக்கையை விவாதிக்கற அளவுக்கு கொண்டு வந்துட்டா, அதை நிறைவேத்துற அளவுக்கு நாங்க சப்போர்ட் பண்றோம்” என்றார் எஞ்சினியர்.

“இது விஷயமா பலமுறை உங்க அதிகாரிகளையும் அமைச்சரையும் சந்திச்சு விளக்கியிருக்கிறோம் சார்...”

“நானும் கேள்விப்பட்டிருக்கிறேன்... இந்தத் திட்டம் பற்றி

துறையிலும் அடிக்கடி விவாதிப்பதைப் பார்த்திருக்கிறேன்."

டீ குடித்துவிட்டு "சரி... நாங்க இப்போ போயி அந்த பைப் லைன் வேலையைப் பார்க்கிறோம். நீங்க அந்தப் பக்கம் வரும்போது வாங்க" என்று சொல்லிவிட்டுக் கிளம்பினார்கள்.

ராமகிருஷ்ணன் மனதில் ஒரு புது தெம்பு பிறந்ததாக உணர்ந்தான். அவர்களை அனுப்பிவிட்டு, தான் சேகரித்து வைத்திருந்த குறிப்புகளைத் திரும்பவும் ஒருமுறை நம்பிக்கையோடு படித்துப் பார்த்தான்.

மனுவில் சில திருத்தங்களைச் செய்துகொண்டான்.

பைப் லைன் மூலமாக தண்ணீர் கொண்டுபோகத் திட்டம் போட்டிருந்த அந்த டவுன், நிறைகுளம் கிராமத்துக்கு வடக்கில் ஏழெட்டு மைல் தொலைவில் அமைந்திருந்தது.

ஊரிலிருந்து அரைமைல் தொலைவிலிருந்த அந்த பஸ்ஸ்டாப்பில் போய், பஸ் ஏறித்தான் அந்த டவுனுக்குப் போக வேண்டும்.

நிறைகுளத்து ஆட்களுக்கு எல்லாமே அந்த டவுன்தான் ஆதாரம். சைக்கிளிலோ, பஸ்ஸிலோ போய் பலசரக்குகள் வாங்கி வருவது, சினிமா பார்ப்பது, வெளைஞ்ச காய்கறிகளைச் சந்தைக்குக் கொண்டுபோவது என்று எல்லாமே அந்த டவுன்தான்.

அந்த டவுன் ரொம்பவே தண்ணீர்ப் பஞ்சம் தலைவிரித்து ஆடுகிற ஊர். வெள்ளைக்காரன் காலத்திலே இருந்து எத்தனையோ திட்டங்களைக் கொண்டுவந்து பார்த்தார்கள். அது எதுவும் அந்த டவுனைப் பிடித்த 'தண்ணி கிரகத்தைப்' போக்கின பாடாக இல்லை.

முன்சிபாலிடியில் இருந்து சப்ளையாகிற குழாய்த் தண்ணீரைக் கூட, 'அடிபம்பு' வைத்து அடித்துத்தான் பிடித்தாக வேண்டும். அப்படி ஒரு தண்ணீர்த் தட்டுப்பாடு இருந்தது அந்த டவுனில்.

டவுனில் வசிக்கிற எல்லோருமே குளிப்பதற்கு ஒரு வாளி தண்ணீர்தான் என்பது நடைமுறையாகிப் போனது. ஆங்காங்கே அடிபம்புகளில் லேசாக ஊறுகிற ஒன்றிரண்டு குடம் தண்ணீரைக் காத்திருந்து நடுராத்திரியில் திருடனைப்போலப் போய் அடித்து இறைப்பார்கள். ராத்திரி வேளைகளில் ஊரெல்லாம் இந்த 'டங்டங்' என்கிற ஓசைதான் நிரம்பியிருக்கும்.

பெ.மகேந்திரன் | 177

சிலர் மாட்டு வண்டிகளில் ஒரு தண்ணீர் டிரம்மை கட்டிக் கொண்டு சற்றுத் தொலைவான கிராமங்களில் வற்றாத சில கிணறுள்ள பம்பு செட்டுகளை அடையாளம் கண்டு அங்கிருந்து தண்ணீர் கொண்டுவந்து குடம் இவ்வளவு என்று விற்பனை செய்வார்கள்.

இப்படியொரு கதை உண்டு அந்த டவுனைப் பற்றி...

வறட்சி தாண்டவமாடுகிற அந்த டவுனிலிருந்து ஒருத்தர் குடும்பத்தோடு குற்றால சீசனுக்கு அருவியில் குளிக்கலாம் என்று புறப்பட்டார். ஒரு வேனை வாடகைக்குப் பிடித்து வந்தார். அதில் அவர் மனைவி மூட்டை முடிச்சுகளை ஏற்றும் போது கூடவே ஒரு பிளாஸ்டிக் வாளியையும் ஒரு கோப்பையையும் எடுத்து வைத்தாள்.

கணவன் கேட்டார். "எதுக்காக நீ இப்போ பக்கெட், மக்கை எல்லாம் எடுத்து வண்டியில வைக்கிற?"

"என்னங்க அங்கன அருவியில தண்ணி கொட்டுமில்ல? பக்கெட்ல பிடிச்சுக் குளிக்கத்தான்" என்றாள்.

தலையில் அடித்துக் கொண்டான் கணவன். அந்த அளவுக்கு 'ஒரு வாளித் தண்ணீரில் குளியல்' என்கிற நடைமுறை ஒட்டிக் கொண்டது அந்த டவுன் வாசிகளிடம்.

எது எப்படியோ, தீப்பெட்டியும் பட்டாசும் இன்ன பல தொழில்களும் வியாபாரங்களும் கொட்டுகிற பண மழையில், இந்த நிஜ 'மழை'யை மறந்துபோய் வாழப் பழகியிருந்தார்கள் அந்த நகரவாசிகள்.

அந்த டவுனுக்கு இப்போது ஒரு புதிய 'பைப்லைன்' திட்டம் கொண்டுவருகிறார்கள்.

அந்த பைப்லைன் பதிக்கிற வேலை ஒருநாள் ஆரம்பமானது. முதலில் கடைக்காரர் கந்தசாமிக்கு இந்த விசயம் தெரிந்திருக்கவில்லை.

சும்மா அங்குமிங்குமாகப் போய்வந்த 'சுளுக்கனை' கடைக்காரர் கூப்பிட்டுக் கேட்க, இந்த விசயமெல்லாம் தெரிய வந்தது.

சுளுக்கனுக்கு 'சுளுக்கிக் கொள்வதற்கென்றே' உடம்பில் ஒரு மூன்று இடம் நேர்ந்துவிடப்பட்டிருக்கும். ஒன்று கழுத்து, இன்னொன்று முதுகு, மூன்றாவது 'கெண்டைக்கால்'. இந்த மூன்றில் ஏதாவது ஒன்று தவணை வைத்து சுளுக்கிக் கொள்ளும்.

அதில் அதிகமாகச் சுளுக்கிக் கொள்வது கழுத்துதான்.

அன்றைக்கு அவனுக்கு கழுத்துதான் சுளுக்கியிருந்தது.

“என்னடா... சுளுக்கா... அங்கயும் இங்கயும் போகவரவுமா இருக்கியே என்ன விஷயம்?” என்று கேட்டார் கடைக்காரர்;.

கழுத்தில் கையை வைத்துக்கொண்டு உடம்பு முழுசுமாகத் திரும்பிச் சொன்னான்.

“அண்ணாச்சி... உங்ககிட்டதான் வரலாம்ணு இருந்தேன். நீங்களே கூப்பிட்டிட்டீங்க... ஒரு சிட்டை எடுத்து கணக்கு வெச்சிக்கோங்க... உங்க கிட்டதான் சரக்கு வாங்கணும்.”

“என்னலே... விஷயத்தைச் சொல்லு.”

“மெயின் ரோடு வழியா குழாய் பதிக்கிறாங்கல்ல... அவங்க நம்ம பஸ் ஸ்டாப்புக்குப் பக்கத்துலதான் டென்ட் போட்டிருக்காங்க. ரெண்டு மாசம் இங்கதான் தங்கப் போறாங்க... ஒரு இருபது இருபத்தஞ்சு பேருக்கு அங்கதான் சமையல்... எனக்கு பொருள் வாங்கிக் குடுத்து காய்கறி நறுக்குறது... சமையல் ஒத்தாசை பண்றதுன்னு வேலை செய்யச் சொல்லியிருக்காங்க...” என்றான்.

“சரிதான்...” நீதான் அவங்களுக்கு ‘தவசிப் பிள்ளையாக்கும்?’ என்று உள்ளுக்குள் சந்தோசப்பட்டுக் கொண்டார் கடைக்காரர்.

“என்னென்ன பொருள் அவங்க வாங்குறாங்களோ... எந்த ஊர்க்காரங்க.. எப்படிப்பட்ட ‘தீனி’ திம்பாங்க...” என்கிற விவரம் எல்லாம் கேட்க வாய் திறந்தார். இருக்கட்டும்... போகப்போக தெரிஞ்சிக்கிடலாம் என்று விட்டுவிட்டார்.

“அண்ணாச்சி... கொஞ்சம் பீடி, சிகரெட் நிறைய வாங்கி வையுங்க... வந்த கூட்டம் ஊதிக்கிட்டே இருக்கு” என்றான்.

“இரு நானும் வர்றேன்... போய்ப் பார்ப்போம்...” என்று கூறி சைக்கிளை எடுத்தார்.

இப்படி அக்கம்பக்கம் போகும்போது கடையை மூடுகிற பழக்கமெல்லாம் கிடையாது. அது பாட்டுக்குத் திறந்து கிடக்கும். யாராவது ‘கஸ்டமர்’ வந்தால் “யாரும் இல்லய்யா...” என்று குரல் கொடுப்பார்கள்.

கடைக்காரர் மனைவி வந்து எட்டிப் பார்த்துவிட்டு “கால்ல சக்கரம் கட்டிவிட்டாங்களோ என்ன கணக்கோ... இப்படி எப்பப் பார்த்தாலும் கடையத் திறந்துபோட்டு ஊர் சுத்தப்

போயிடறாரே மனுசன்... என்னத்த சொல்ல... எங்க போய்ச் சொல்ல...” என்று புலம்பிக்கொண்டே வெளியே வருவாள்.

சுளுக்கனைக் கேரியரில் உட்கார வைத்துக்கொண்டு கந்தசாமி அந்த பைப் லைன் போடுகிறவர்களின் முகாமை நோக்கி சைக்கிளை மிதித்தார்.

“யேவாரத்துக்கு ஆசைப்பட்டு இந்தப் பயலையெல்லாம் உட்கார வெச்சி மிதிக்க வேண்டியிருக்கு” என்று மனசுக்குள் புலம்பிக்கொண்டே சைக்கிளை மிதித்தார்.

நேற்றைய வரைக்குமே ஒரு பொட்டல் மேடாக இருந்த ரோட்டோரத்தில் இருந்த அந்த ஓடைக் கரைமேடு இன்றைக்கு ஒரு சின்ன கேம்ப்போல ஆகியிருந்தது. பத்துப்பதினைந்து கூடாரங்கள் போட்டிருந்தார்கள். அவர்களுக்குச் சமைப்பதற்கென்று ஒரு ‘ஷெட்’ போட்டிருந்தார்கள். அந்த ஷெட்டின் ஒரு மூலையில் இருந்த மரக்கம்பத்தில் ரேடியோ ஒன்று சாய்ந்து தொங்கிக் கொண்டிருந்தது.

சைக்கிளில் இருந்து குதித்ததும் சுளுக்கன் நேராக அந்த ரேடியோ பக்கத்தில் போய் நின்றான்.

அங்கிருந்த மேஸ்திரியிடம், “என்னண்னே.... ரேடியோல சத்தத்தைக் காணோம்? படிக்க மாட்டேங்குதா?” என்றான்.

“ஆமா... சரியாப் படிக்க மாட்டேங்குது.... வாத்தியார்கிட்ட டியூசனுக்கு அனுப்பணும்” என்றான் மேஸ்திரி நக்கலாக.

மேஸ்திரி, கந்தசாமியை ‘இது யாரு’ என்பதுபோல கூர்ந்து பார்த்தார்.

“இவர் நம்ம கந்தசாமி அண்ணாச்சி... ஊருக்குள்ள கடை வைச்சிருக்காரு. லிஸ்ட் போட்டுக் கொடுத்தா டவுன்ல இருந்து மளிகை வாங்கிவந்து கொடுத்துடுவாரு. வேணும்கிற சாமானை வாங்கிக்கிடலாம். தினம் என்னென்ன வேணும்னு என்கிட்ட சொல்லிவிட்டீகன்னா நான் அண்ணாச்சி மூலமா வரவெச்சிடுவேன்” என்றான்.

“சாய்ந்தரமா எழுதிக் குடுத்துவிடறேன் அண்ணாச்சி” என்றார் அந்த மேஸ்திரி.

கொஞ்ச நாளைக்குக்கூட நாலு காசுக்கு ‘யேவாரம்’ ஆகும்” என்பதில் கந்தசாமிக்கு உள்ளூர ஒரு சந்தோசம்.

'ஆனால் அந்தக் குழாய் பதிக்கிறதால நம்ம ஊருக்கு என்ன பிரயோசனம்?' என்று மனசு அங்கலாய்த்தது.

"நம்ம ஊரோட தண்ணிக் கஷ்டம் தீரவா போகுது?" என்று வாய்திறந்து புலம்பிக்கொண்டே சைக்கிளை ஊருக்குள் திருப்பினார்.

ஒத்தப் பொட்டு தண்ணிகூட இங்க வரப்போறதில்ல... இந்தக் குழாயெல்லாம் அப்படியே டவுனுக்குப் போகுது.. இதுல தண்ணியக் காணாத நம்ம ஜனங்களைவெச்சே குழாய் பதிக்கப் போறாங்களாக்கும் என்று மனசுக்குள் புலம்பினார்.

23

இது இப்படி நடந்துகொண்டிருக்க, ராமகிருஷ்ணன் அழகர் அணைத் திட்டத்தைப் பற்றிய முழு விபரங்களையும் சேகரித்து அதை டவுனில் ஒரு டைப்ரைட்டிங் இன்ஸ்ட்டியூட்டில் கொடுத்து கோர்வையாக அடித்து, அதை ஒரு சிறிய புத்தகமாக அச்சடித்து வைத்துக் கொண்டான். அந்தச் சிறிய புத்தகத்திற்கு 'கரிசல் மண்ணின் தண்ணீர்க் கனவு' என்று தலைப்பு வைத்தான். ஒருநாள் ஞாயிற்றுக்கிழமையாகப் பார்த்து ஊரில் உள்ள முக்கியஸ்தர்கள், படித்த இளைஞர்கள், காலேஜுக்குப் போகிற நான்கைந்து மாணவர்கள் என்று கிட்டத்தட்ட இருபத்து ஐந்து பேரை பள்ளிக்கூட வளாகத்துக்கு அழைத்து ஒரு கூட்டம் போட்டு, எல்லோருக்கும் அதன் நகல்களைக் கொடுத்து விளக்கினான். கூடவே, ஒரு சிறிய குழுவை அமைத்து சுற்று வட்டாரத்தில் எல்லா ஊர்களுக்கும் அந்தப் புத்தகத்தைக் கொடுத்து அந்த ஊர் மக்களிடம் விளக்கிச் சொல்ல ஏற்பாடு செய்தான்.

"இந்த திட்டம் பற்றி வெள்ளைக்கார ஆட்சி நம்ம நாட்டுல இருந்த காலத்தில் இருந்தே பரிசீலனையில் இருந்திருக்கு... உங்களுக்கெல்லாம் இன்னொரு முக்கியமான தகவல் என்னன்னா... *1959*-ல அப்போ பொது மராமத்துத் துறை அமைச்சரா இருந்த பக்தவத்சலம் விருதுநகருக்கு வந்தப்போ, நம்ம வட்டாரத்து விவசாயிகளைச் சந்திச்சு இந்தத் திட்டத்தை நிறைவேத்துறேன்னு உறுதி கொடுத்திருக்கிறார். அன்னைக்கு

போனவங்ககூட எங்கப்பாவும் போயிருக்கிறார். அப்போ அவர் இளந்தாரியா இருந்திருக்கிறார். அவரே என்கிட்டே சொல்லியிருக்கார், அவர் சொன்னதை வெச்சுதான் இவ்வளவு சமாச்சாரங்களையும் நான் அலைஞ்சு தேடி சேகரிச்சு வெச்சுருக்கேன். இதை ஒரு மக்கள் கோரிக்கையா மாத்துனாத்தான் இந்த திட்டம் அரசாங்கத்தோட கவனத்துக்கும் போகும்... அதுக்காகத்தான் இந்தக் கூட்டத்தைப் போட்டேன். எல்லாரும் அவங்கங்க யோசனையைச் சொல்லுங்க..." என்றான்.

"தம்பி ராமகிருஷ்ணன், நீ சொல்றதெல்லாம் சரிப்பா... இதையெல்லாம் எடுத்துச் செய்றதுக்கு நிறைய செலவாகுமே அதுக்கு என்ன பண்றது?"

"அதை முடிஞ்ச மட்டும் வசூல் பண்ணிக்கிடலாம். பெரிசா ஒண்ணும் செலவாகாது."

சேதுராஜ் எழுந்து, "இதையெல்லாம் நாம மட்டும் எடுத்துச் செய்ய முடியாது. அப்படி செஞ்சாலும் பலன் இருக்காது. நான் ஒரு யோசனை சொல்றேன். இந்த வட்டாரத்திலே இருக்கிற எல்லாக் கட்சிகளையும் சமூக இயக்கங்களையும் விவசாயச் சங்கங்களையும் இதுல இணையச் சொல்லி வறுபுறுத்தணும். அதுல சில கட்சிகள், இயக்கங்கள் தீவிரமா ஆதரவு கொடுப்பாங்க. நம்பிக்கை இருக்கு. அவங்க முழுக்கமுழுக்க ராமகிருஷ்ணன் மாதிரியே மக்கள் பிரச்சினைகளை எடுத்துவெச்சு அரசாங்கத்தோட கவனத்துக்குக் கொண்டுபோகிற வேலையே செஞ்சிக்கிட்டிருக்கிறவங்க. அவங்க கொஞ்ச பேரை இங்கே வரவவைப்போம். அவங்ககிட்டயும் எடுத்துச் சொல்லுவோம்" என்றான்.

"அதுவும் நல்ல யோசனைதான்... அதுக்கான ஏற்பாடுகளையும் பண்ணுவோம். நான் ஏற்கெனவே விவசாயிகள் சங்கத் தலைவர்களையும் பார்த்துப் பேசியிருக்கேன். அவங்களை ஒருநாள் இங்கே கூட்டம் நடத்தி அதுக்கு வரவைப்போம்" என்றான் ராமகிருஷ்ணன்.

தொடர்ந்து, "அதுக்கு முன்னால நான் ஒரு யோசனை வெச்சிருக்கேன்... நம்ம ஊர் வழியா போகிற பைப் லைன் வேலை முடியப்போகுது. சீக்கிரம் முதலமைச்சர் வந்து திறந்து வைக்கப் போகிறாராம். அதுக்கு முன்னாடி நம்ம அமைச்சர் அந்த வேலையைப் பார்வையிட வர்றாராம். முதலமைச்சரும் தொடக்க விழாவுக்கு இந்த வழியாத்தான் போவார். அவரையும்

நாம சந்திச்சு விசயத்தைச் சொல்லி மனு கொடுப்போம்...” என்றான்.

சேதுராஜ் திரும்பவும் எழுந்து, “இப்படி மனு கொடுக்கிறதுல எல்லாம் எதுவும் நடந்துடாது, நாளைக்கு பைப்லைன் வேலையைப் பார்வையிட மந்திரி வர்றார் இல்லையா, அப்போ நாம அவரை ஊருக்குள்ளே வரவெச்சு, நம்ம கோரிக்கையை ஒரு தீர்மானமா திறப்புவிழா மேடையில் சொல்லவைக்கணும். அப்படிப் பண்ணினாத்தான் எதிர்க்கட்சிகளும் அதைக் கவனிக்கும். அப்புறம் தேர்தல் நேரத்துல எல்லாருமே அதை விவாதிக்க ஆரம்பிப்பாங்க. என்ன என் யோசனை?” என்றான்.

ராமகிருஷ்ணனுக்கு அது சரியெனப்பட்டது.

மறுநாள் அந்த வழியாக பைப் லைன் பறிக்கிற வேலையைப் பார்வையிட வருகிற மந்திரியை ஊருக்குள் வரவைக்க ஏற்பாடு செய்யப்பட்டது. அதற்கு உள்ளூர் ஆளும் கட்சிப் பிரமுகரான சுந்தரராஜன், “அது என் பொறுப்பு... நான் கட்சி ஆட்கள்கிட்ட பேசி வரவைக்கிறேன். அப்படி அவர் வர்றப்போ அவருக்காக மாலை மரியாதை, டிபன், காபி எல்லாம் ஏற்பாடு பண்ணுங்க... மீதியை நான் பார்த்துக்கிடறேன்... கூடவே, ‘நாங்க ஊரோட எப்பவும் உங்களுக்குத்தான் ஓட்டுப் போட்டுக்கிட்டு வர்றோம்’னு சொல்லிவையுங்க” என்றார்.

ராமகிருஷ்ணன் சிரித்துக்கொண்டான்.

ஒருசில நாட்களில் அமைச்சர் பைப் லைனைப் பார்வையிட வந்தார். உள்ளூர் ஆளும் கட்சி ஆட்களின் வேண்டுகோளை ஏற்று ஏற்பாடு செய்திருந்ததைப்போலவே அமைச்சர் பைப் லைனைப் பார்வையிட்டு முடித்ததும் ஊருக்குள் வந்தார். ஊர்ப் பெரியவர் ராமசுப்பு அவருக்கு மாலை போட்டு சால்வை போர்த்தி வரவேற்றார்.

பள்ளிக்கூடக் கட்டடத்திற்குள் ஒரு சிறிய சந்திப்புக்குத் தோதாக சில சேர்கள் போடப்பட்டிருந்தன. அமைச்சர் உட்கார்ந்ததும் எல்லோரையும் உட்காரச் சொன்னார்.

சாத்தூரப்பன் வீட்டில் இருந்து சூடாக உளுந்து வடை செய்து கொண்டுவந்திருந்தார்கள். அவைகளைத் தட்டில்வைத்து அமைச்சருக்கும் கூடவந்தவர்களுக்கும் பரிமாறப்பட்டது. கூடவே டீயும் இளநீரும் வைக்கப்பட்டது.

கட்சிப் பிரமுகர் ஒருவர் ராமகிருஷ்ணனை அழைத்து அமைச்சருக்கு அறிமுகப்படுத்தினார்.

"ஐயா... இந்தப் பையன் பேரு ராமகிருஷ்ணன். ஒரு இருபது வருசத்துக்கு முன்னாடி அழகார்சாமின்னு இந்த வட்டாரத்து விவசாயிகள் சங்கத்தில ஒரு தலைவர் இருந்தாரே..."

"ஆமா... அவரை எனக்கு நல்லாவே தெரியுமே... அவர் இறந்தப்போ நான்கூட இரங்கல் செய்தி போட்டேனே!"

"அவரோட மகன்தான் இவர்... உங்ககிட்ட சில விஷயங்களை எடுத்துச் சொல்லணும்னு ஆசைப்படுறார்" என்றவர், ராமகிருஷ்ணனைப் பார்த்து,

"ஐயாகிட்ட தெளிவா எடுத்துச் சொல்லுங்க தம்பி" என்றார்.

ராமகிருஷ்ணன் அமைச்சரைப் பார்த்து வணங்கிட்டு, தான் தயாரித்திருந்த 'அணைத் திட்டம்' பற்றிய கட்டுரையின் ஒரு நகலை அமைச்சரிடம் கொடுத்துவிட்டு விளக்க ஆரம்பித்தான். அமைச்சர் எல்லாவற்றையும் கேட்டுவிட்டு,

"இது ஏற்கெனவே பரிசீலனையில இருக்கிற விசயம். ஏனோ அப்படியே கிடப்புல கிடந்துபோச்சு... நான் முதல் வேலையா பொதுப்பணித்துறை அமைச்சர்கிட்ட கலந்து பேசிட்டு அதுக்கான நடைமுறை சாத்தியங்களைப் பத்தி விவாதிக்கிறேன்..." என்றார்.

சேதுராஜ் எழுந்து, "மாண்புமிகு அமைச்சர்கிட்ட ஒரு விண்ணப்பம் வைக்கிறேன். கூடிய விரைவில நம்ம பக்கத்து ஊர் வழியா டவுனுக்குப் போகிற பைப் லைனை முதலமைச்சர் திறந்துவைக்கவர்றாங்கன்னு கேள்விப்பட்டோம்... அந்தவிழாவில் முதலமைச்சர் அவர் வாயாலே இந்த திட்டத்தை நிறைவேத்துறது தொடர்பா ஒரு அறிவிப்பு செய்தால் நல்லா இருக்கும்... இந்த வட்டாரம் மட்டுமில்ல. மூணு மாவட்டத்திலும் இருக்கிற வறட்சியான பூமி செழிக்க ஆரம்பிச்சிடும்... சங்கரன்கோவில்ல இருந்து ராஜபாளையம், சிவகாசி தொடர்ச்சியா அப்படியே கடலாடி, சாயல்குடி, விளாத்திக்குளம் வரைக்கும் எல்லா நகரங்களுக்கும் குடி தண்ணீர் பிரச்சினையும் தீர்ந்துடும்" என்றான்.

"நீங்க சொல்றதெல்லாம் சரி... எதையும் திடுதிப்புன்னு சொல்லிட முடியாதே... இது தொடர்பா கலந்து பேசிட்டுத்தானே சொல்ல முடியும்?" என்றார் அமைச்சர்.

கூட்டத்தின் பின்னாலிருந்து ஒரு குரல் கேட்டது.

பெ.மகேந்திரன்

"இப்போ கேட்டா இப்படித்தான் சொல்வாங்க... தேர்தல் வரட்டும்... அப்போ கேட்போம்..." என்று ஒருத்தன் முணுமுணுப்பது கேட்டது.

அமைச்சர் முகம் சுளித்தார்.

"யாரப்பா அது...?" என்று ஆளாளுக்குத் திரும்பி அந்தக் குரலுக்குச் சொந்தக்காரனை வெளியேற்றினார்கள்.

அமைச்சர் தொடர்ந்து, "நல்ல ஒரு திட்டத்தைத்தான் ஞாபகப் படுத்தியிருக்கீங்க தம்பி... நான் அதுக்கான சாத்தியக்கூறுகளைப் பார்த்துச் சொல்றேன்" என்று சொல்லிக்கொண்டே எழுந்தார்.

அமைச்சர் காரில் உட்கார்ந்ததும் ஒரு கூட்டம் பத்து இருபது அடிக்கு, கூடவே தொடர்ந்து கோஷம் போட்டுக்கொண்டே போனது.

அமைச்சர் போனபின் அன்று இரவு திரும்பவும் ராமகிருஷ்ணனும் சேதுராஜூம் சில ஆட்களைக் கூப்பிட்டுக் கூட்டம் போட்டார்கள்.

"அமைச்சர்கிட்டே சொல்லியாச்சு... பைப் லைன் திறப்பு விழா அன்னைக்கு முதல்வர் அறிவிச்சிட்டா நல்லா இருக்கும்... ஒரு நம்பிக்கை தெரியும்." என்றான் ராமகிருஷ்ணன்.

"அது என்னவோ நடக்கும்னு எனக்கு நம்பிக்கை இல்லே" என்ற சேதுராஜ், தொடர்ந்து

"சில கட்சித் தோழர்களை வர்ற புதன்கிழமை நம்ம ஊருக்கு வரச் சொல்லியிருக்கேன்" என்றான்.

"வரட்டும்... அவங்ககிட்டயும் ஆலோசனை பண்ணலாம்..." என்றார்கள் ஊர்ப் பிரமுகர்கள். அதன்படியே சில கட்சித் தோழர்களும் சில வட்டார விவசாயிகள் சங்கப் பிரதிநிதிகளும் அந்தக் கூட்டத்திற்கு வந்திருந்தார்கள்.

இந்தத் தடவை ஊரில் சில பேரை மட்டுமே அழைத்திருந்தான் ராமகிருஷ்ணன், அவர்கள் எல்லோரும் ஊருணிக்கரை மேடையிலேயே கூட்டம் போட்டார்கள்.

அதில், முதல்வரின் பைப் லைன் திறப்பு விழா வரைக்கும் பொறுத்திருப்பது என்றும், அப்படி அந்த விழாவில் முதல்வர் அறிவிக்கவில்லை என்றால், அடுத்தகட்டமாக என்ன செய்யலாம் என்பதை அடுத்து ஒரு கூட்டம்போட்டு முடிவுசெய்வது என்றும்

எப்படியும் அரசின் கவனத்தை ஈர்த்து திட்டத்தை நிறைவேற்ற வேண்டும்; இல்லையென்றால், அடுத்த தேர்தலில் இதையே மக்கள் கோரிக்கையாக முன்னிறுத்தும்படி விழிப்புணர்வு ஏற்படுத்த வேண்டும் என்றும் முடிவானது.

அடுத்த சில நாட்களில் பைப்லைன் திறப்பு விழா அந்த நகரத்தில் நடந்தது. சொன்னதுபோலவே முதல்வர் தனது திறப்பு விழா பேருரையில், "இந்த வட்டாரத்திற்கு மட்டுமல்லாமல் விருதுநகர், தூத்துக்குடி, திருநெல்வேலி, ராமநாதபுரம் மாவட்டங்களின் விவசாயிகள் பயன்பெறும் வகையிலும், இப்பகுதியில் அமைந்துள்ள நகர மக்களின் குடிநீர்ப் பிரச்சினை தீரும் வகையிலும் அழகர் அணைத் திட்டத்தினை ஆய்வுசெய்து அதை நிறைவேற்றுவதற்கான அனைத்து நடவடிக்கைகளையும் இந்த அரசு மேற்கொள்ளும்" என்று அறிவித்தார்.

பைப் லைன் திறப்பு விழாவில் கலந்துகொண்ட ராமகிருஷ்ணன், ஊர்ப் பெரியவர் ராமசுப்பு, சாத்தூரப்பன், சேதுராஜ், ஆதிமூலம்.... என்று ஊரில் இருந்து போயிருந்த அனைவர் முகத்திலும் மகிழ்ச்சி தாண்டவமாடியது.

இந்த விஷயம் வருகிற தேர்தலில் எதிர்க்கட்சிகளின் தூண்டிலாக ஆகிவிடக் கூடாது என்பதற்கான அறிவிப்புதான் அது என்று அப்போதைக்கு அவர்களுக்குத் தெரியவில்லை.

24

Lவுனுக்குப் போகிற பைப் லைனில் தண்ணீர் சப்ளை ஆரம்பமானது. பைப் லைனின் குழாய் சில இடங்களில் தரையில் தெரிந்தது. ஓடைகளைக் கடக்கிற இடைவெளிகளில் அந்தக் குழாய் முழுக்கவே தெரிந்தது. அதில் காதைவைத்துக் கேட்கும்போது 'திபுதிபு'வென தண்ணீர்போகிற சத்தம் கேட்டது!

வற்றாத நதி ஓடுகிற ஊரில் மக்கள் குடிக்கத் தண்ணீர்ப் பஞ்சம் இருக்காது. குடிக்க, குளிக்க என்று சதா தண்ணீரிலேயே வாழ்வார்கள்.

அதுபோல, சமுத்திரத்தை ஒட்டி வாழுகிறவர்களுக்கு அந்த சமுத்திரத் தண்ணீர் குடிக்கவோ, குளிக்கவோ உதவாது. குறைந்த பட்சம் கண்ணால் பார்த்துக்கொள்ளலாம்.

ஆனால், இப்படி தண்ணீப் பஞ்சம் தலைவிரித்தாடுகிற மண்ணில், தண்ணீர்க் குழாய் ஊர் வழியாகப் போகும்போது இந்த ஊர் சனங்கள் குடிக்கவும் முடியாது, குளிக்கவும் முடியாது... என்பதுகூடச் சரிதான்.

கண்ணால் பார்க்கக்கூட முடியவில்லை என்பது பெருத்த சோகம்.

இப்படி தண்ணீர் பைப் லைன் அவர்களின் வழியாகப் போகும்போது ஒரே ஒரு ஆறுதல்... அதுபோகிற சத்தத்தைக் காது வைத்துக் கேட்டுக்கொள்ளலாம்.

"நமக்குத்தான் தண்ணீரைக் கண்ணில் பார்க்கிற யோகம் இல்லை. காதிலயாச்சும் கேட்போம்...." என்று அந்த வழியாகப் போகிறவர்கள் கூட வருகிறவர்களைக் கூப்பிட்டு, காது வைத்துக் கேட்கச் சொல்லி 'விளை யாட்டு'க் காட்டிக் கொண்டார்கள்.

எல்லாம், வானத்தில் அண்ணார்ந்து பார்க்கிற குழந்தைகள் எங்க ஊர் வழியாத்தான் ஏரோ பிளேன் 'போகுது' என்கிற கதைதான்!

அது என்னவோ, இந்த அரசாங்கங்கள் எதிலுமே நகரத்து ஆட்களுடைய சவுகரியத்தைத் தான் பெரிதாக எடுத்துக் கொள்கிறது.

மழை பெய்கிற ஒருசில மாதங்களைத் தவிர, மீதி நாளெல்லாம் அந்த மக்களுக்கு தண்ணீர் ஓர் 'அதிசயம்'தான்.

சில வருடங்கள் சுத்தமாகவே மழை இல்லாமல் போகும். அந்த வருடம் அப்படித்தான் இருந்தது. ஒருசில வருசங்கள் 'ஓஹோ'வெனப் பெய்யும் மழை, பல வருசங்கள் எட்டிக்கூடப் பார்ப்பதில்லை.

இப்படி அவ்வப்போது வந்துபோகிற வறட்சி என்கிற விசயமும் 'தண்ணீர்ப் பஞ்சம்' என்கிற தேவையும் ஓட்டுக் கேட்டு வருகிற அரசியல்வாதிகளுக்கு ரொம்பவே உதவியாக இருந்தது.

இந்தப் பிரச்சினைகளெல்லாம் வாக்குறுதிகளாக மாற்றிக்கொள்ள தோதாக அமைந்தன அவர்களுக்கு!

'எங்கிருந்தாவது அணை வரும்... வாய்க்கால் தண்ணீர் வரும்' என்று ஒவ்வொரு தேர்தலின் போதும் அரசியல்வாதிகள் மேடைகளில் முடுக்கிவிட்டுப் போவார்கள். மைக்கில் கேட்கும்போது மொத்த கூட்டமும் ஆர்வமாகக் கேட்கும்.

அவர்கள்போன பின்னால் ஊர் மக்கள் அங்கங்கே உட்கார்ந்து 'எந்தத் தண்ணியை எப்படிக் கொண்டுவரலாம்' என்று அவர்களுக்காகத் திட்டம் போடுவார்கள்.

அப்படி வந்துவிட்டால், எந்தப் புஞ்சைக்கு எந்தெந்த வழியாக வாய்க்கால் வெட்டிக் கொண்டு போகலாம் என்று மனசுக்குள்

திட்டம் போட்டு பிரயாசைப்பட்டுக் கொள்வார்கள்.

ஏதோ மேற்குத் தொடர்ச்சி மலையில் பாண்டியாறு, அழகர் ஆறு, கீரியாறு, என்று யாரும் பார்த்திராத ஆறுகளைப் பற்றியும் 'அதுகளை வெச்சு அணை கட்டி வரவெச்சா நம்ம ஊரும் தஞ்சாவூர் மாதிரி தாம்ப்பா...' என்று வாய்ப்பந்தல்' அமைத்துக் கொண்டாடிக் கொள்வார்கள்.

முதலமைச்சர் பைப் லைனைத் திறந்து வைத்த கொஞ்சநாள் கழித்து, பைப் லைனைப் பதித்த எஞ்சினியர் தன் சகாக்களுடன் வந்து அந்த ஊரில் பைப் லைன் ஒரு சிறு ஓடையைக் கடக்கிற இடத்திற்கு வந்து ஏதோ ஆய்வு செய்து கொண்டிருந்தார்கள்.

அந்த வழியாக டிவிஎஸ்-50-ல் வந்த ராமகிருஷ்ணன்,

"என்ன சார்... வேலை முடிஞ்சு பைப் லைனைத் திறந்தாச்சே... அப்புறம் என்ன சார், இன்றும் வேலை பார்க்கிறீங்க" என்று சொல்லிக்கொண்டே பக்கத்தில் போனான்.

"அது ஒண்ணுமில்லை... பைப் லைன் எல்லா இடத்துலயும் நல்லா செட் ஆயிடுச்சு... இந்த ஓர் இடத்துல மட்டும் லேசான கசிவு இருக்கு... அதான் பார்க்க வந்தோம்" என்றார்.

"சின்ன கசிவுதானே சார்... நீங்க உடனே சரி பண்ணிடு வீங்களே..." என்றான்.

"அது சின்னக்கசிவுதான்... பார்த்துட்டேன், அதுக்கு மேலே சேதம் ஆகாது.... தினம் ஆயிரம் லிட்டர் தண்ணி வீணாப்போகும். பரவாயில்லை... பக்கத்துல ஓர் ஓடைக்குட்டை இருக்கு... அதுல நிரம்பிச்சுன்னா உங்க ஊர்ல வீட்டுக்கு நாலு குடம் தண்ணி கிடைக்கும். இந்தக் கோடை தாண்டுகிற வரைக்கும் இப்படியே இருக்கட்டும்... அப்புறம் மழை பெய்ஞ்சதும் சரிபண்ணிக்கிறோம்..." என்றார்.

"எங்க ஊர் மேல இவ்வளவு அக்கறை வெச்சிருக்கீங்க. ரொம்ப நன்றி சார்" என்றான்.

இப்படி 'நொம்பலப்பட்ட பூமிக்கு நடுவாக அந்த பைப் லைனில் 'அரவமில்லாமல்' தண்ணீர் ஒளிந்து ஓடிக்கொண்டு இருந்தது.

தொடர்ந்து ஓரிரு மாதங்களில் தேர்தல் வந்தது. ஆட்சி மாறியது. புதிதாக வந்த ஆட்சியாளர்கள் யாரும் இந்த திட்டத்தைப் பற்றி பேசுவதாக இல்லை.

ராமகிருஷ்ணனும் சில விவசாயிகள் சங்கப் பிரதிநிதிகள், கம்யூனிஸ்ட் கட்சித் தலைவர்கள் இவர்களுடனெல்லாம் சேர்ந்து அங்கங்கே கூட்டங்கள் நடத்துவதும் மக்களிடம் இத்திட்டம் பற்றி விழிப்புணர்வு ஏற்படுத்துவதும் கவன ஈர்ப்புப் போராட்டங்கள் நடத்துவதுமாக ஏதேதோ செய்து பார்த்துக்கொண்டே இருந்தான்.

இது ஒரு பக்கம் நடந்துகொண்டிருக்க, ஊர் மக்கள் கூட்டம்போட்டு, இருக்கிற தண்ணீர்ப் பிரச்சினையை எப்படித் தீர்ப்பது என்று ஆளாளுக்கு ஒவ்வொரு யோசனையாகச் சொல்லிக் கொண்டிருந்தார்கள். ராமகிருஷ்ணனின் போராட்டங்களுக்கும் அணைத்திட்டம் தொடர்பாக அவனின் எல்லா நடவடிக்கைகளுக்கும் தொடர்ந்து ஆதரவு தெரிவிப்பது என்று முடிவுசெய்து கொண்டார்கள். கூடவே, காணாமல்போன பிள்ளையார் சிலையைக் கொண்டுவந்தாலோ, சீக்கிரமாக பிள்ளையார் சிலையைத் திருடிக் கொண்டுவந்தாலோ ஊருக்கு நல்ல காலம் பிறக்கும் என்று பலரும் நம்பிக்கை தெரிவித்தார்கள்.

“அதுதான் போலீஸ்காரரர் குருசாமிகிட்ட அந்த வேலையைக் குடுத்திருக்கோமே... எடுத்தோம் கவுத்தோம்னு செய்யுற வேலையில்ல அது... அவங்களைக் கூப்பிட்டுக் கேட்போம்” என்றார் பெரியவர் ராமசுப்பு.

“வேறு ஏதாச்சும் யோசனை சொல்லுங்க... புதுசா ஒரு சிலை செஞ்சு கொண்டுவந்து பிரதிஷ்டை பண்ணலாமா?” என்றார் கடைக்காரர்.

“தேவையில்லையென்று நினைக்கிறேன்... குருசாமியும் சாத்தூரப்பனும் ஏதோ மும்முரமா அலையுராங்க... சீக்கிரம் சிலை கொண்டு வந்துடுவாங்கன்னு நினைக்கிறேன்” என்றார் அப்பண்ணசாமி.

“ஆமா... அப்படித்தான் தெரியுது” என்று ஆமோதித்தார்கள்.

25

சில நாட்களாக ஊருணி மேடை ஒரு சிறிய வாசக சாலைபோல மாறத் தொடங்கியிருந்தது. வெறும் செய்தித்தாள்கள் மட்டுமே வரவழைத்து வாசித்து வந்த நிலையில், அந்த மேடைக்கு சில வாரப் பத்திரிகைகள், சிறு நாவல்கள், வேறு சில புத்தகங்கள் என்று நிறைய வர ஆரம்பித்தன. அப்படி வருகிற புத்தகங்களைப் பத்திரப்படுத்தி இரண்டு டிரங் பெட்டிகளும் அங்கே வைக்கப்பட்டிருந்தன.

அன்றைக்குக் காலை ஒன்பது மணிவாக்கில் ஒன்றிரண்டு செய்தித்தாள்களைக் கொண்டுவந்து போட்டுவிட்டுப் போனார் பேப்பர்க்காரர். அந்த ஊருக்கு, செய்தித்தாள் அந்த நேரத்திற்குத் தான் வந்துசேர்ந்தது அப்போது.

கடைக்காரரும் பேப்பரை வாங்கி முதலில் படிக்க ஆரம்பித்தார்.

சாத்தூரப்பன் எட்டிப் பார்த்து, "இன்னைக்கு பேப்பர்ல கருத்துப் படம் என்ன போட்டிருக்கு" என்று கேட்டுக்கொண்டே மெல்ல எம்பி ஏற முனைந்தார்.

ஆயிரம் செய்தி வந்தாலும் இந்த கருத்துப் படம் சொல்கிற செய்திக்கு, ஓர் எதிர்பார்ப்பு இருந்த காலம் அது.

"கருத்துப் படம் இருக்கட்டும்... இந்தச் செய்தியைப் பார்த்தீரா?"

"என்ன செய்தி...?"

"நடிகை சாவித்திரி இறந்துட்டாங்களாம்?"

"இந்தச் செய்தி யாரைக் காட்டிலும், அங்கே தள்ளி உட்கார்ந்திருந்த ஆதிமூலத்தை வெகுவாகப் பாதித்தது.

"அப்படியா...?" என்று வேகமாக வந்து ஆதிமூலம் செய்தியை உற்றுப் பார்த்தான்.

நடிகை சாவித்திரி இறந்துவிட்டதாகச் செய்தி வந்திருந்தது. படத்துடன் வந்த அந்தச் செய்தியில் படத்திற்குக் கீழே,

"மலர்களைப்போல் சாவித்திரி உறங்குகிறார்..." என்று எழுதப்பட்டு, இறந்த கோலத்தில் சாவித்திரியின் படத்தைப் போட்டிருந்தார்கள். அந்தச் செய்தியைப் படித்ததும் அன்று கடற்கரையில் நடிகர் ஜெமினி கணேசனையும் சாவித்திரியையும் பார்க்க ஆவலோடு நின்றதும், தொடர்ந்து வந்த பெருந்துயர நிகழ்வுகளும் மனதில்வந்து திரையிட்டது. மறக்க முடியாதபடி மீண்டும்மீண்டும் வந்து நிழலாடியது.

ஆதிமூலத்தின் மனது அப்படியே தங்கை பூமயிலுவை நினைக்க ஆரம்பித்தது. கண்களில் கண்ணீர் முட்டியது.

ஆதிமூலம் அப்படிக் கலங்குவதற்கான காரணம், சாத்தூரப்பனுக்கு நன்றாகவே தெரியும். மெல்லத் தோளில் தட்டி, "என்ன ஆதிமூலம்... ஊர் ஞாபகம் வந்திருக்கும்" என்று ஆறுதல்படுத்தினார்.

அந்நேரம் ராமகிருஷ்ணன் அங்கே வந்தான். செய்தித்தாளை வாங்கிப் படித்தான். ஆதிமூலத்தின் முகத்தைப் பார்த்தான். அவன் கண்கள் கலங்கி இருந்தது தெரிந்தது.

"அண்ணே.... என்கூட வாங்க போகலாம்..." என்று கூப்பிட்டான். ஆதிமூலம் எதுவுமே பேசாமல் பாசத்துக்குக் கட்டுப்பட்டு கூடப்போனான்.

இருவரும் நடந்தே கிடங்குப் பிள்ளையார் இருந்த கரைக்குப் போனார்கள். சில நாட்கள் முன்பு பெய்த சுமாரான மழையில் கிடங்கில் தண்ணீர் இருந்தது.

தண்ணீரை ஒட்டிய பாறையில் உட்கார்ந்தார்கள்.

"அண்ணே... நீங்க குடும்பத்தையே நினைச்சுக்கிட்டிருக்கீங்க... ஆனா இதுவரைக்கும் ஒரு துப்பும் கிடைக்கல... எனக்கு மனசு ரொம்ப கஷ்டமாத்தான் இருக்கு" என்று தொடரும்போது

குறுக்கிட்டு, "நானும் வருசத்துக்கு ஒண்ணு ரெண்டு தடவைபோயி விசாரிச்சிட்டுத்தான் வர்றேன்... ஒரு துப்பும் கிடைக்க மாட்டேங்குதே" என்று அழுதான் ஆதிமூலம்.

"தம்பி ராமகிருஷ்ணன்... எனக்கு மனசே சரியில்லப்பா... நான் பாசம் வைக்கிற யாருமே என்கூட இருக்க மாட்டேங்கிறாங்க. என் தங்கச்சியை உயிரா வெச்சு காப்பாத்தணும்னு வாழ்க்கையில ஒரு கனவோட வளர்ந்தேன்; அவளைப் பிரிஞ்சு தவிக்கிறேன். உயிரோட இருக்காளான்னே தெரியல..."

"இங்கே வந்து என் மனசு பாரத்தையெல்லாம் கொட்டி உருகி கும்பிட்ட பிள்ளையாரும் இப்போ இங்கே இல்லை" என்றவன் தேம்பி அழ ஆரம்பித்தான்.

'கொஞ்சம் அழட்டும்' என்று விட்ட ராமகிருஷ்ணன், சில நிமிடங்கள் கழித்து அவரின் தோளைத் தொட்டான் ஆறுதலாக.

ஆதிமூலம் தலையை உயர்த்தி, "ராமகிருஷ்ணன்.... எனக்கு ஒண்ணு மனசுல படுதப்பா. என்னை அரவணைச்சு ஆதரிச்ச இந்த ஊர்ல, நான் எப்பவும் பார்க்காத வறட்சி ஏற்பட்டிருக்கு. நான் இந்த ஊருக்கு வருமுன்னே வறட்சி இருந்ததா சொல்றாங்க. ஆனா, எனக்குத் தெரிஞ்சு இப்படி ஒரு வறட்சியைப் பார்த்ததில்லை. எனக்கென்னவோ பிள்ளையாரைக் கொண்டுவந்து வெச்சு பூசை பண்ணினா, மழை பெய்யும்னு ஒரு பெரிய நம்பிக்கை எனக்கு இருக்கப்பா... அதுக்கு சீக்கிரமா ஓர் ஏற்பாடு பண்ணினா பிள்ளையாரைப் பார்த்துட்டு நான் என் தங்கச்சியைத் தேடிப் புறப்படுவேன்" என்றான்.

"அப்படிச் சொல்லாதீங்கண்ணே... நீங்க இங்க இருந்தே தேடலாம். நானும் வர்றேன்... போய்த் தேடுவோம்" என்று தோளில் சன்னமாகத் தட்டினான்.

ஆதிமூலத்தின் மனநிலை ராமகிருஷ்ணனுக்கு நன்றாகவே புரிந்தது. நாம் 'சிலை' என்று பார்க்கும் பிள்ளையாரை, ஆதிமூலம் ஒரு ஜீவனாகப் பாவிக்கிறான். அது அவரவர் மனநிலை. அதுவும் ஆதரவின்றி தவிக்கும் ஆதிமூலத்திற்கு ஆறுதலாக அந்த மனநிலை இருக்கும்போது, பகுத்தறிவு பேசி, அவரை சங்கடப்படுத்த விருப்பமில்லை. மறுபக்கம் ஆதிமூலத்திற்கு ராமகிருஷ்ணனின் லட்சியமும் வைராக்கியமும் பெரிதான விசயங்களாகப்பட்டது. அவன் வெற்றியடைய வேண்டும் என்று ஆதிமூலம் மனதார விரும்பினான். அதற்கு எல்லாவிதமான ஆதரவையும் தரத் தயாராக இருந்தான். கூடவே, தன்னை

ஆதரித்த இந்த மண்ணின் வறட்சி ரொம்பவே மனதை வருத்தியது.

"ஒரு தீர்வு கிடைக்காதா" என்று மனசு தவித்தது.

ஆதிமூலம் அந்த ஊருக்கு வந்த போது ராமகிருஷ்ணன் கைப்பிள்ளை. சித்தப்பன் சாத்தூரப்பன் சாயங்கால நேரங்களில் அவனைத் தோளில் தூக்கிக் கொண்டு திரிவார். சாத்தூரப்பனின் அரவணைப்பில் வளர்ந்த ஆதிமூலத்துக்கு ராமகிருஷ்ணனையும் ரொம்பவே பிடித்தது. சின்ன வயசிலிருந்தே "அண்ணே... அண்ணே..." என்று சுத்தி வந்தான்.

ராமகிருஷ்ணனின் அப்பா இறந்தபோது எல்லாரும் அவன் அழுகையைப் பார்க்க, ஆதிமூலத்திற்கு அவன் கண்களில் ஒரு வைராக்கியம் தெரிந்தது. மயானக் கரையில் இருந்து திரும்பி கையைப் பிடித்தபோது அந்தப் பிடியில் ஓர் இறுக்கம் தெரிந்தது. ஒரு வைராக்யம் தெரிந்தது.

தொடர்ந்து பள்ளிக்கூடம் போகவும் அப்புறம் காலேஜுக்குப் போவதுமாக இருந்த ராமகிருஷ்ணனை, ஆதிமூலம் ரொம்பவே தட்டிக் கொடுத்துக்கொண்டே வந்தான்.

இப்போது, காலேஜ் படிப்பை முடித்துவிட்டு வேலை தேடிக்கொண்டே, ஊருக்கும் அந்த வட்டாரத்துக்குமான தேவைகளைத் தேடிப்போய்த் தெரிந்துகொண்டு அந்தந்த மக்களுக்கு ஓடிப்போய் உதவி செய்வதை நினைத்து ரொம்பவே புளங்காங்கிதம் அடைந்து வந்தான்.

சமீபகாலமாக இந்த அழகர் அணைத் திட்டத்தைக் கையில் எடுத்துக்கொண்டு அவன்படுகிற பாட்டைப் பார்த்துக்கொண்டே வந்தான். எல்லாவிதத்திலும் அவனுக்கு ஒத்தாசையாக இருந்து 'அந்தக் கனவை நிறைவேத்தணும்' என்று மனசுக்குள் உறுதி எடுத்துக் கொண்டான்.

ஆனால் 'மனு கொடுத்துப் பார்த்தாச்சு... முதலமைச்சரையும் அவர் வாயாலேயே மேடையில் பேச வைச்சாச்சு. ஆனாலும் "திட்டம் பற்றிய எந்தச் சலனமும் அரசாங்கத்தின் பக்கம் இல்லை" என்று அவன் கவலைபடுவதைப் பார்க்க ஆதிமூலத்துக்கு கஷ்டமாக இருந்தது.

உட்கார்ந்து பேசும்போதெல்லாம் அவனை ஊக்கப்படுத்தத் தவறவில்லை ஆதிமூலம்கூட சாத்தூரப்பனிடமும் சொல்லி "மனசளவில் அவனுக்குத் தெம்பு ஊட்டினாத்தான் காரியம் கை கூடும்..." என்று தெளிவு படுத்திக் கொண்டே வந்தான்.

ராமகிருஷ்ணன் அவர்களின் எதிர் பார்ப்பைவிட ஒருபடி மேலாகவே சுறுசுறுப்பாகத் திரிந்தான். சோர்வு என்பதே இல்லை அவனிடத்தில். அன்றைக்கு மேடையில் உட்கார்ந்திருந்த ஆதிமூலத்தை நோக்கி வந்து அருகில் உட்கார்ந்தான்.

"அண்ணே.... நம்ம திட்டத்தை அரசாங்கத்தின் கவனித்திற்குக் கொண்டுபோறதுக்கு இன்னொரு நல்ல யோசனை வைச்சிருக்கேன்" என்றான்.

"அது என்னன்னு சொல்லு... அதையும் செஞ்சுப் பாத்துடுவோம்" என்றார்.

"ஒரு வாரப் பத்திரிகையில் இருந்து நிருபரையும் கேமராக்காரரையும் வரச் சொல்லியிருக்கேன்.... ரெண்டொரு நாள்ல வந்துடுவாங்க... நம்ம பிரச்சினைகளை எல்லாம் விலாவாரியா எழுதி வெச்சிருக்கேன். நீங்க எல்லாம் நான் சொல்லிக் கொடுக்கிறபடி சொல்லுங்க... கூடவே, உங்களுக்குத் தோணுறதையும் வெளிப்படையாச் சொல்லுங்க.. அவங்க எழுதிட்டுப் போகட்டும். அது அவங்க பத்திரிகையில வரும். அரசாங்கத்தோட கவனத்துக்குப் போகும்.." என்றான்.

ஆதிமூலமும், சாத்தூரப்பனும் மேடையில் இருந்த ஊர்க் காரர்களும் ராமகிருஷ்ணனின் முகத்தையே ரொம்ப நேரம் பார்த்தார்கள்.

"இவன் சொல்றதையும் செஞ்சுதான் பார்ப்போமே" என்று நினைத்தவர்களாக "அதுக்கு என்ன செய்யணுமோ சொல்லு செய்திடுவோம்" என்றார்கள், கூட்டாக.

26

அன்றைக்கு சென்னையிலிருந்து ராமகிருஷ்ணன் சொன்ன பிரபல வார பத்திரிகைகாரரர்கள் வருவதாக இருந்தது.

சொன்னதுபோலவே ஒரு பத்திரிகை நிருபரும் ஒரு போட்டோகிராபரும் வந்தார்கள்.

சாத்தூரப்பனும் ஆதிமூலமும்கூட ஒருசில ஊர் ஆட்களும் ஊருணி மேடையில் உட்கார்ந்திருந்தார்கள். வந்தவர்கள் ராமகிருஷ்ணனைப் பெயர் சொல்லி விசாரித்தார்கள். ஆதிமூலம் அங்கிருந்த பையன்களிடம்,

"டேய்... போய் ராமகிருஷ்ணனைக் கூட்டிட்டு வாங்கடா" என்று அனுப்பினான்.

ராமகிருஷ்ணன் வந்ததும் அந்தப் பத்திரிகைகாரரர்கள் பரஸ்பரம் அறிமுகம் செய்துகொண்டார்கள்.

ராமகிருஷ்ணனும், சாத்தூரப்பனும் ஊரில் நிலவும் வறட்சியைப் பற்றி விளக்கிக்கொண்டே அவர்களைக் கூட்டிப்போய் ஒவ்வொரு இடமாகக் காட்டினார்கள். கூடவே ஆதிமூலமும் இன்னும் ஒருசிலரும் போகுமிடமெல்லாம் கூடவே போனார்கள். சிறுவர்கள் கூட்டம் ஒன்றும் அவர்களைச் சுற்றிச்சுற்றி நின்றது வேடிக்கை பார்க்க,

போட்டோகிராபர் சில சிறுவர்களை போட்டோ எடுத்தது போல பாவனை காட்டி குஷிப்படுத்தினார்.

போட்டோக்கிராபர் ஊருணிக் கிணற்றில் இருந்து நாரணம்மாளும் வேறு சில பெண்களும் தண்ணீர் இறைத்து தள்ளு வண்டியில் தண்ணீர்க் குடங்களை அடுக்குவதை ஒரு போட்டோ எடுத்துக் கொண்டார்.

ராமகிருஷ்ணன் அவர்களைக் காடு கரைகளுக்குக் கூட்டிப் போய் காட்டினான்.

சாத்தூரப்பனின் தொழுவத்து மாடுகளை மேய்க்கிற சுந்தரம், வறண்ட கரட்டுமேட்டில் மாடுமேய்ப்பதை ஒரு போட்டோ எடுத்துக்கொண்டார்கள்.

சாத்தூரப்பனைக் கூப்பிட்டு தண்ணீர் பற்றாக் குறையால் வாடிக் கிடந்த காய்ந்த பருத்திக் காட்டுக்குள் நிறுத்தி ஒரு போட்டோ எடுத்துக் கொண்டார்கள்.

பருத்திச் செடி, வாடி பழுப்பு நிற இலைகளுடன் இருப்பதைத் துல்லியமாக போட்டோ எடுத்தார்.

ராமகிருஷ்ணனையும் ஆதிமூலத்தையும், சாத்தூரப்பனையும் கூட இன்னும் நாலைந்து பேரையும் பேசச் சொல்லி, அவர்கள் பேசுகிற தோரணையிலேயே ஒன்றிரண்டு போட்டோக்களை எடுத்துக் கொண்டார்கள்.

வந்தவர்கள் ஒவ்வோர் இடமாகப் போய் வந்து கொண்டிருந்த போதே, "மத்தியான சாப்பாட்டுக்கு நம்ம வீட்டுக்குப் போகலாம்..." என்ற சாத்தூரப்பன், " கூட்டிட்டு வந்துர்றயா..." என்று ராமகிருஷ்ணனிடம் சொன்னார்.

"சரி சித்தப்பா..." என்றான் ராமகிருஷ்ணன். சாத்தூரப்பன் அங்கிருந்த ஒரு பையனிடம், "அத்தைகிட்ட நாலு பேருக்கு சோறாக்கி வைக்கச் சொல்லு..." என்று சொல்லி அனுப்பினார்.

சாத்தூரப்பன் மனைவி சோறாக்கி, போனவருசம் கரிசல் காட்டில் விளைந்த துவரம் பருப்பைக் கடைந்து மணக்க மணக்க 'பருப்புக் குழம்பு' வைத்திருந்தாள். தொட்டுக்கொள்ள அதலைக்காய் வத்தலை வறுத்து வைத்தாள். உள்ளூர்க் கடையில் வாங்கிய மோதிர அப்பளத்தையும் வறுத்து வைத்திருந்தாள். கூடவே ஒரு 'கரண்டி' ஆம்லெட்டும் வந்தது சூடாக.

சாத்தூரப்பன் மனைவி அரிசிச் சோற்றில் பருப்பை ஊற்றி மேலே நல்லெண்ணெய் ஊற்றினாள்.

பிசைந்த பருப்புச் சோற்றுக்கு வறுத்து வைத்த அதலைக்காய்

வற்றலின் ருசி அவர்களுக்கு பெரிய சுவை அனுபவத்தைக் கொடுத்தது. 'இந்த ஊர் 'வறண்ட பூமியா... சாப்பாட்டைப் பார்த்தா நம்ப முடியவில்லை" என்று பேசிக் கொண்டார்கள்.

"காளை மாட்டுல பால் கறக்கிறவங்க, இந்த கரிசல் மண் சம்சாரிங்க... அப்பப்போ பேய்ஞ்சி போக்குகாட்டுற மழையை வெச்சே குறையில்லாம வெள்ளாமை எடுத்துடுவோம். ஆனாலும்... இப்போ வரவர வறட்சி தாங்கமுடியாத அளவுக்குப் போய்ட்டு இருக்கே தம்பி" என்று அங்கலாய்த்தார் சாத்தூரப்பன்.

"வறண்ட பூமிதான்... மானாவாரி கரிசல் மண்தான். ஆனாலும் இங்க வந்த பிறகு எங்களுக்கென்னவோ ஒரு வறண்ட மண்ணுக்கு வந்த மாதிரி தெரியல... உங்க உபசரிப்பும் சாப்பாட்டில் இருக்கிற வாசமும் ஏதோ செழிப்பான தேசத்துக்கு வந்திருக்கிற உணர்வைத்தான் கொடுக்குது..." என்றார் அந்த நிருபர்.

"நிசந்தானுங்க தம்பி... கரிசல் மண்ணுன்னு சாதாரணமா எடை போடாதீங்க... உலகத்துலயே இந்த ஒரு மண்ணுலதான் மழை தண்ணியில்லாமலே வெள்ளாமை செழிக்கும்... இந்த மண்ணோட சுபாவம் அப்படி....

"பேய்ந்து விளையுது மலையாள பூமி

பாய்ந்து விளையுது தஞ்சாவூர் பூமி

காய்ந்து விளையுது கரிசல் பூமி..."ன்னு ஒரு பாட்டே இருக்குது, தம்பி அதையும் எழுதிக்கோங்க...."

ஆனாலும் வறட்சி ஓர் எல்லை தாண்டிப் போகுதே... ஜனங்களும் கொஞ்சம் கொஞ்சமா மண்ணைவிட்டு விலகி தொழில், உத்யோகம்னு போயிட்டு இருக்கிறாங்க... இந்த எந்திர காலத்துல தொழில்களுக்குப் போட்டியா இந்த விவசாயத்தைத் தூக்கி நிப்பாட்ட எங்களால முடியல. சின்ன வறட்சியைக்கூட மக்கள் தாங்கிக்கிற மனப்பக்குவத்தை இழந்துட்டு வர்றாங்க... புதுசா வந்த தொழில்கள் அவர்களை சுலுவா இழுத்திடுது. இந்தச் சூழ்நிலையில இந்த மண்ணுல நாலு பயிர் விளையவைக்கணும்னா வேற தேசங்களில் இருக்கிற மாதிரி, இங்கேயும் மேற்குத் தொடர்ச்சி மலையில ஓர் அணை கட்டினாத்தான் முடியும்... இந்தப் பக்கம் திருநெல்வேலி, கன்னியாகுமரி... அநதப் பக்கம் பவானி, மேட்டூர்னு அணைகளைக் கட்டின சர்க்கார், எங்க தேசத்தை மறந்துடுச்சோ என்னவோ... நாங்க ஒண்ணும் புதுசா கேக்கல... ஏற்கெனவே கிடப்புல போட்ட திட்டம்தான்

அது... தெளிவாகச் சொல்றவிதமாச் சொல்லி எழுதுங்க தம்பி... நம்ம ராமகிருஷ்ணன் விவரமா அந்தப் புத்தகத்தில் எழுதியிருக்கான். அதை வாங்கிப் படிச்சு எழுதுங்க தம்பி" என்றார் பெரியவர் ராமசுப்பு.

எல்லாவற்றையும் குறித்துக் கொண்டார்கள் பத்திரிகை காரர்கள்.

தொடர்ந்து ராமகிருஷ்ணன் அந்த வட்டாரத்தின் வேறு சில ஊர்களுக்கும் கூட்டிப் போய் காட்டினான். கீழ்த் திசைகளில் சில ஊர்களில் குடங்களை அடுக்கிய தள்ளு வண்டிகள் சாரி சாரியாகப் போவதைப் படம்பிடித்துக் கொண்டார்கள். முதுகுளத்தூர், கடலாடி போன்ற ஊர்களில் எந்திரங்கள் மூலம் கடல் நீரை குடிநீர் ஆக்கி ஆங்காங்கே தொட்டிகளில் நிரப்பியிருந்தார்கள். இப்படியும் கஷ்டப் படுகிறார்களா என்று ஆச்சர்யப்பட்டு படம் பிடித்தார் புகைப் படக்கலைஞர்.

அவர்கள் வந்துபோன ஒரு வாரத்தில் அந்த வாரப் பத்திரிகையில் பெரிய அளவில் செய்தி வந்தது.

நாரணம்மாளின் தள்ளுவண்டிதான் அந்த வாரப் பத்திரிகையின் அட்டையை அலங்கரித்தது. நாரணம்மாள் தண்ணீர்க் குடங்களை வண்டியில் அடுக்கிக் கொண்டிருந்தாள்.

உள்ளே நான்கு பக்கங்களில் ஊரையும் வட்டாரத்தையும் அங்கு நிலவும் வறட்சியையும் அதற்கான தீர்வுகள் என்னென்ன என்று மக்களின் எதிர்பார்ப்பு பற்றியும் விரிவாக எழுதியிருந்தார்கள். அழகர் அணைத் திட்டத்தைப் பற்றியும் ஒரு பெட்டிச் செய்தியாக தனியாகப் பதிவிட்டிருந்தார்கள்.

படங்களில், சுந்தரம் காய்ந்த புற்களில் மாடுகளை மேயவிட்டிருந்தான். சாத்தூரப்பன் காய்ந்த பருத்திக் காட்டில் தோளில் ஒரு துண்டோடு நின்றிருந்தார்.

ஆதிமூலத்தின் பேட்டி வந்திருந்தது:

"என்னத்த சொல்ல... சிலவருசம் நல்லாத்தான் பெய்தது மழை... அரை மழை பெய்ஞ்சாலும் போதும், எங்க கரிசல் மண்ணுக்கு...

ஆனா, ரெண்டுமூணு வருசமா சுத்தமா தண்ணியில்லாம கஷ்டப்படுது எங்க மக்கள், தம்பிகள் ஏதோ சொல்றாங்க... அங்கே மேற்கே மலைமேலே ரெண்டொரு அணை கட்டினா இங்கேயும் வாய்க்கால் பாசனம் சாத்தியப்படும்னு... நீங்க எழுதிட்டுப் போங்க.... சர்க்கார் கண் எங்கமேல படுதான்னு பார்ப்போம்.

நாங்களும் எங்க ஊர்ல புதுசா ஒரு பிள்ளையாரை கொண்டுவந்து பூசை பண்ணினா மழை பெய்யும்.... தண்ணிப் பஞ்சம் தீர்ந்திடும்னு நம்பிக்கையோட இருக்கிறோம். சீக்கிரம் அதற்கான ஏற்பாடுகளையும் செய்யணும்" என்று சொன்னது அவன் படத்தோடு அச்சாகி இருந்தது.

ராமகிருஷ்ணன், "எங்க ஊர் மட்டுமில்லை... இந்த கரிசல் மண் இருக்கிற இந்த மூணு மாவட்டங்களுடைய பல பகுதிகளிலேயும் இதுதான் நிலைமை. இதைச் சரி பண்ணி இந்த கரிசல் மண்ணை வளமான பூமியாக்குறதுக்கு ஏராளமான திட்டங்கள் இருக்கிறது. அதையெல்லாம் நிறைவேத்துனா இந்தப் பிரச்சினை தீர்ந்து இந்த பூமி வளமான பூமியா மாறிடும்;"

"அப்படி என்ன திட்டங்கள் இருக்கிறது?"

"அழகர் அணைத் திட்டம், கீறியாற்று அணைத் திட்டம் எல்லாம் கேள்விப்பட்டிருப்பீங்க..." என்று ஆரம்பித்த ராமகிருஷ்ணன், வரிசையாக அழகர் அணைத் திட்டத்தைப்பற்றி ரத்தினச் சுருக்கமாக அதன் தொடக்கம் முதல் இன்றைய நிலைவரை கோர்வையாகச் சொன்னான்.

"நீங்க உங்க பத்திரிகையில எங்க ஊரோட, இந்த வட்டாரத் தோட தொடர் வறட்சியை மட்டும் சொல்லாம அதற்கான தீர்வை அழுத்தமா சொல்லுங்க சார்" என்றான்.

"நிச்சயமா சொல்கிறோம்" என்று சொல்லி விடைபெற்றுப் போனார்கள்.

"இவையெல்லாம் சாத்தியப்படுமா?" என்று ராமகிருஷ்ணனிடம் கேட்டார் நிருபர்.

கடகடவென்று சிரித்த ராமகிருஷ்ணன், "ஏன் சார்... எங்கேயோ பலகோடி மைல் தொலைவுல இருக்கிற சந்திரனுக்கும் செவ்வாய்க்கும் விண்கலங்களைக் கொண்டு போகிற இந்த விஞ்ஞானத்தால, இங்கே நூறு மைல் தொலைவில் மலையில் இருக்கிற உபரித் தண்ணீரைக் கொண்டுவர முடியாதா?"

‘அவ்வூர் இளைஞர் ராமகிருஷ்ணன் கேட்ட கேள்விக்கு மௌனத்தைத் தவிர வேறு பதிலில்லை நம்மிடம்.”

என்ற வார்த்தையோடு முடித்திருந்தார்கள் பத்திரிகையில்.

பத்திரிகையின் சில பிரதிகளை வாங்கி வந்து ஊரில் எல்லோரிடமும் கொடுத்தான் ராமகிருஷ்ணன். உத்துப் பார்த்த சாத்தூரப்பன், அதிலிருந்த அவரின் படத்தைப் பார்த்தார்.

“தோள்லபோட்டதுண்டைதலையிலகட்டியிருக்கலாம்போல... தலை வழுக்கை தெரியுதே” என்று சலித்துக்கொண்டார்.

“அதானே... இந்தப் புத்தகத்துல ஒண்ணு கே.ஆர்.விஜயா கைக்கும் ஒண்ணு சரோஜா தேவி கைக்கும் போகுமே... முன்னக்கூட்டியே யோசனை பண்ண வேண்டாமா?” என்று கிண்டலடித்தார் கடைக்காரர்.

சாத்தூரப்பனுக்கு கொஞ்சம் கோபமும் கூடவே, கூடைகூடையாக வெட்கமும் வந்தது.

அதை மறைக்க, வேகவேகமாக அடுத்த பக்கத்தைப் புரட்டினார்.

அதிலும் வெட்கம் போனதுபோலத் தெரியவில்லை. மெல்ல குருசாமியைக் கூப்பிட்டுக் காதில்,

“நாம கயத்தாறு போகணுமில்ல” என்று ஞாபகப்படுத்தினார்.

27

சொன்னதுபோலவே சாத்தூரப்பனின் வண்டிக்கு சக்கரம் மாற்றுகிற வேலைக்கு கயத்தாறுக்குப் போவதுபோல போய் விடுவதென்றும், அதே வண்டியில் 'கோவில் பட்டிக்கு கத்தரிக்காய் மூட்டை ஏற்றுவதுபோல பிள்ளையாரை ஏற்றிக்கொண்டு வருவதென்றும் ஏற்பாடு.

சாத்தூரப்பனும் குருசாமியும் கயத்தாறில் வண்டியோடு நின்றுகொண்டார்கள். முத்துராஜ் மட்டும் லட்சுமணனோடு கூடப் போனான் பிள்ளையாரைத் தூக்கி வர...

லட்சுமணனுக்கும் கூடப்போன முத்துராஜுக்கும் அந்தப் பிள்ளையாரைத் தூக்கிக் கொண்டுவருவதில் ஒன்றும் பெரிய சிரமம் இருக்கவில்லை. கூப்பிட்ட உடனே வருகிற தோரணையில்தான் உட்கார்ந்திருந்தார் பிள்ளையார்.

அந்தப் பிள்ளையார் இருந்த இடம் கயத்தாறிலிருந்து நாரைக் கிணறு வழியாக பசுவந்தனைபோகிற ரோட்டில் இருந்தது. அந்த ஊரின் உள்ளேயும் இல்லை. இந்தப் பிள்ளையாரும் நம்ம பிள்ளையாரைப்போலவே ஊருக்கு மேற்கே அரைமைல் தொலைவில் மெயின்ரோட்டிலிருந்து தெற்கே அரைமைல் தொலைவில் இருந்தார்.

அவரை அப்படித்தூக்கிவந்தாலும் அவரை அந்த ஊர்க்காரர்கள் தேடுவதற்கு இன்னும் ஓரிரு நாட்களாவது ஆகும்போல. அதற்கும் காரணம் இருந்தது. அந்தப் பிள்ளையாரை யாராவது சிலர்

என்றைக்காவது ஒருநாள்தான் வந்து பார்ப்பார்கள். மற்றபடி அவர் தனியாகத்தான் பொழுதைப் போக்கிக் கொண்டிருந்தார். சில அணில்கள் உண்டு அவர் துணைக்கு. அது மரத்துக்கும் அந்த பிள்ளையார் பீடத்துக்கும் போய் வருவதையே தொழிலாகக் கொண்டிருந்தன. அதுவும் அந்த இருட்டான அதிகாலைப் பொழுதில் எங்கோ போயிருந்தன!

நல்ல அதிகாலைப்பொழுது. மூணு அல்லது மூணறை மணி இருக்கும். ஆள் அரவம் அந்த வட்டாரத்திலேயே இல்லை. ஒரே ஒரு லாரி அந்த வழியாகப் போனது. அது கண்பார்வைக்கு வரும் முன்பே ரெண்டுபேரும் பிள்ளையார் நிற்கிற பாதைக்குள் புகுந்து விட்டார்கள். 'பேசவே கூடாது' என்று முடிவோடு இருந்தான் லட்சுமணன். அதை விவரமாகச் சொல்லியிருந்தான் முத்துராஜிடம். அவன் நடந்துகொண்டவிதம் முத்துராஜுக்கு ஆச்சர்யத்தைக் கொடுத்தது. சைக்கிளுக்கு அளவுக்கு மீறி எண்ணெய் விட்டிருந்தான். 'சத்தம் வரக் கூடாதாம்'. சைக்கிளின் 'மக்காடு'களை எல்லாம் கழட்டி இருந்தான். 'செயின்' கவரைக்கூட கழட்டியிருந்தான். ஊர்களில் சில வித்தைக்காரர்கள் தொடர்ந்து நிற்காமல் நான்கைந்து நாள் சைக்கிள் சுற்றி வித்தை காட்டுவார்கள். அவர்களின் சைக்கிளைப்போல 'அம்மணமாக'த் தெரிந்தது அந்த சைக்கிள்.

"இவன்கூட இன்னும் ஒரு ரெண்டு நாள் திரிஞ்சா நாமளும் திருடனாயிடுவோம்போல இருக்கே" என்று நினைத்துக் கொண்டான் முத்துராஜ்.

எந்தத் தொழிலுக்கும் சில சூட்சமங்கள் உண்டு. அது இந்த 'திருட்டுத் தொழிலுக்கு'க் கொஞ்சம் அதிகமாகவே உண்டு 'கள்ளன் பெரிசா... காப்பான் பெரிசா என்று கேட்டால் கள்ளன்தான் பெரிசு' என்பார்கள் சொலவடையாக.

திருடுபவனுக்கு 'திருடியே ஆக வேணும்'. அதுவும் பிடிபடாமல் ஆனால் பிடிப்பவனுக்கு 'பிடிப்பட்டால் பரவாயில்லை' என்பதே நிலை!

எந்தத் தொழிலையையும் கற்றுக்கொள்வதில் ஒரு போதை இருக்கும். அந்தப் 'போதையில்' இறங்கிவிட்டால், அது நம்மை உள்ளே இழுத்துக்கொள்ளும். திருட்டும் அதில் விதிவிலக்கல்ல என்பதுபோல என்று யோசித்துக்கொண்டே செயலில் இறங்கினான் முத்துராஜ்.

எப்படியோ 'கூப்பிட்ட மாத்திரத்தில்' பிள்ளையார் வந்து விட்டதில் முத்துராஜுக்கு சந்தோசம். இனி ஊர்வரை பத்திரமாகப் போக வேண்டும்.

கயத்தாறில் வண்டிக்குச் சக்கரம் மாட்டியவர்கள் நேற்று மாலையே 'பேசிய பணத்தைப் பைசல் பண்ணிவிட்டு வண்டியை மாடுபூட்டிக் கிளம்பிவிட்டார்கள் கோவில்பட்டியை நோக்கி. கோவில்பட்டி பஸ்ஸ்டாண்டின் வெளிப்புறத்தில் வண்டியை இரவில் நிறுத்தி தங்க இருப்பதாக ஏற்பாடு.

சும்மா சொல்லக்கூடாது. பிள்ளையார் அழகாக இருந்தார். ஒன்றரை அடிதான் உயரம். யாரோ மாலைபோட்டு அலங்காரம் செய்து முன்னால் ஒரு 'பிடி' அருகம்புல்லை வைத்திருந்தார்கள். அது காய்ந்ததைப் பார்த்தால் நான்கு நாட்களாகி இருக்கும்போல தெரிந்தது. இன்று புதன். இனி இரண்டு நாட்களுக்கு யாரும் வரமாட்டார்கள். வெள்ளிக்கிழமை யாராவது வந்து பார்ப்பார்கள். பாவம்! அவர்கள் இனி யாரைக் கும்பிடுவார்கள்? ரொம்பவே இரக்கப்பட்டான் முத்துராஜ்.

முத்துராஜின் மனம் காலச் சக்கரத்தில் கொஞ்சம் முன்னோக்கிச் சென்றது!

மனிதனுடைய மனதுக்கு இப்படி ஒரு வசதி. முன்னும் பின்னும் போய் வந்துகொள்ளலாம்!

பின்னால் போனால் ஏற்கெனவே நடந்ததுதான் எல்லாமே. அதையும் நாம் கற்பனை பண்ணி 'இப்படி' இருந்திருந்தால் என்னவாகியிருக்கும்...? என்று கற்பனை பண்ணித் திரையை ஓட்டிப் பார்க்கலாம்தான்.

முத்துராஜும் அப்படிச் சிலமுறை யோசித்துப் பார்த்திருக்கிறான். மனுசனின் மனம் ஒரு குரங்கு! அது ஏடாகூடமாக எதையாவது கற்பனை பண்ணிக்கொள்ளும்.

இன்றைக்கு அது எதிர்காலத்தைப் பார்க்க முன்னோக்கிப் பாய்ந்தது... அந்த வாரம் வரப்போகிற வெள்ளிக்கிழமையில் போய் நின்றது.

அதில், பிள்ளையார் இருக்கிற - இருந்த பீடத்திற்குப் போகிற அந்த ஒத்தையடி பாதை தெரிந்தது. நல்ல பகல்பொழுதாய்த் தெரிந்தது. அதில் திபுதிபுவென்று ஒரு கூட்டம் உள்ளே வந்துகொண்டிருந்தது. அதில் ஒருத்தன் 'வாங்க... காட்டறேன்' என்கிறதுபோல தலைமை தாங்கி வந்தான். அவன் ஒவ்வொரு

வெள்ளிக்கிழமையும் அங்கே ‘கும்பிட’ வருவான்போல.

எல்லாரும் பிள்ளையார் திருடுபோயிருந்த வெறும் பீடத்தைச் சுற்றி நின்றார்கள்.

“கால்.. பூல்...” என்று ஆளாளுக்குச் சத்தம் போட்டுக் கொண்டிருந்தார்கள்.

அதில் ஒருத்தன் கையைத் தூக்கி, “எல்லோரும் கொஞ்சம் அமைதியாயிருங்க... நான் ஒருத்தனைக் கயத்தாறு பஸ்ஸ்டாப்பிலே பார்த்தேன். அவன்மேலே எனக்கு ஒரு சந்தேகம் இருக்கு! அவன் நம்ம பக்கத்துக்காரன் கிடையாது. கூட நின்னவன் நம்ம பக்கத்து ஊர்க்காரன்.... என்கூட ரெண்டு பேர் வாங்க... ஒரேநாளில் பிடிச்சுருவோம்..” என்றான்.

இதெல்லாம் மனத்திரைக்குள் ஓட முத்துராஜ் மெல்ல எட்டி அப்படிச் சொன்னவனின் மனத்திரையில் அவன் அடையாளம் கண்டவனின் முகத்தைப் பார்த்தான். அதில் முத்துராஜின் முகமே தெரிந்தது.

உடனே சுதாரித்துக்கொண்டு, ‘அடச்சீ...’ நம்மளா நினச்சு எதுக்கும் பயந்து கிடக்கக் கூடாது..’ என்று தெளிவானான்.

இருந்தாலும் அந்தக் கூட்டம் அந்தப் பாதையில் அங்கும் இங்கும் வந்துபோன காட்சி, என்னவோ அது கற்பனை அல்ல... நிஜம் என்பதுபோலவே தோண்றியது அவனுக்கு! எதுவானாலும் இருக்கட்டும். ‘இறங்கியாச்சு இனி பிள்ளையார்தான் துணை நமக்கு’ என்று பிள்ளையாரைத் தொட்டுக் கும்பிட்டுவிட்டு வேலையை ஆரம்பித்தான்.

கொண்டுவந்த சாக்குப் பையில் கால்வாசிக்கு அளவுக்கு கத்தரிக்காயையும் பத்துப் பதினைந்து கீரைக் கட்டுகளையும் கொஞ்சம் வைக்கோலும் வைத்திருந்தான் லட்சுமணன்.

‘சரிதான்... பெரிய தொழில்காரன்தான்போல...’ என்று நினைத்துக்கொண்டான்.

முத்துராஜ் சாக்குப்பையை விரித்துப் பிடித்துக்கொள்ள கீழேயும் பக்கவாட்டிலும் வைக்கோலை விரித்து பிள்ளையாரை ‘இரும்... உம்மபாட்டுக்கு.. சத்தம் கித்தம் போட்டுராதீரும்....’ என்று சொல்வதுபோல முகத்தை வைத்துக்கொண்டு திணித்தான். மேல்பக்கத்திலும் மேல்பக்கவாட்டிலும் காய்கறிகளை நிரப்பினான்!

சாக்குப்பையின் முனையிலேயே சேர்த்துத் தைத்திருந்த பெரிய சணல் கயிற்றால் நன்கு இறுக்கமாகக் கட்டினான். ஒண்ணுக்கு ஐந்தாறு முடிச்சுகளைச் சேர்த்தே போட்டான். யாருக்காவது 'சந்தேகம் வந்து அவிழ்த்துப் பார்க்கணும்' என்று தோணினாலும் அந்த முடிச்சைப் பார்த்தால் 'கழுத... இதை எப்படி அவுக்குறது... இருந்துவிட்டுப் போகட்டும்' என்று அனுப்பிவைக்கத் தோணும். அப்படி ஒரு முடிச்சை போட்டான்.

'அடேயப்பா... இந்தத் தொழில்ல இம்புட்டு இருக்கா..' என்று ஆச்சர்யப்பட்டுக் கொண்டான் முத்துராஜ்.

சைக்கிளில் பின்னால் பிள்ளையார் மூட்டைக்குள் உட்கார்ந்திருக்க முத்துராஜ் முன்னால் உட்கார்ந்துகொள்ள லட்சுமணன் சைக்கிளை மிதித்தான். வேகவேகமாக கயத்தாறு பஸ்ஸ்டாப்புக்கு வந்தார்கள். இன்னும் பஸ்ஸ்டாப்பில் இருந்த டீக்கடைகள் எதுவும் திறந்திருக்கவில்லை. கன்னியாகுமரியிலிருந்து மதுரை போகிற பஸ் ஒன்று வந்து நின்றது. அதில் முத்துராஜையும் பிள்ளையாரையும் ஏற்றிவிட்டு லட்சுமணன் விலகிக்கொண்டான். பிள்ளையாருக்கும் சேர்ந்தே டிக்கெட் எடுக்க பைக்குள் கையைவிட்டு பணத்தை எடுத்தான் முத்துராஜ்.

'பஸ்ஸில் மனிதர்களுக்குத்தான் டிக்கெட். பிள்ளையாருக்கு லக்கேஜ் பில்தான்.' நினைத்து லேசாக சிரித்துக் கொண்டான்.

கோவில்பட்டி வந்ததும் பஸ்ஸ்டாண்டுக்கு வெளியே இறங்கிக் கொண்டான். மெல்ல மூட்டையைத் தோளில் தூக்கிக் கொண்டு அங்கும் இங்கும் நடமாடிக்கொண்டிருந்த சனங்களோடு, கலந்து ஒரு வட்டம் அடித்துவிட்டு மெல்லவந்து அங்கே ஓரமாக நின்றிருந்த மாட்டு வண்டியில் இறக்கிவைத்தான் பிள்ளையாரை! வண்டி புறப்பட்டது. வரும் வழியில் அதற்கென வாங்கி வைத்திருந்த மரப்பெட்டிக்குப் பிள்ளையாரை மாற்றிக் கொண்டார்கள்.

28

இங்கே ஊரில் மறுநாள் ராத்திரி ஊர்ப் பெரியவர் ராமசுப்புவும் கடைக்காரரர் கந்தசாமியும், ஆதிமூலமும் பிள்ளையாரை எதிர்பார்த்து கடைத் திண்ணையிலேயே படுத்துக்கொண்டார்கள். பகலெல்லாம் வண்டி ஓட்டிக்கொண்டு கொஞ்சம் வழியில் தங்கிவிட்டு ராத்திரியில் எல்லோரும் தூங்கின பின்னே ஊருக்குள் வண்டி ஓட்டி வருவதாக ஏற்பாடாகி இருந்தது.

ஊருக்கெல்லாம் வண்டி கயத்தாறுக்கு புதுச்சக்கரம் மாட்டி வரப்போனதாகத்தான் சொல்லப்பட்டிருந்தது. இந்தப் பிள்ளையார் விசயமெல்லாம் அதில் ஈடுபட்டிருந்த இந்த நான்கைந்து பேருக்கு மட்டுமே தெரியும்.

ஊர்ப் பெரியவர் ராமசுப்பு மட்டும் அவர்களோடு வெகுநேரம் தங்கியிருந்துவிட்டு நடுராத்திரியானதும் கிளம்பிவிட்டார்.

வண்டி அப்படியே ஊருக்குள் வந்தது. எல்லோரும் தூங்கிக்கொண்டிருக்க ஊரே நிசப்தமாக இருந்தது.

வண்டியை, களத்துமேட்டில் அங்கே இருந்த வண்டிகளோடு வண்டியாக நிறுத்திவிட்டு மாடுகளைக் கழட்டி தொழுவத்துக்குக் கூட்டிப்போனார் சாத்தூரப்பன்!

வண்டி ஓட்டிவந்த சாத்தூரப்பனும் அப்படியே விலகிக் கொண்டார். குருசாமியும் கடைக்காரரும் அந்த மரப் பெட்டியை எடுத்து ராமசாமியின் வீட்டுக்குக் கொண்டு போனார்கள். பெட்டியைப் பிரித்து பிள்ளையாரை வெளியே எடுத்தார்கள். பிள்ளையாரைப் பார்த்ததும் ஆதிமூலம் பரவசமானான்.

“பிள்ளையாரப்பா.... இனியாவது ஊருக்கு ஒரு நல்லகாலம் பிறக்கட்டும். மழை பெய்யட்டும்... எங்க கவலையெல்லாம் தீரட்டும்..” என்று உருகினான்.

பிள்ளையார் சிலையை அப்படியே பெட்டியோடு எடுத்துவ கொண்டு பெரியவர் ராமசுப்புவின் வீட்டுக்குக் கொண்டுபோனார்கள்.

பெரியவர் ராமசுப்பு அவர்களை எதிர் பார்த்து திண்ணையில் உட்கார்ந்திருந்தார்.

"அப்பிடியே இந்தப் படியில ஏறி மாடிக்குக் கொண்டு போங்க... நானும் வர்றேன்..." என்று லேசான கிசுகிசுத்த குரலில் சொன்னார்.

எல்லோரும் வரிசையாக மாடிக்குப் போனார்கள்.

அங்கே ஒரு மூலையில் தயாராக ஒன்றிரண்டு மூட்டை நெல் குவிக்கப்பட்டிருந்தது. அதற்குப் பக்கத்தில் சின்னதான ஒரு பூஜைக்கான சில பொருட்கள் இருந்தன.

எல்லோரும் பிள்ளையாரைக் கும்பிட்டுவிட்டு அப்படியே அந்த நெல் குவியலுக்குள் பிள்ளையாரை மறைத்து வைத்தார்கள்.

" இனி அந்த ஓடைக்கரையில் பிள்ளையார் பீடம் தயாரானதும் ஒரு நல்ல நாள்ல கொண்டுபோய் உட்காரவெச்சிடுவோம்..." என்றார் சாத்தூரப்பன்.

"பெரிசா திருவிழா, ஆர்ப்பாட்டம் எதுவும் வேண்டாம். இந்த வருசம் வெச்சுட்டு பூஜையை ஆரம்பிச்சிடுவோம்... அடுத்த வருசம் சிறப்பா கொண்டாடிருவோம்...என்ன சரிதானே ஆதிமூலம்?" என்றார் குருசாமி.

"சரித்தாண்ணே..." என்றான் ஆதிமூலம்.

"இனி ஆதிமூலத்தைப் பிடிக்க முடியாது...ரொம்ப பிஸி ஆயிடுவான்..." என்று கிண்டலடித்தார் சாத்தூரப்பன்.

"சரி... எல்லோரும் கிளம்புங்க... பால்காரர் வருகிற நேரம்... அங்கங்க பால் கறக்க எழுந்துருச்சி நடமாட ஆரம்பிச்சிடுவாங்க... மெல்ல கிளம்பிம் போங்க..." என்று செல்லமாக விரட்டினார் பெரியவர்.

அவர்கள் கிளம்பிப்போவதை இரண்டு கண்கள் பார்த்துக் கொண்டிருந்ததை பிள்ளையார் வேண்டுமானால் தெரித்திருக்கலாம். வேறு யாருக்கும் தெரியவில்லை.

29

எல்லா வீடுகளிலும் காப்பித்தண்ணி தயாராகிக்கொண்டிருக்கிற ஒரு காலைப்பொழுது.

கடைக்காரர் கந்தசாமி வீட்டிலும் காப்பித்தண்ணி தயாராகிக் கொண்டிருந்தது.

அவர்கள் வீட்டில் தினமும் அப்படித்தான். ஊரில் டீக்கடை, காப்பி கிளப் என்று எதுவும் கிடையாது. எல்லோர் வீட்டிலும் மாடுகள் இருக்கும். கறந்து 'லிட்டருக்கு' அளந்து ஊற்றியதுபோக மீதியிருக்கிற நுரைப் பாலில் 'டீத்தண்ணி போட்டுக்கொள்ளவும் மோர் ஊற்றி கடைந்துகொள்ளவும் என்று சிக்கனமாகப் புளங்கிக் கொள்வார்கள். சினிமாக்களில் காட்டுகிற மாதிரி 'பெரிய்ய...ய' மண்சட்டியில் 'உரை' ஊத்தித் தயிராக்கி... மத்து கொண்டு கடைந்து ஒரு பானை நிறைய மோராக்கி... வெண்ணெய் எடுத்து 'உறியில்' தொங்கவிட்டு ... என்பது போன்ற காட்சிகளெல்லாம் 'மலையேறி' பலகாலம் ஆகிவிட்டது! ஒருசில வீடுகளில் இருக்கும்... பெரிய சம்சாரிகளின் வீடுகளில்.

கடைக்காரார் கந்தசாமியின் வீட்டிலும் புறவாசல் பக்கம் ஒரு மாடு கட்டியிருப்பார்.

இந்த 'ஒத்த மாடு' இல்லையென்றால், நிறைய வீடுகளில் 'அணாக்காசு' என்பதே கண்ணில் பார்த்திருக்க மாட்டார்கள்.

பிற்பாடு தீப்பெட்டி, பட்டாசு என்று வேலைக்கான கேந்திரங்கள் வந்து கூலியாகக் காசை கண்ணில் பார்க்க ஆரம்பித்த கதையெல்லாம் வேறு!

மாடு இருக்கிற வீட்டிலெல்லாம் ஒரு பால்கணக்கு சிட்டை இருக்கும். அதில் 'எத்தனை' லிட்டர் பால் ஊற்றினார் என்கிற கணக்கு இருக்கும். பால்காரர், வாரத்துக்கு ஒருநாள் வந்து உட்கார்ந்து கணக்கு பார்த்து 'பைசல்' பண்ணுவார்.

கடைக்காரர் வீட்டுப் பால் சிட்டையில் பாலோடு, பால்க்காரர் வாங்கித் தின்னுகிற நொறுக்குத்தீனி, கடலை மிட்டாய், பீடிக்கட்டு, இத்யாதியெல்லாம் சேர்ந்துகொள்ளும்.

கடைக்காரர் வீட்டில் காலையில் தயாராகிற காப்பித்தண்ணிக்கு குறைந்தது ஒரு நாலு பேராவது சேருவார்கள். அது 'யேவாரம்' நடக்கிற இடம். ஏதாவது ஒரு விதத்தில் பரபரப்பாக இருக்கணுமே! அதற்கான கடைக்காரரின் குடும்பத்தார் செய்த ஏற்பாடுதான் அது. அப்படி ஒரு மூணுவேளை 'காப்பித்தண்ணி' தயாராகும்.

காலையில் ஆறிலிருந்து ஏழுமணிக்குள்ளாக காப்பித்தண்ணி.

பத்து அல்லது பதினொரு மணி வாக்கில் குருவி மார்க் பொட்டலம் போட்ட டீத்தண்ணி.

அப்புறம் சாயங்காலம்.... நாலு மணிக்கு... பால்காரர் வந்து போனதும் கறந்த பாலின் நுரை அதற்குப் பயன்படும் விதமாக ஒரு காப்பித் தண்ணி.

கந்தசாமி மனைவி ஒரு கலயத்தில் காப்பி தண்ணியையும் ஆற்றுவதற்கு ஒரு பெரிய லோட்டாவையும் கொண்டுவந்து பக்கத்தில் வைத்தாள். அவர் ஆற்றிக் கொண்டிருக்கும்போதே, போய் ஐந்தாறு குட்டி டம்ளர்களைக் கொண்டுவந்தாள்.

கந்தசாமி வாசற்படியை ஒட்டிய சிறு திண்ணையில் உட்கார்ந்து கொண்டு காப்பித் தண்ணியை ஆற்றுவார். வருகிறவர்கள் பருத்திக்கொட்டை மூட்டை, தவிடு மூட்டை அடைப்புப் பலகையின் சாய்மானம் என்று எதிலாவது தங்களைப் பொருத்திக் கொள்வார்கள். கந்தசாமி ஒவ்வொரு ஆளாக காப்பித் தண்ணி டம்ளரை நீட்டுவார். அதில் ஒரு சந்தோசம் தெரியும் அவரது முகத்தில்.

ஆதிமூலமும் குருசாமியும் இன்னும் ஒரு சிலரும் ரெகுலராக வந்து காப்பி குடிப்பார்கள். சாத்தூரப்பன் என்றைக்காவது ஒருநாள் வருவார். அங்கே அவர் வீட்டில் தினமும் காப்பித் தண்ணி தயாராகும். என்றாலும் பேச்சு சுவாரஸ்யத்துக்கு ஆசைப்பட்டு சிலநாள் வருவார்.

சாத்தூரப்பன் காப்பி குடிக்க வந்தால் அங்கிருக்கிற எல்லாருக்கும் ஒரு பொழுதுபோக்குதான். அவர் காப்பி குடிக்கிற 'லெச்சணம்' அப்படி.

டம்ளரை வாங்கி இரண்டு விரல்களில் மட்டும் நிற்கிற

மாதிரி பிடித்துக்கொள்வார். அதை அப்படியே அடிப்பாகம் மட்டும் சுத்துகிற மாதிரி வட்டமாக ஆட்டுவார்.ஒரு கணக்கு உண்டு. நாலு ஆட்டு ஆட்டிவிட்டு ஒரு வாய் உறிஞ்சிக்கொள்வார். அப்படி உறியும்போது ஒரு பெருங்குரல் எழும்பும் புர்ர்ர்...ரென்று.

அந்தக் கணத்தை எதிர்பார்த்து பார்த்துக் கொண்டிருப்பார்கள் குருசாமியும் ஆதிமூலமும். சிரிக்காமல் ஒரு சிரிப்பை வாய் மூடியபடியே பரிமாறிக் கொள்வார்கள்.

அவர்கள் அதை ரசித்துச் சிரிப்பது சாத்தூரப்பனுக்குத் தெரியாது என்று நம்பினார்கள்.

ஆனால் சாத்தூரப்பனுக்கு அது நல்லாவே தெரியும். இருந்தாலும் அந்தக் குரலை எழுப்பவில்லை என்றால் காப்பி குடித்தது போலவே இருக்காது அவருக்கு.

டீத்தண்ணியின் கடைசி ‘மடக்கை’க் குடித்த குருசாமி மெல்லப்பேச ஆரம்பித்தார்.

“போய்ப் பார்த்து பிள்ளையார் சிலை வைக்கிறதுக்கான ஏற்பாட்டைப் பண்ணுவோம். இன்னைக்கு பொழுது சாயும் போது ‘வெயில்தாழ’ ஒரு கூட்டம் போடுவோம். அதுல முடிவு பண்ணிடலாம். ஆனா கூட்டத்துக்கு வீட்டுக்கு ஒரு ஆள் பெரிய மனுசன் கணக்குக்கு வரச்சொல்லுவோம்.இப்படி பிள்ளையாரைக் கொண்டுவந்த விவரத்தையும் சபையில அறிவிச்சிடுவோம். அடுத்த நல்ல நாளிலே காலாகாலத்துல கொண்டுபோய் வெச்சிடுவோம். ஒருக்கா வெச்சிட்டா, அந்த ஊர் ஆளுகளே வந்தாலும் பார்த்துட்டு கும்பிட்டுட்டுப் போயிடுவாங்க, அதுதானே நடைமுறை?”

ஆனா. அப்படி வைக்கிறதுக்கு முன்னாடி வந்துட்டாங்கன்னா அவங்ககிட்டயே ஒப்படைச்சாகணும்.

சொன்னதுபோலவே கூட்டம் ஏற்பாடானது. எல்லோரும் பள்ளிக்கூடத்தில் கூடினார்கள்!

30

ஓடைக்கரையில் இருக்கிற பிள்ளையார் கிடங்கு பீடத்தில் பிள்ளையார் சிலை வைக்க இருக்கிற சேதியை எல்லோருக்கும் அறிவித்தார் ஊர்ப் பெரியவர் ராமசுப்பு. சிறிது நேரம் அங்கும் இங்குமாக கிசுகிசுவென்று பேசிக்கொண்டார்கள்.

“அமைதி... அமைதி..” என்று சத்தமிட்டான் ஆதிமூலம்.

“இப்போ நாம உடனே ஒருநாள் குறிச்சு பிள்ளையாரை பீடத்தில் ஏத்தணும்... இன்னும் ஒரு வாரத்துக்குள்ள அதற்கான வேலைகளைப் பார்க்கணும்” என்றான் ஆதிமூலம்.

கூட்டத்தில் ஆங்காங்கே பிரிந்து சிறுசிறு குழுக்களாக நின்று அவர்களுக்குள்ளேயே பேச ஆரம்பித்தார்கள். அதில் ஒருத்தன் எழுந்து கேள்விகேட்க ஆரம்பித்தான்.

“எல்லாம் சரி.. இப்போ இந்தப் பிள்ளையார் சிலையை எங்கே வைக்கிறதுன்னு முடிவு பண்ணியிருக்கீங்க...? அதைச் சொல்லுங்க முதல்ல?” என்றான்.

“இதென்ன கேள்வி?.... நம்ம வடக்கு ஓடை கிடங்குக் கரையில் ஏற்கெனவே இருக்கிற பீடத்துலதான். அங்கன இருந்துதானப்பா பிள்ளையார் காணாம போனாரு?” என்றான் ஆதிமூலம்.

“அதெல்லாம் சரி... அது பழைய இடம். இப்போ வேற இடத்தைப் பாருங்க.. நம் ஊரணியை ஒட்டி புதுசா டவுனுக்குப்

போற குழாய்த்தண்ணி குட்டை இருக்குதே... அதுக்கு மேற்கே ஒரு பீடம் கட்டி அதிலே உட்கார வெச்சிடலாம்" என்றான்.

அவனுக்கு 'சப்போர்ட்டாக' ஒரு பத்து, பதினஞ்சு பேர் சேர்ந்துகொண்டார்கள்.

இது மனுசப்புத்தி!

ஒரு ஆளாக நின்னாலும் யோசனை ரெண்டாக வேலை செய்யும். எந்த ஊரிலும் 'ரெண்டு' அணி என்று இல்லாமல் இருந்ததில்லை. இது ஊர்களுக்கு மட்டுமல்ல. மனுசன் 'புளங்குகிற' எல்லா விசயத்திலும் உண்டு!

மனிதனை

சாதி பிரிக்கும்

மதம் பிரிக்கும்

வாய்க்கால் பிரிக்கும்

வரப்பு பிரிக்கும்

ஒரே வீடாக இருந்தாலும் அண்ணன்-தம்பியாகப் பிரிவார்கள்.

ஒரே ஊராக இருந்தால் வடக்குத்தெரு - தெற்குத்தெரு என்று பிரித்துவிடுவார்கள்.

தனியாய்ப் போனாலும் மனசு ரெண்டா பிரியும்போல!

இது மனுச குணம்!

மாற்ற முடியாது.

இந்த குணம் மிருகங்களுக்கோ, பறவைகளுக்கோ இருப்பதில்லை.

வானத்தில் அண்ணாந்து பார்க்கிறோமே... நூற்றுக்கணக்கில் பறவைகள் வரிசையாகப் பறந்துபோகுதே! என்றைக்காவது அது 'ரெண்டாகப் பிரிந்துபோவதைப் பார்த்தவருண்டா?

மேய்ச்சலுக்குப் போகிற ஆடுகளோ, மாடுகளோ அப்படி பிரிந்துபோய் மேய்ந்ததுண்டா.

காட்டு விலங்குளும் அப்படித்தானே! தேனீக்களும் அப்படித்தானே?

எறும்புகளும் அப்படித்தானே!

இந்த மனுசனுக்கு மட்டும் ஏன் புத்தி இப்படி...?

ஆதிமூலம் இப்படி எல்லாம் மனசுக்குள் புலம்பிக்கொண்டே எழுந்து அய்யனார் கோயில் மேடையில் போய் உட்கார்ந்து கொண்டான்.

'ஆதிமூலம் கோவிச்சுக்கிட்டு தெற்கே ஊருணி அய்யனார் கோயில்லபோய் உட்கார்ந்துட்டானாமே...'

ஊருக்குள்ளே இதேதான் பேச்சு!

ஆதிமூலத்திற்கு குழந்தை மனசு! அதனால்தான் எந்தப் பெண்ணையும் 'தாயே' என்றுதான் கூப்பிடுவான். கையில் சிலம்புக் கம்போடு பஸ் ஸ்டாப்பிலிருந்து இறங்கிவரும் பெண்களுக்கெல்லாம் பாதுகாப்பு அவன்தான். பஸ்ஸ்டாப் அரைமைல் தள்ளி இருந்ததால் இறங்கி வருகிற எல்லாரும் அந்த அரைமைல் நடந்தே வருவார்கள். சமயத்தில் பொழுது சாய்ந்தபின்னும் சில பெண்கள் பஸ்ஸைவிட்டு இறங்கிவருவார்கள். பகலிலும் சரி, இரவிலும் சரி. பெரும்பாலும் அங்கே நிற்பான். பெண்களைப் போகவிட்டு நூறடி பின்னாலேயே யார்கூடவாவது பேசிக்கொண்டே நடப்பான். சிலசமயம் போகச் சொல்லிவிட்டு அங்கே வேறு ஏதாவது வேலைகள் இருந்தால் முடித்துவிட்டுக் கிளம்புவான். 'அவன் வந்திருக்கிறான்' என்கிற சேதி பரவ வேண்டும். அப்புறம் எந்த களவாணியும் அந்தப் பக்கம் வர மாட்டான் என்கிற தைரியம் பெண்களுக்குக் கிடைத்துவிடும்.

அந்தத் 'தாயி'கள் எல்லாம் இப்போது அவன் இப்படி மனம் வெறுத்து அய்யனார் கோயிலில் போய் உட்கார்ந்து கொண்டதில் ரொம்பவே சங்கடப்பட்டார்கள். ராமனைக் காட்டுக்கு அனுப்பிய கோசலை போலானார்கள்!

என்ன செய்வதென்று தெரியவில்லை.

ஊர்ப் பெரியவர் ராமசுப்புவும் கடைக்காரரும் போய் பேசிக் கூப்பிட்டுப் பார்த்தார்கள். மனுசன் அசரவில்லை! அவர்கள் கொஞ்சநேரம் பக்கத்தில் உட்காரவும் அப்புறம் வந்துவிடவுமாக மாறிமாறி இருந்தார்கள்.

இரண்டாவது நாள் காலை ராஜம்மாள் சாத்தூரப்பனோடு அங்கே போனாள்!

இட்லியும் உளுத்தம் பருப்பு வறுத்துப் போட்டு அரைத்த புளிச் சட்டினியும் கொண்டு வந்திருந்தாள்.

ராஜம்மாள் பாசமும் சட்னியின் வாசமும் ஒருசேர மேலே வந்து விழுந்ததில் குழந்தை போலானான்.

எழுந்த அவன் பக்கத்தில் 'கசிவு'த் தண்ணிக் குட்டையில் தண்ணீர் மொண்டு வாய் கொப்பளித்துவிட்டு, இட்லியை இரண்டு இரண்டாய்ப் பிய்த்து புளிச் சட்னியில் தோய்த்து இறக்கினான்.

ராஜம்மாள் ஒருபக்கமும் சாத்தூரப்பன் ஒருபக்கமும் உட்கார்ந்திருக்க நடுவில் ஆதிமூலம் உட்கார்ந்து சாப்பிட்டது ஏதோ 'பள்ளிகூடத்துக்குப்போன பிள்ளைக்கு அங்கே கொண்டுபோய் சோறு ஊட்டுவது போல இருந்தது!

சாத்தூரப்பன் ஒரு தடவை இப்படி கோபித்துக்கொண்டு இரண்டு நாள் தோட்டத்து பம்ப்செட் 'பெட்' ரூமில் வாசம் செய்திருக்கிறார். இதே ராஜம்மாள் எட்டிக்கூடப் பார்க்க வில்லையாம். இரண்டு நாள் வைராக்கியமாய் இருந்தவர் காட்டில் இருந்த 'சின்ன வெங்காயம், வெள்ளரிக்காய்' என்று புடுங்கித் தின்று ஜீவித்துக் கொண்டிருந்திருக்கிறார்.

'திங்கட்டும்... அப்படியாச்சும் அந்த தொப்பை குறையட்டும்' என்று ராஜம்மாள் விட்டுவிட்டாள்.

வழக்கமாக சாத்தூரப்பனுக்குக் கோபம் வந்தால் அவர் கோபத்தைச் சாப்பாட்டில்தான் காட்டுவார். வண்டிவண்டியாகச் சாப்பிட்டு விட்டுத்தான் கோபத்தை ஆத்துவார். மனுசருகளுக்குக் கோபம் வந்தால் அதைக் காட்டுகிற விதம் ஒவ்வொருத்தருக்கும் ஒருவிதமாக இருக்கும். சாத்தூரப்பனுக்குக் கோபம் வந்தால், அதை வெளிப்படுத்துவது ஒருவிதமாக இருக்கிறது.

ஆதிமூலத்துக்கு சாத்தூரப்பனை வம்பிழுக்க பயன்படுகிற சங்கதிகளில் அவரின் இந்தக் கோபமும் ஒன்று!

அப்படி கோப மூஞ்சியோடு சாப்பிட உட்காரும்போது, 'இது எதுக்கு வம்பு? என்று ராஜம்மாள் சாப்பாட்டையும் குழம்புச் சட்டியையும் கரண்டியோடு அவர் பக்கத்தில் வைத்துவிட்டு ஒதுங்கிப் போய்விடுவாள்.

வலது கையைச் சோற்றிலும் இடது கையை கரண்டியிலும்

வைத்துக்கொண்டு உட்கார்ந்த கோலத்திலேயே 'ருத்ர தாண்டவம்' ஆடுவதுபோல இருக்கும் சாப்பிடுவதைப் பார்க்க.

அவருடைய கோபம் எந்த அளவுக்கு இருக்கிறது என்பதை, அந்தக் கரண்டி சட்டிக்குள் போய்வருகிற வேகத்தை வைத்து கணித்துக்கொள்வாள் ராஜம்மாள்.

அது கொஞ்சம் மெல்லமெல்ல நிதானித்து அப்புறம் கரண்டி சட்டியிலேயே நிரந்தரமாக நின்றுவிட்டது என்று தெரிந்துதான் பக்கத்தில் வந்து வேறு விசயங்கள் பேசுவாள். அவரும், கோபம் இருந்த இடம் தெரியாமல் சகஜமாகப் பேச ஆரம்பித்துவிடுவார்.

"கல்யாண வீடுகளில் பந்திவைக்கிற நடைமுறையே இப்படித்தான் வந்தது" என்பார் ராமசுப்பு.

"கல்யாணங்கள் நடந்தாலே வருகிற கூட்டத்தில் பரவலாக மனஸ்தாபங்கள் ஏற்படும். 'என் பிள்ளையக் கட்டலயே'ன்னும் 'என் பையனுக்குப் பொண்ணைக் குடுக்கலியேன்னும்....' அது மட்டுமில்லாம மரியாதை குடுக்கலேன்னு ஒரு கோஷ்டி முறைச்சிக்கிட்டு நிக்கும்".

இப்படி எல்லாருக்குமே 'ரொம்ப கோபப்பட்டு சலசலப்பு ஏற்படும்போது எங்கிருந்தாவது ஒரு குரல் வரும். "பந்தி ரெடியாயிடுச்சு. வந்து உட்காருங்க." உடனே எல்லோரும் கிளம்பிப் போய் பந்தியில் உட்காருவார்கள். அங்கே போனதும் ரெண்டு வாய் சாப்பிட்டதும் எல்லாம் சரியாகும். அதையும் மீறி 'நிக்கிற' ஒண்ணு ரெண்டு கோபமும் 'சாம்பார்ல உப்பில்ல... பாயாசத்துல சர்க்கரை இல்லன்னு' ஓடிரும்..." என்பார்.

அன்றைக்கு சாத்தூரப்பனுக்கு ஏதோ ஒரு விசயத்தில் கோபம் 'இந்தச் சாப்பாட்டு' அளவுக்கெல்லாம் தாண்டி இருந்தது. மனிதர் கோபித்துக்கொண்டு 'சாப்பிடாமலேயே' தோட்டத்துப் பக்கம் போய்விட்டார் வீம்பாக...

பசிக்க ஆரம்பித்ததும் இப்படி 'பொசுக்'கென்று புறப்பட்டு 'வந்ததுதப்போ' என்று உணரத் தொடங்கினார்.

இரண்டாவது நாள் பசி தாளவில்லை. கோபம்வேறு இறங்கினபாடில்லை.

அந்தப் பக்கம் வந்த மகனிடம் 'என்னடா இன்னைக்கு அடுப்புல...?' என்று வேறு கேட்டுத் தொலைத்துவிட்டார்.

பயல் சும்மாப் போயிருக்கலாம்!

“சோளத் தோசையும் ‘புள்ள காரமும்” என்று சொல்லிவிட்டு, “எதுக்குக் கேட்கறீங்க... நீங்கதான் வரமாட்டீங்களே...” என்று அணை கட்டிவிட்டு ஓடினான்!

இந்த நாக்குக்கும் கால்களுக்கும் மூளையைத் தாண்டி ஒரு நேரடிப் பந்தம் இருக்கும்போல.

நேரே வீட்டில் போய் நின்றார். கோபமாக மூஞ்சியோடு போனால் திரும்பவும் மோட்டார் பெட் ரூமுக்கே போகிற நிலைமை வந்துவிடக்கூடாது என்று கொஞ்சம் உஷாராகிப் போனார்.

போய் அமைதியாகக் கட்டிலில் படுத்துக்கொண்டார்.

ராஜம்மாள் சூடாக தோசைகளைக் கொண்டுவந்து கட்டிலுக்குப் பக்கத்திலே வைத்துவிட்டுப் போனாள்.

‘அவள் சொன்னால்தான் சாப்பிட வேண்டும்’ என்று இவரும்,

‘நாம சொல்லாமலே அவரு சாப்பிட வேண்டும்’ என்று அவளும்

கொஞ்ச நேரம் ‘மனக் கபடி’ விளையாடினார்கள்!

அந்த நேரம் ஆதிமூலம் நுழைந்தான்.

“என்ன பண்ணுதாரு...’ என்று கேட்டுக்கொண்டே.

“சாப்பிட்டுக்கிட்டிருக்கார்ண்ணே” என்றாள் ராஜம்மாள்.

‘இனி விட்டால் இந்த தோசையும் நமக்குக் கிடைக்காது என்று சுதாரித்து குரல்கேட்ட மாத்திரத்தில் இரண்டு வாயைப் வேகமாகப் பிச்சுப் போட்டார்.

ஆதிமூலத்துக்கு வேறு தோசை வந்தது சூடாக.

இப்போது அந்த அய்யனார் சிலை மேடையில் இதையெல்லாம் சொல்லி நக்கலாகக் குத்திக் காட்டினார் சாத்தூரப்பன்.

“நான் கோவிச்சுக்கிட்ட போ. கடைசிவரை ஏன்னு கேக்கலயே இந்தக் கழுதை...” சொல்லிக்கொண்டே கடைசி இட்லிக்கு சட்னி ஊற்றினார்.

31

ஊருக்குள்ளே பிரச்சினை தீர்ந்தபாடில்லை ஊர்ப் பெரியவர் ராமசுப்புவால் இரண்டு தரப்பையும் ஒன்று சேர்க்க முடியவில்லை!

புதியதாக வந்த அந்தக் கசிவுக்குழாயால் ஏற்பட்ட தண்ணீர்க் குட்டைக்கு மேற்கே உள்ள மேட்டில் பிள்ளையாரைவைக்க நினைத்தவர்கள் ஒரு காரணத்தையே சொல்லிக் கொண்டிருந்தார்கள்.

"இந்தப் பிள்ளையார் ஊர் எல்லைக்கு வருகிற சமயத்தில்தான், அந்த குழாய்த் தண்ணி குட்டைக்கு வர ஆரம்பிச்சது? பிள்ளையார் நமக்கெல்லாம் தண்ணிப் பிரச்சினைத் தீர்த்து வைக்கணும்னே சரியா வந்திருக்கார். அவரை அங்கே வெக்கிறதுதானே சரி?" என்று 'ஒத்தகாலில்' நின்றான்.

அவன் சொன்னதும் சரிதான்.

குருவி உட்கார பனம்பழம் உட்கார்ந்த கதையாக பிள்ளையார் ஊருக்குள் வரவும் அந்தக் குழாயில் கசிவு ஏற்பட்டு ஊருக்கான குடிதண்ணீர்ப் பிரச்சினை தீரவும் சரியாக இருந்தது!

முதலில் அந்தக் குழாய் கசிந்து அந்தத் தண்ணீர் குழாயைச் சுற்றியே ஒரு சேற்றுக் குழியை உண்டாக்கி வீணாகிக் கொண்டிருந்தது. கடைக்காரர்தான் ஒரு மண்வெட்டியை எடுத்துப்போய் ஒரு வாய்க்கால்போல அமைத்து அந்தப் பழைய

ஊருணிக்குப் பக்கத்தில் இருந்த ஒரு சின்னக் குட்டைக்குள் திருப்பிவிட்டார்.

மெல்ல அந்தக் குட்டை நிரம்ப ஆரம்பித்தது. அப்புறம் அது ஒவ்வொருத்தர் கண்ணிலும்பட்டது. முதலில் காட்டு வேலைக்குப் போகிறவர்கள்தான் அங்கே போய் குடிக்கத் தண்ணீர் எடுத்தார்கள். ஒருசில நாளில் செய்தி பரவ, ஊரே குடங்களை எடுத்துக் கொண்டு படை எடுக்கத் தொடங்கியது.

இது மெல்ல விரிந்து இப்போது அந்தத் தள்ளுவண்டிகளில் நான்கைந்து குடங்களை வரிசையாக அடுக்கிக்கொண்டு போய் தண்ணீர் எடுத்துவரத் தொடங்கிவிட்டார்கள்.

அதுதவிர, அங்கே நாலாப் பக்கமும் இருந்து பயிர்களுக்கு மருந்தடிக்கத்தேவையான தண்ணீரையும் அங்கேயிருந்து எடுத்துப் போக ஆரம்பித்தார்கள் சம்சாரிகள். சைக்கிளில் கேரியரில் கயிறுகட்டி இரண்டு பக்கமும் குடங்களைத் தொங்கவிட்டு சுமக்க ஆரம்பித்தார்கள்.

அந்தக்குட்டையில் இருந்து பத்துப்பதினஞ்சு அடி தொலைவில் குழாய் பதிப்பவர்கள் பயன்படுத்திய சிமெண்ட் கலவைதளம் ஒன்று இறுகிக் கிடந்தது. அதை சுற்றியிருந்த புதர்களை லேசாகக் கவாத்து பண்ணி ஒன்றிரண்டு மஞ்சனத்தி, அரளிகளை வளரவிட்டு மீதியெல்லாவற்றையும் வெட்டிவிட்டு அதை ஒரு மக்கள் கூடும் கேந்திரமாகாவும் மாற்றிக்கொண்டார்கள்.

அதிலிருந்து ஒரு ஐம்பது மீட்டர் தூரத்தில்தான் மெயின் ரோடு இருந்தது. காலப்போக்கில் அந்த இடம் ஒரு பஸ்ஸ்டாப்பாகவும் ஆகிப்போனது.

அங்கே, ஆள் நடமாட்டம் பெருகுவதைப் பார்த்து கடைக் காரரின் மைத்துனன் கணேசன், அந்த இடத்தில் ஒரு பெட்டிக் கடையை வைத்திருந்தான். அது கொஞ்சம் நன்றாகவே வியாபாரமாகிக் கொண்டிருந்தது.

இப்படி எல்லாம் இருந்தும் அங்கே ஒரு கோயில் இல்லாத குறை கணேசனுக்கு உறுத்திக்கொண்டே இருந்தது! கோயில் வந்தால், இன்னும் கொஞ்சம் கூடுதலாக வியாபாரம் ஆகும். அதுதான் கூட்டத்தின் குரலாகவும் ஒலித்தது.

அது மட்டுமல்ல. கால மாற்றமும் ஒரு காரணமானது.

பத்துப் பதினஞ்சு வருடங்களுக்கு முன்னே பிள்ளையார்

அந்தப் பிள்ளையார்க் கிடங்கின் கரையில் உட்கார்ந்திருந்தபோது மக்கள் பயணிக்கிற திசை வடக்காகவே இருந்தது. வடக்கேதான் கண்மாய்... வாய்க்கால்... விவசாயம்... வெள்ளாமை என்றிருந்தது.

மாடுகள் மேய்ச்சலுக்குப் போவதும் பிள்ளையார்க் கிடங்கைத் தாண்டிய பள்ளத்தில் மாடுகளை இறக்கி வெளிக்கொண்டு வருவதுமாக எல்லாம் ஊருக்கு வடக்கேதான் என்று இருந்தது.

ஆனால், இந்த பதினஞ்சு வருட இடைவெளியில் நிறைய மாற்றங்கள்! இந்த ரோட்டில் புதிதாக இரண்டு பஸ்கள் போக ஆரம்பித்தன. தீப்பெட்டி, பட்டாசு என்று சில தொழிற்சாலைகள் தெற்குப் பக்கம் வர ஆரம்பித்தன.

மக்கள் எல்லோரும் ஏதாவது ஒரு காரணம் காட்டி, நாள் தவறாமல் டவுனுக்குப் போவதை கட்டாயமாக்கிக் கொண்டார்கள். டவுன் வேலைக்கும் தீப்பெட்டி பட்டாசு வேலைக்கும்தான் நிறையப் பேர் போனார்கள்.

தெற்கு வளர்ந்தது, புதிய தொழில்களைத் தேடி.

வடக்கு தேய்ந்தது, கண்மாயையும் மறந்து, விவசாயத்தையும் மெல்லத் துறந்து.

இப்போது பிள்ளையாரை வடக்கே பிள்ளையார்க் கிடங்கில் கரையில் கொண்டு போய்வைத்தால் எல்லாம் மெனக்கெட்டுப் போய்தான் சாமி கும்பிடணும். மக்களின் போக்குவரத்து எல்லாம் டவுனுக்குப் போகிற பாதையை ஒட்டியே இருந்தது. புஞ்சைக் காட்டுப் பக்கம் போவதெல்லாம் வேறு வேலை தெரியாத பழைய சம்சாரிகள்தான்.

இதில் கடைக்காரர் கந்தசாமிக்கும் மனசுக்குள் ஓர் இரட்டை நிலை இருந்தது.

அந்தப் பிள்ளையார் கிடங்கின் அழகும் ரம்மியமும் அவருக்குப் பிடித்த ஒன்று. அதில் நீராடிய தருணங்கள் பசுமையாய் மனதில் விரவிக்கிடந்தன. தன் சகாக்களின் ஆசையும் அதுவாக இருக்கும்போது அவர் மனமும் அதை விலகிச் செல்லவோ, யோசிக்கவோ இல்லை!

“இருந்தாலும் காலமாற்றத்தில் திசைகளும் மாறிப் போனதே! நடப்புக்கு ஏற்ற மாதிரிதானே எல்லாமே அமையும், வலியப் போய் எதுவும் செய்ய முடியாதே... பஸ்ஸ்டாப்பை ஒட்டி பிள்ளையார் சிலையை வைத்தால் வெளியூர் போய் வருகிற

மக்களுக்கு அவர்கள் வேலைக்கு ஏற்ப ஏதாவது பிரார்த்தனை பண்ணிப் புறப்படத் தோதாக இருக்கும்" என்று யோசித்தார்.

யாருக்கும் எந்த உருப்படியான யோசனையும் புலப்படவில்லை!

ஊருக்குள்ளே எல்லோருடைய மனதிலும் இது தொடர்பான ஒரு பெரிய இறுக்கம் சூழ்ந்திருந்தது. அங்கங்கே கூடிப் பேசிக்கொண்டிருந்தார்கள். ஒவ்வொரு குழுவும் அவர்களின் எண்ணம் நிறைவேறுவதில் குறியாக இருந்தார்கள். விசயத்தைப் பெரிய அளவில் பஞ்சாயத்து பண்ணியும் பைசல் பண்ணிவிட முடியாது. பிள்ளையார் திருட்டு விசயமாச்சே! விசயம் வெளியே தெரிந்தால் காரியம் கெட்டுவிடும். அந்தக் கவனமும் எல்லோரிடமும் இருந்தது. பகை வளர்ந்தால், பிள்ளையாரைக் கடத்திவந்த விஷயமும் வெளியே வந்துவிடும்.

ஊர் முற்றிலுமாக இரண்டு அணியாகப் பிரிந்து நின்றது.

இதையெல்லாம் பார்த்த ஊர்ப் பெரியவர் ராமசுப்பு, சாத்தூரப்பன், குருசாமி, கந்தசாமி எல்லோரையும் வீட்டுக்கு வரச் சொன்னார்.

ராமசுப்பு அந்த வழியாகப் போகும்போது ஆதிமூலத்தையும் வரச்சொன்னார்.

"நீங்க எல்லாம் கூடி ஒரு முடிவு பண்ணிட்டு வாங்கய்யா. ஊர் ஒண்ணு சேர்ந்து எது பண்ணினாலும் சந்தோசம்தான் எனக்கு. அதுவரைக்கும் இங்கேயே இருந்துக்கிடுறேன்" என்று ஒதுங்கிக்கொண்டான்.

ஊர்ப் பெரியவர் ராமசுப்புக்கு மனசு பாரமாக இருந்தது!

ஊர்ப் பெரியவர் ராமசுப்பு வீட்டில் நாலு பேரும் கூடினார்கள்.

சாத்தூரப்பன்தான் முதலில் ஆரம்பித்தார்.

"என்ன பண்ணலாம்னு சொல்லுங்க... இப்படியே போனா ஊருக்கு நல்லதில்லை..." என்றார்.

“இன்னைக்கு ஒரு கூட்டம் போடுவோம்... இந்த இளந்தாரிகளை எல்லாம் வெளியே நிப்பாட்டுங்க... அவங்கதான் இப்படி ஆளாளுக்கு ஒண்ண சொல்லிக் குழப்புறாங்க...”

“அவங்க வெளிய நின்னா அடிதடியிலதான் போயி முடியும்... அவங்களையும் வெச்சுப் பேசினாத்தான் தீரும்...” என்றார் கடைக்காரர்.

“சரி... கூட்டத்தைக் கூட்டுங்க... வர்றேன். நடக்கிறது நடக்கட்டும்...” என்றார் ஊர்ப் பெரியவர் ராமசுப்பு.

சாயங்காலம் ஆறு மணிக்குக் கூட்டம் கூடியது. கூட்டம் ‘ஜேஜே‘வென்று திரண்டிருந்தது. எல்லாரும் ஒரு கட்டுப்பாட்டோடு நின்றிருந்தார்கள்.

ஊர்ப் பெரியவர் ராமசுப்புதான் பேச்சை ஆரம்பித்தார்.

“எல்லாரும் கேட்டுக்கோங்க... இப்படி ஒரு நல்ல காரியம் பண்ணுறதுல ஏதாச்சும் குண்டக்கமண்டக்க வேலை பண்றதுன்னு முடிவோட திரியக் கூடாது. பிள்ளையாரைத் தூக்கிட்டு வரப் போனவங்க பட்டபாடு என்னன்னு உங்களுக்கெல்லாம் தெரியாது! அவங்க உங்க யோசனைக்கும் உங்க இடத்துக்கும் பிள்ளையார் சிலையைக் கொண்டுபோய் வைக்கணும்னு அதுக்குப் போகல... ஏற்கெனவே காணாமபோன பிள்ளையார் பீடத்துக்கு ஒரு பிள்ளையார் வேணும்னுதான் புறப்பட்டுப் போய் இன்னைக்கு எடுத்து வந்திருக்காங்க. அது எங்கே போய் எடுத்தாங்க... எப்படி எடுத்து வந்தாங்க... என்கிற விசயமெல்லாம் தேவையில்லாதது. இதை நானே இன்னிக்குவரை அவங்ககிட்ட கேட்கலை...

ஒரே ஒரு விசயத்தைச் சொல்லிக்கிடறேன்...

எல்லோருமா சேர்ந்து ஒற்றுமையா இருந்து சிலையை பழைய இடத்திலேயே கிடங்குக் கரையில் உள்ள பீடத்துல வைச்சிடலாம்னு சபை முடிவெடுக்குது! இதை ஏத்துக்கிட்டவங்க இந்தப் பக்கம் வாங்க. ஏத்துக்கிடாதவங்க வலது பக்கமாப் போய் நில்லுங்க” என்றார்.

யாரும் வலது பக்கம் போகவில்லை. ஆனாலும் இடதுப் பக்கம் நின்றுகொண்டே லேசாக ‘சலசலப்பு’ செய்தார்கள்.

கிராமத்துக் கூட்டங்களில் எல்லாம் இப்படித்தான். பிரிவினை இருக்கும். எதிர்ப்பு இருக்காது!

கருத்தில் வேற்றுமை இருக்கும். பகைமை இருக்காது!

ஆனாலும் எல்லோருமே அப்படி இருந்து விடுவதில்லையே! 'கருப்பு ஆடுகளின்' வரலாறு ஆதியில் இருந்தே மனித குலத்தில் இருந்து வருகிறதே!

அது எந்த ஊராய் இருந்தாலும் என்ன?

அப்போதைக்கு எல்லோரும் ஏற்றுக்கொண்டு கலைந்தார்கள்!

விரைவில் ஒருநாள் குறித்து அறிவித்து சொல்வதாக ஊர்ப் பெரியவர் ராமசுப்பு சொல்லிவிட்டு கூட்டத்தைக் கலைத்தார்.

பிள்ளையார் சிலையை 'எங்கே வைப்பது' என்று முடிவெடுத்த அந்த தருணத்தில், ராமகிருஷ்ணன், ஆதிமூலத்தைப் பார்க்க அவனைத் தேடிச் சென்றான்.

32

மனக்கஷ்டத்தோடு அய்யனார் பீடத்திலேயே தங்கிவிட்ட ஆதிமூலம் அன்றைக்கு மேடையில் கொஞ்சம் யோசனையோடு உட்கார்ந்திருந்தான். அவனைத் தேடிவந்த ராமகிருஷ்ணன்,

"என்னண்ணே... யோசனையா உட்கார்ந்திருக்கீங்க?"

"சும்மாதான் தம்பி... தனியா உட்கார்ந்தாலே யோசனை எங்கேங்கோ போயிடுது..."

"அண்ணே... உங்க மனக் கஷ்டம் புரியுது. நானும் அதுவிஷயமாதான் உங்களைத் தேடி வந்தேன்."

"இல்ல தம்பி... ஒரு பக்கம் பிள்ளையார் சிலை கொண்டு வந்தும் அதை பீடத்துல வைக்க விடாம இங்கே ஆளாளுக்குப் பிரச்னை பண்றாங்க. இதுல நான் புகுந்து எந்த யோசனையும் சொல்ல முடியாது.. இது ஒரு பக்கம்னா இன்னொரு பக்கம் இத்தனை வருஷமாகியும் என் தாய் தங்கச்சியைப் பத்தின எந்தத் தகவலும் கிடைக்கலையே என்ற கவலை வாட்டுது" என்று சொல்லிக்கொண்டே தேம்ப ஆரம்பித்தான் ஆதிமூலம்.

"மனசைத்தேத்திக்கங்கண்ணே...நீங்களும் வருசத்துக்கு ரெண்டு தடவை தேடறதுக்குன்னு போய்ட்டு வர்றீங்க... ஒரு தகவலும் இல்லைங்கிறீங்களே... உங்க கஷ்டம் புரியுது... எனக்கென்னவோ ஒரு தடவை முறையா போய்த் தேடிப் பார்த்தா கிடைப்பாங்கன்னு

நம்பிக்கை இருக்குண்ணே."

"அந்த நீச்சல் காளி, 'அன்றைக்கு...! உன் தங்கச்சியையும் உங்கம்மாவையும் ராமேஸ்வரம் கோயில் மேற்கு வாசல்ல சுருண்டு கிடந்ததைப் பார்த்தேன்'னு சொன்னது இன்னும் காதுல ஒலிக்குதுப்பா... எனக்கு நம்பிக்கை இருக்கு. என் பிள்ளையாரப்பன் என்னைக் கைவிடமாட்டான்."

"அண்ணே... எனக்கு ஒரு விஷயம் புரியல... நீங்க ஒவ்வொரு வாட்டியும் போறப்போ யாரை விசாரிக்கிறீங்க... எப்படித் தேடறீங்கண்ணு தெரியல... என்கூட காலேஜ் படிச்ச என் ஃபிரெண்டு அங்க ராமநாதபுரம் எஸ்பி ஆபீஸ்ல வேலை பாக்குறான். அவனைப் போய்ப் பார்த்து அவன் மூலமா அதிகாரிகளைப் பார்ப்போம். நானும் வர்றேன். கொஞ்சம் ஆழமா விசாரிப்போம்" என்றான்.

"ரொம்ப சந்தோஷம்பா... இதுவரைக்கும் எனக்கு தோணல. நானா போயி கலெக்டர்கிட்ட மனுகுடுக்கிறதும் தனுஷ்கோடி போய் விசாரிக்கிறதுன்னும் வந்துடுவேன். நீயும் வந்தா கொஞ்சம் யோசனை கிடைக்கும். நாம போவோம்" என்றான்.

எங்கேயோ பிறந்து தாய் தகப்பனையும் கூடப் பிறந்தவளையும் பிரிஞ்சு பரிதவிச்சுப் போய் இங்கே வந்தேன்... இந்த ஊர் சனங்களின் உழைப்பும் மண்மேல அவங்க வச்சிருக்கிற பற்றுதலும் என்னை இங்கேயே கட்டிப் போட்டிருச்சு... கூடவே, நீங்க எல்லாரும் காட்டின பாசம்..." சொல்லிக்கொண்டே இருக்கும் போது கண்ணீர் பெருகியது. துடைத்துக்கொண்டே, "அந்தப் பிள்ளையாரை ஒற்றுமையா இருந்து பழைய இடத்துல அந்த ஓடைக் கரையில வெச்சிட்டா என் மனசு நிம்மதியாகி என் தங்கையைத் தேடி புறப்பட்டுடுவேன்..."

"உங்க வேலையை உடனே ஆரம்பிச்சுடுவோம்ண்ணே. இன்னைக்கு டவுனுக்கு ஒரு வேலை இருக்கு. போயிட்டு வந்துர்றேன். நாளைக்குக் காலைல கிளம்புவோம்" என்றான்.

"சரிப்பா..."

ஆதிமூலத்துக்கு ஏதோ ஒரு வெளிச்சம் தெரிகிற மாதிரி இருந்தது. 'ஊருக்குப் பிள்ளையார் வந்திருக்கிறார். இரண்டொரு நாளில் ஊர்ப் பிரச்சினை தீர்ந்துவிடும். பிள்ளையாரை மேடையில் உட்காரவைக்கும் முன்னே ஒருதடவை தங்கை பூமயிலை தேடிப் பார்த்துவிட்டு வருவோம்" என்று உள்மனசுக்குத் தோன்றியது அவனுக்கு.

காலையில் ரெண்டு பேரும் சாத்தூர் போய் அங்கேயிருந்து அருப்புக்கோட்டை வழியாக ராமநாதபுரம் போகிற பஸ்ஸில் ஏறினார்கள். அங்கிருந்து பஸ் மாறி ராமேஸ்வரம் போனார்கள். ராமேஸ்வரத்திலிருந்து தனுஷ்கோடிக்குப் போக ஒரு ஜீப்பை வாடகைக்குப் பிடித்தார்கள்.

தனுஷ்கோடிக்கு பாதை இல்லை. மணலுக்குள்ளும் சேற்றுக்குள்ளும்தான் போகவேண்டும். அதற்கென வடிவமைக்கப் பட்ட நாலு சக்கரங்களுக்கும் கியர் போடுகிற ஜீப்களை வாடகைக்கு வைத்திருந்தார்கள். சாதாரண வண்டிகளைவிட மூன்று மடங்கு அதிக வாடகை கேட்டார்கள்.

ஒரு ஜீப்பை வாடகைக்குப் பிடித்து ஏறினார்கள்.

"என்னண்ணே... எந்த ஊருக்கு...? டூரிஸ்ட் மாதிரி தெரியலயே... சும்மா வேடிக்கை பார்க்கப் போறீங்களா?" என்று கேட்டான் ஜீப் டிரைவர்.

"இல்ல தம்பி... எனக்குச் சொந்த ஊர் தனுஷ்கோடிதான். புயல்ல இங்க இருந்து போனவன். அப்பப்போ வந்து போவேன்" என்றான் ஆதிமூலம்.

"அப்படியா... நானும் அந்த ஊர்தான்ணே... புயல் வந்தப்போ நான் கைப்பிள்ளை. எங்கப்பா எங்களையெல்லாம் கிறிஸ்துமஸுக்கு முன்னாடி ஓரியூர் சர்ச்சுக்குப் போயிட்டு வரலாம்னு கூட்டிட்டுப் போனார். அதுல தப்பிச்சோம். திரும்பி வந்தப்போ ஊரே இல்ல... புயல்ல வீடு இழந்தவங்களுக்கு இங்கே ராமேஸ்வரம் நடராசபுரத்துல இடம் குடுத்தாங்க... வாங்கி வாடகைக்கு விட்டுட்டு ஓரியூர்லயே செட்டிலாயிட்டோம். அப்பா இறந்ததுக்கப்புறம் அந்த நடராஜபுர வீட்டுல குடியேறிக்கிட்டு ஜீப் ஓட்டி பொழைச்சுக்கிட்டு இருக்கேன்" என்றான்.

"உங்க பேரு என்ன தம்பி... அய்யா பேரு என்ன?

"என் பேரு தங்கம். நான் அப்போ கைப்பிள்ளையா இருந்தேனாம். எங்கப்பா பேரு தெய்வநாயகம்" என்றவன்,

"உங்கப்பா பேரு...?" என்று கேட்டான்.

"வில்லாயுதம்."

"யாரு? சிலம்ப வாத்தியார் மகனா?"

"ஆமா தம்பி."

"அவரா... எங்கப்பா அடிக்கடி சொல்லுவாரே... நல்லா தெரியும் அவருக்கு... ஆனா அவர் இறந்துட்டார்னு சொல்வாரே."

"எப்படி?" ஆதிமூலம் கேட்கும்போது நெஞ்சை அடைத்தது.

"தெரியல... புயல் வந்துபோய் பத்து இருபது நாள் கழிச்சு அருப்புக்கோட்டை போலீஸ் வந்து எங்கப்பாகிட்ட, 'ஒருத்தர் பஸ்லேயே இறந்துகிடக்கிறார். அவரை ஆஸ்பத்திரி மார்ச்சுவரியில் வெச்சிருக்கோம். அவர் பாக்கெட்ல இருந்த சின்ன நோட்டுல உங்க பேர் இருக்கு... உங்களுக்குத் தெரிஞ்சா வந்து அடையாளம் காட்ட முடியுமா'னு வந்துகூப்பிட்டாங்களாம். அப்பா போய்ப் பார்த்துட்டு 'இது எங்க ஊர் வில்லாயுதம்'னு சொல்லி, குடும்பத்துல இப்ப யாரையும் காணோமே... என்ன பண்றதுன்னு தெரியாம அவரே பொறுப்பெடுத்து அருப்புக்கோட்டையில் அடக்கம் பண்ணிட்டு வந்தாராம். கதைகதையா சொல்லுவாரே" என்றார்.

கண்ணீரைக் கட்டுப்படுத்த முடியாமல் தவித்த ஆதிமூலத்தை, தோளில் தட்டி ஆறுதல்படுத்தினான் ராமகிருஷ்ணன்.

கொஞ்சம் மூக்கை உறிந்து, துண்டால் முகத்தைத் துடைத்த ஆதிமூலம்,

"ஒரு விசயம் புரியுது. தம்பி... அன்னைக்கு நம்ம ஊரிலே என்னை விட்டுட்டு அம்மாவையும் தங்கச்சியையும் தேடிக் கூட்டிட்டு வாறேன்னு வந்த எங்க அப்பா, ராமேஸ்வரம் வராமலேயே செத்துட்டார் தம்பி. அப்போ என் அம்மாவும் தங்கச்சியும் எங்கேயோ இருக்காங்க... வாங்க தேடுவோம்" என்றான்.

தனுஷ்கோடி ஊரெல்லாம் சுற்றித் திரிந்தார்கள். கொஞ்சநேரம் அந்த டிரைவரும்கூட சேர்ந்துகொண்டான், தேடலில். அப்புறம் "நீங்க சுத்திக்கிட்டு இருங்க... நான் ஒரு நடை சவாரி போய்ட்டு வந்துடுறேன்" என்று புறப்பட்டான்.

ஓர் அழகான ஊர், இப்படி கோலம் கலைந்து நிற்கிற காட்சி உலகில் வேறு எங்கேயும் இருக்க முடியாது.

தினமும் ஒரு மெட்ராஸ் ரயில், மண்டபத்திலிருந்து வருகிற பேசஞ்சர் ரயில்னு வந்துபோகிற அழகான ரயில்வே ஸ்டேசன். தண்ணீருக்கு நடுவே ரயில் வந்துபோகிற அழகு எல்லா இடத்திலும் அமையாது. அது ஒரு கண்கொள்ளாக் காட்சி... யார் கண் பட்டதோ...

நாடார் தெருவில் சிவன் கோயில், பெரிய சர்ச், பள்ளிக்கூடம், தபால் ஆபீஸ்.... தந்தி ஆபீஸ்... ம்.... எதுவும் இன்று கண்ணில் இல்லை. வரிசையாக 'தங்குக்கடலுக்குப் போகிற கப்பல் மாதிரியான பெரிய படகுகள் ஒரு பக்கம் ஜெட்டியில் வரிசையாக இருக்கும். மறுபக்கம் கடற்கரை மணலில் வல்லங்கள் வலைகளைக் குவித்து வரிசையாக நிற்கும். இன்றைக்கு எதையும் காணவில்லை. வெறிச்சோடிக் கிடந்தது கடற்கரை. இருந்ததன் அடையாளமாக இடிந்து பாதியாக நின்ற சர்ச்... கோயில்... ரயில்வே ஸ்டேசன்... அங்கங்கே திரும்பிச் சுருண்டுகிடந்த ரயில்வே இரும்புத் தண்டவாளங்கள்... மரத்துண்டுகள்... பிய்ந்த படகுகளின் பாகங்கள்... இது எதையும் திருடிப் போகக்கூட ஆள் அரவம் இல்லை, கிடந்தது கிடந்தபடி இருந்தது.

ஆகச்சிறந்த அழகி ஒருத்தியை விதவையாய்ப் பார்க்கிற மாதிரி தெரிந்தது.

கனத்த இதயத்தோடு ராமேஸ்வரத்துக்கு திரும்பினார்கள்.

'தனுஷ்கோடி போலீஸ் ஸ்டேசன்', அதே பெயரில்தான் இப்போதும்இயங்கிக்கொண்டிருந்தது. ஆனால்,ராமேஸ்வரத்திற்கு அருகில்.

ஆதிமூலமும், ராமகிருஷ்ணனும் உள்ளே நுழைந்தார்கள். ஓர் அதிகாரி விறைப்பான நடையோடு வந்து அங்கிருந்த பைக்கில் ஏற எத்தனித்தார்.

ராமகிருஷ்ணன் பக்கத்தில் போய், "சார் வணக்கம்..." என்றான்.

"வணக்கம்... என்ன விசயமா வந்திருக்கிறீங்க...?"

"நாங்க விருதுநகர் மாவட்டம் நிறைகுளம் கிராமத்தில் இருந்து வந்திருக்கோம். சொந்த ஊர் எனக்கு இதுதான். இருபத்தஞ்சு வருசத்துக்கு முன்னாடி வந்த புயல்ல குடும்பத்தைப் பிரிஞ்சிட்டேன். இதுவரைக்கும் தேடிக்கிட்டு இருக்கோம் சார்..." என்றான் ஆதிமூலம்.

"அப்படியா... உள்ள போங்க... உங்க புகார் எதுவானாலும் நேரா உள்ளே போய் ரைட்டர் இருக்கார்... அவர்கிட்டச் சொல்லுங்க... ஒரு முக்கியமான கேஸ் விசயமாக ராமேஸ்வரம் கோர்ட்டுக்குப் போறேன். வந்ததும் ரைட்டர்கிட்ட கேட்டுக்கிறேன்... உள்ள போங்க..." என்று கனிவாகச் சொல்லி அனுப்பி வைத்தார். அணுகுமுறை நன்றாக இருந்தது.

‘நல்ல ஆபீசர்கிட்ட டிரைனிங் எடுத்திருப்பார்போல’ என்று ராமகிருஷ்ணன் நினைத்துக்கொண்டான்.

ரைட்டர் ரூமுக்குப் பக்கத்தில் போய் வாசலில் நின்றார்கள்.

பொதுவாக ஒரு சாமானியன் இரண்டு பேரைப் பார்க்கப் போகும்போது, ‘இந்த மனுசன் நல்ல மனுசனாக இருக்கணும்...’ என்று வேண்டிக்கொள்வார்கள்.

ஒன்று டாக்டர்...

இன்னொன்று போலீஸ்காரர்.

“வாங்க... யாரு... என்ன வேணும்...” என்றார் ரைட்டர். “நாங்க ஒரு தகவல் விசயமா வந்துருக்கோம். வேற ஒண்ணும் புகார் எல்லாம் இல்ல” என்றான் ராமகிருஷ்ணன்.

“முதல்ல உட்காருங்க... என்ன தகவல் வேணும்?”

ராமகிருஷ்ணன் ஆதிமூலத்தின் முகத்தைப் பார்த்தான்.

ஆதிமூலம் தொடர்ந்தான்.

“என் பேரு ஆதிமூலம், இப்போ விருதுநகர் மாவட்டத்திலே நிறைகுளம் கிராமத்துல இருக்கேன். தனுஷ்கோடிதான் சொந்த ஊர். புயல்ல திசை கடந்து சிதைந்து போச்சி எங்க குடும்பம். நானும் ஒவ்வொரு வருசமும் வந்து யாரையாச்சும் பார்த்துட முடியுமான்னு துடிக்கிறேன்...” என்று விம்மி அழ ஆரம்பித்தான்.

“அழாதீங்க... என்ன பண்ண சொல்றீங்க... இதோ இருக்கே, இந்த தனுஷ்கோடி போலீஸ் ஸ்டேசன்... இங்க என்ன திருட்டா நடக்குது?.... இல்லை, கொலை கொள்ளை அடிதடின்னு... ஏதாச்சும்? எதுவுமில்லை. என்ன இருக்கு அங்க திருட...? இல்லை... கொலை, அடிதடின்னு புகார் சொல்றதுக்கும் அங்க ஒரு ஆள் இல்லை... அந்தப் பெருந்துயரம் நடந்த நாளிலிருந்து எங்க வேலையே இந்த மாதிரி வர்றவங்களுக்கு வழிகாட்டி உதவி செய்யறதுதான். தாயைக் காணோம்னு பிள்ளைகளும் பிள்ளையைக் காணோம்னு பெத்தவங்களும் நடையா நடந்து அப்பப்போ விசாரிப்பாங்க. முடிந்த வரை சேர்த்து வைப்போம். இதுதான் முப்பது வருஷமா எங்க வேலையா இருக்கு.

ஆனா பாருங்க... ஆள் கிடைச்சு சந்தோசப்பட்டவங்க ரொம்ப அரிது... செத்துட்டாங்கன்னு சேதி கேட்டு அழுதிட்டு போறவங்கதான் ஜாஸ்தி... இருந்தாலும் நம்பிக்கையைவிட

முடியாதே... சொல்லுங்க... உங்கப்பா, அம்மா பேரெல்லாம் சொல்லுங்க" என்றார் ரைட்டர்.

"அப்பா... வில்லாயுதம்."

"ம்..."

"அம்மா... பருவதம்."

"ம்..."

"தங்கச்சி... பூமயிலு."

ரைட்டர் பேசுவதை நிறுத்தினார்.

"ஆமா... நீ தனுஷ்கோடியில இருந்தப்ப என்ன வயசு?"

"பதினாலு இருக்கும்... எட்டாவது படிச்சேன்."

"ஊர்ல எல்லாரையும் தெரியுமா?"

"அய்யோ... அது பெரிய டவுன்... எங்க தெருவுல உள்ளவங்களைத்தான் தெரியும்?"

"ஊர்ல ஒரே ஒரு பூமயிலுதானா?"

"தெரியல சார்?

ஆதிமூலத்தின் குடும்பத்தார் பற்றிய எல்லாத் தகவல்களையும் வாங்கிக்கொண்டு போலிஸ்காரர் சொல்ல ஆரம்பித்தார்.. "வருசங்களாயிடுச்சு...எல்லாரும் திசைகள் மாறிப்போயிட்டீங்க. இது கிட்டத்தட்ட குளத்துல மோதிரத்தைப் போட்டுவிட்டு தேடுகிற மாதிரிதான்.அப்பிடி விழுகிற மோதிரத்தை குளத்து மீன் விழுங்குறதும் அது தொலைஞ்சவன் வீட்டு அரிவாள்மனைக்கே வந்து சிக்குறதும் என்கிறதெல்லாம் கதைக்குச்சரி...நடைமுறையில் சாத்தியமா தெரியல... இருந்தாலும் நம்பிக்கைன்னு ஒண்ணு இருக்கே...அதுதானே வாழ்க்கைக்கே பிடிமானம்.நம்பிக்கையோட தேடுவோம்.உங்களுக்கு சாமிமேல நம்பிக்கை இருந்தா ராமநாதபுரம் பக்கத்துல தேவிகுளம் இருக்கு. அங்க போய் கடல்ல இருக்கிற நவகிரகங்களைச் சுத்தி வேண்டிக்கிட்டு ரெண்டு நாள் கழிஞ்சு வாங்க. நான் அதுக்குள்ள இதே வேலையாக் கிடந்து நாலு பக்கம் போய் விசாரிச்சிட்டு வர்றேன்."

என்றவர்,

“மழைமேகம் ஏட்டய்யா..பாஸ்போர்ட் வாங்கிட்டு வாங்க... நாம போய்த் தேடுற வேலையைப் பார்ப்போம்" என்று அழைத்தார்.

கொஞ்சம் அனுபவஸ்தரான மழைமேகம் ஏட்டய்யா ஆர்வத்தோடு கிளம்பினார்.

அன்றைக்கு ஆதிமூலம் விரும்பிய புண்ணியஸ்தலங்களுக்கெல்லாம் ராமகிருஷ்ணனும் போனான்.

ஆதிமூலம் மனமுருகி வேண்டிக்கொள்வதை லேசான மனபாரத்தோடு பார்த்துக் கலங்கிக்கொண்டே உடன் பயணித்தான்.

இரண்டு நாள் கழித்து திரும்பவும் தனுஷ்கோடி காவல் நிலையத்துக்குப் போனார்கள்.

மழைமேகம் ஏட்டய்யா வாசலில் நின்றிருந்தார். “நாங்களே உங்களைக் கூப்பிடலாம்ன்னு இருந்தோம்."

சொல்லிக்கொண்டே உள்ளே கூட்டிப்போனார்.அங்கிருந்த பெஞ்சில் அவர்களை உட்காரச் செய்தவர்,

“ஒரு தகவல் இருக்கு... அந்த அடையாளங்கள் உங்க குடும்பத்தோட மேட்ச் ஆகுதான்னு பார்ப்போம்" என்று பீடிகை போட்டார்.

கேட்டதும் ஆதிமூலம் மனசுக்குள் பரபரப்பாகி உடம்பை முன்னால் வளைத்து ஆர்வத்தோடு அவர் முகத்தைப் பார்த்தான்.

பேசுவதை நிறுத்திவிட்டு, ரைட்டர் போனை எடுத்து ஏதோ ஒரு நம்பருக்குச் சுற்றினார்.

“ஹலோ... கல்லல் போலீஸ் ஸ்டேஷன்தானே... நான் பால்ராஜ் ஏட்டய்யா பேசுறேன்” என்றவர், ஒன்றிரண்டு சம்பாஷனைகளுக்குப் பிறகு,

“ஆறுமுகம் இருக்காரா.. இருந்தா போனைக் குடுங்க.”

“சென்ட்ரியில நிக்காரு... இந்தா கூப்பிடுதேன்...” என்றார் மறுமுனையில் இருக்கிறவர்.

ஓரிருநிமிடம்கழித்துபோனில்இருந்துகுரல்வந்திருக்கும்போல.

“யாரு... ஆறுமுகம்தானே...?”

“யப்பா... உன் வீட்டுக்காரம்மா பேரு என்ன சொன்னே...?”

“.... ....”

“அதானே... சரி... நான் ராத்திரி சாப்பாட்டுக்கு அங்க வர்றேன்... மூணு பேருக்கு சாப்பாடு ரெடி பண்ணிவை... மீதியை வந்து பேசிக்கிறேன்” என்று போனைத் துண்டித்தார்.

இங்கே ஆதிமூலம் உட்கார்ந்திருந்த பெஞ்சின் நுனிக்கே போய்விட்டான்.

“நான் இப்போ பேசினேனில்லையா.. ஆறுமுகம் அவன் எனக்கு ஒன்றுவிட்ட தம்பி... அவனும் போலீஸ்தான். அவன் மனைவி பேரு பூமயிலு... அது அநேகமாக உங்க தங்கச்சியாத்தான் இருக்கும்... ஏன் சொல்றேன்னா” என்று ஆரம்பித்தவர்,

“ரொம்ப எதிர்பார்ப்போட இருக்காதீங்க... அப்புறம் நம்ம கணிப்பு தப்பாபோச்சுன்னா பெரிய ஏமாற்றமா போயிடும்... போய்ப் பார்த்துட்டு உறுதி பண்ணுவோம். அப்புறம் சந்தோசப்படுங்க” என்றார்.

அதற்குள் ஆதிமூலத்தின் கண்களில் கண்ணீர் கொட்ட ஆரம்பித்தது.

“நான் ஏன் சொல்றேன்னா... ஆறுமுகத்தோட சித்தி ஒருத்தி இருந்தா... அவ வீட்டுலதான் ஒரு தாயும் மகளும் ‘நாங்க தனுஷ்கோடியில இருந்து வர்றோம். வேலை இருந்தா குடுங்கன்னு’ வந்து வேலை கேட்டு வந்திருக்காங்க.

ஆறுமுகத்தோட சித்தி பெரிய பண்ணைக் குடும்பம். நல்ல மனசுக்காரி வேற... இப்படிப் புயலிலே குடும்பத்தைப் பிரிஞ்சு ஆதரவு இல்லாம வந்து நின்ன தாயையும் மகளையும் கூடவே வெச்சிருந்து வளர்த்திருக்கா... கொஞ்ச நாள்ல அந்தப் பிள்ளையோட அம்மா செத்துப் போச்சு. அப்புறம் அந்தப் புள்ளை அந்த வீட்டுலயே வளர்ந்திருக்கு. அந்தப் பிள்ளை பூமயிலுக்கு கல்யாண வயசு வரும்போது ‘என் அக்கா பையனுக்கே கட்டி வைக்கப் போறேன்னு’ கட்டி வெச்சிட்டா... அம்புட்டு லட்சணமான, குணவதி அந்தப் பொண்ணு... கல்யாணமே வேணாம்னு சொல்லிக்கிட்டிருந்த அந்தப் பொண்ணை மனசை மாத்தி பண்ணி வெச்சா அந்தப் புண்ணியவதி” என்றார்.

“ஆனா... அந்த ஆறுமுகம்தான் பார்க்கிறப்போ எல்லாம் அழுது புலம்புவான்...”

“ஏன்... என்னாச்சு... அவங்களுக்குள்ள பிரச்சினையா...?”

“இல்லை... அந்தப் புள்ள காலமெல்லாம் அவங்க அண்ணனை நினைச்சு நினைச்சு அழுதுக்கிட்டே இருக்கிறது அவனுக்கு சங்கடமா இருக்குமில்லையா... அவனும் பிள்ளை மாதிரி மடியில படுக்கவெச்சு அவளுக்கு ஆறுதலா வாழ்க்கையை ஓட்டிக்கிட்டிருக்கான்.”

சொல்லிக்கொண்டே, ஒரு ஆட்டோவில் ஏறி ராமேஸ்வரம் பஸ்டாண்டுக்குப் போனார்கள்.

“வாங்க, ஒரு டாக்ஸி பிடிச்சிப் போயிடலாம். பஸ்ல போனா நேரமாயிடும். அதுவரைக்கும் உங்க மனசு கிடந்து தவிக்கும்...”

ராமேஸ்வரம் பஸ்ஸ்டாண்டுக்கு எதிரே ஒரு வாடகைக் காரைப் பிடித்து ஏறினார்கள்.

கார் மேற்கு நோக்கிப் பயணமானது.

கார் மண்டபத்தைக் கடந்தபோது, அன்றைக்கு நீச்சல்காளி சொன்னது காதில் ஒலித்தது.

“உங்க அம்மாவையும் தங்கச்சியையும் மேலகோபுரத்து வாசல்ல சுருண்டு படுத்துக் கிடக்கிறத பார்த்தேன்... அந்தப் பரபரப்புல பிணங்களைப் பார்க்கிறதா... கை கால் ஒடிஞ்சவங்களப் பார்க்கிறதா... ஒண்ணும் புரியல... ஆனா, அவங்க இரண்டு பேரும் சோர்வா இருந்தாலும் நல்லா இருந்தாங்க..”

நீச்சல்காளி சொன்னது காதில் ரீங்காரமிட்டது.

டாக்சி ஊர்ந்து சிவகங்கை நோக்கிப் போனது.

ராமகிருஷ்ணன் எதுவும் பேசவில்லை. மனசுக்கு நிறைவாக இருந்தது. பேச வேண்டாம் இந்த ஆனந்தத்தை அவர் அனுபவிக்கட்டும்... என்று அமைதியாக இருந்துகொண்டான். “இன்னொரு பக்கம் அவர் சொல்ற பூமயிலு ஆதீமூலத்தின் தங்கைதான் என்கிறது உறுதியாகணு ம் என்ற தவிப்பும் இருந்தது.

ஜன்னல் வழியாக கடந்துபோகிற சவுக்கு மரங்களையும் அதைத் தாண்டி தெரிகிற கடலையும் பார்த்துக்கொண்டே பயணித்தான் ஆதிமூலம். வானமும் கடலும் தொட்டுக் கொண்டிருப்பது கண்ணில்பட்டது.

கார் உச்சிப்புளியைத் தாண்டி போய்க் கொண்டிருந்தது.

“கல்லல் இன்னும் எம்புட்டுத் தூரம்... எவ்வளவு நேரமாகும்?”

டிரைவரைக் கேட்டார் ஏட்டய்யா.

“நாம பரமக்குடியிலிருந்து இளையான்குடி வழியா சிவகங்கைக்குப் போயிட்டா, அங்க இருந்து பக்கம்தான் சார்... இன்னும் ஒண்ணரை மணி நேரத்துல போயிடலாம்” என்றார்.

பால்ராஜ் ஏட்டய்யா தொடர்ந்தார்.

“உன் தங்கச்சி பூமயிலுவை அந்தப் பயலுக்குக் கட்டிவைக்க எங்க அக்கா பட்டபாடு சும்மா சொல்லக் கூடாது.”

“ஏன்...” என்று கேட்டான் ஆதிமூலம்.

“அந்தப் பொண்ணு கல்யாணமே பண்ணிக்க மாட்டேன்னு ஒத்தகால்ல நின்னுச்சு... எங்க அக்காதான் போராடி கட்டிவெச்சா....‘நீ இப்படி கல்யாணம் பண்ணிக்காம தனியாளா இந்த ஊர்ல வாழ்ந்துட முடியாதம்மா... நான் எத்தனை நாள் உனக்கு காவல் இருப்பேன்... புரிஞ்சுக்கோ’ன்னு சொல்லி சம்மதிக்கவெச்சா?”

“அப்படி கல்யாணம் பண்ணிக்கிட்டாளே ஒழிய, ஒருநாளும் முகத்துல சிரிப்பை நான் பார்த்ததில்லை. எப்பவும் ஒருவித சோகத்தோடவேதான் இருப்பா.”

“ஆனா அந்த பய ரொம்ப நல்லவன்... அவளைக் குழந்தையாட்டம் பாத்துக்கிட்டிருக்கான்” என்று சொல்லிக் கிட்டே வந்தார் ஏட்டய்யா.

நீர் கோர்த்த கண்களுடன் ஆதிமூலத்தின் நினைவுகள் பின்னோக்கித் திரும்பிச் சென்றன.

33

அன்றைக்கு பள்ளிக்கூடத்திலிருந்து வீட்டிற்குத் திரும்பி வந்த ஆதிமூலம், புத்தகக்கட்டை திண்ணையில் வைத்துவிட்டு தங்கை பூமயிலைத் தேடினான்.

பூமயிலு வீட்டில் உள்ளே கண்ணாடி முன்னே நின்று அலங்கரித்துக் கொண்டிருந்தாள். கூடவே, அம்மாவும் வெளுத்து மடித்து வைத்திருந்த சேலையைக் கட்டிக்கொண்டு தயாராகிக் கொண்டிருந்தாள்.

"என்னம்மா... நீயும் பூமயிலும் எங்க கிளம்பிட்டீங்க?"

"எங்க கிளம்பிட்டீங்கன்னா கேக்கறே?... நீயும் வர்ற."

"ராமேஸ்வரம் தியேட்டருக்கு படம் பார்க்கப் போறோம். அப்பா கூட்டிட்டுப் போறேன்னு போயிருக்கார். பலகாரம் வாங்கிட்டு இப்போ வந்துடுவார்."

"என்ன படம் மா...?"

" 'பாசமலர்'னு ஒரு படமாம். சிவாசி கணேசன், சாவித்ரி, செமினி கணேசன் எல்லாம் நடிச்சது. ரொம்ப நல்லா இருக்கும்னு சொல்றாக.

பர்வதத்துக்கு "ஜி" வராது... 'சி'தான்.

"எப்படிம்மா போறோம்... ரயிலா, பஸ்ஸா?"

“ரயில்லதாண்டா போறோம்...”

ஆதிமூலத்துக்கு ராமேஸ்வரத்துக்குப் போவது, அதுவும் ரயிலில் போவது ரொம்பப் பிடிக்கும்.

தனுஷ்கோடியிலிருந்து ராமேஸ்வரம் போகிற ரயில் பயணம் அவ்வளவு சுகமானது. இரண்டுபக்கமும் கடல். நடுவிலே ஒரு பட்டையான கோடுபோல மணல் பரப்பு, அதில் சவுக்கு மரங்களும், தென்னை மரங்களும் பூவரசு மரங்களும் நிற்கிற அழகு ரயிலில் போகும்போது கண்களுக்குச் சுகமாக இருக்கும்.

வடக்குப் பக்கமிருக்கிற வடகடல் ‘வங்காள விரிகுடா’ என்றும் தென்பக்கம் இருக்கிற தென்கடல் இந்து மகா சமுத்திரம் என்றும் வாத்தியார் பாடம் நடத்தும்போது சொல்லியிருக்கிறார்.

வடகடல் அமைதியாய் இருக்கும்போது தென்கடலில் அலை மேலேறி ஆர்ப்பரித்து ஓசை எழுப்பும். இது ஆறு மாதம் நடக்கும். அடுத்த ஆறு மாசத்தில் தென்கடல் அமைதியாகும். வடகடல் ஆர்ப்பரிக்கும்.

இப்படி வடகடலும் தென்கடலும் மாறிமாறி இசைப்பது, ஏதோ கடல் தேவதைக்கு முன்னால் இரண்டு கடலும் மாறிமாறி ஒரு பிரம்மாண்டமான இசைக்கருவியை மீட்டுவதுபோல இருக்கும்.

“ஹேய் அப்பா வந்துட்டார்...” என்று குஷியாகக் குரல் கொடுத்தாள் பூமயிலு.

எல்லாருமே புறப்பட்டுப் போனார்கள், ‘பாசமலர்’ படம் பார்க்க. வில்லாயுதத்தின் வயதான அம்மாவும் அப்பாவும் மட்டும் வீட்டில் இருந்துகொண்டார்கள்.

“பார்த்து பத்திரமா போயிட்டு வாங்க... ஏ புள்ள பூமயிலு... அங்குட்டு இங்குட்டு பார்க்காம அம்மா கைய பிடிச்சிக்கிட்டே இருக்கணும்... புரியுதா...” என்றாள் கிழவி.

ராமேஸ்வரம் தெருக்களில் அந்தச் சாயங்கால வேளையில் நிறைய வடஇந்தியர்களும் சில வெளிநாட்டினரும் ஆங்காங்கே அண்ணாந்து பார்த்து நடந்துகொண்டிருந்தார்கள். பெரும்பாலும் எல்லோருமே கடலில் குளித்து ஈர உடலோடு திரிந்தார்கள்.

அவ்வளவு பெரிய கடல் ‘வாங்க குளிக்கலாம்...’ என்று அமைதியாக அழைக்கிற அதிசயம் அங்கே மட்டும்தானே உண்டு!

வேகமாக தியேட்டருக்குள் நுழைந்து டிக்கெட் எடுத்தார்

வில்லாயுதம். 'பாசமலர்' திரையில் விரிந்தது. படம் பார்க்கும் போது தேம்பித்தேம்பி அழுதாள் பர்வதம்.

"ஏ கிறுக்குப்புள்ள... அது சினிமான்னுகூட தெரியாம இப்படி அழறயே..." என்று மனைவியை லேசாகத் தோளில் சாய்த்துக் கொண்டான் வில்லாயுதம்.

படம் முடிந்து எல்லாரும் ரயிலில் திரும்பினார்கள். ரயிலில் கூட்டம் கொஞ்சம் அதிகமாகவே இருந்தது. "படம் எப்படி இருந்துச்சு" என்று தங்கச்சி பூமயிலிடம் கேட்க அவகாசம் தேடினான் ஆதிமூலம்.

தனுஷ்கோடி ரயில்வே ஸ்டேஷனில் இறங்கிய பிறகுதான் கொஞ்சம் சலாத்தாக இருந்தது.

"பூமயிலு... படம் நல்லா பார்த்தியா... எப்படி இருந்துச்சு...?" என்று கேட்டான் ஆதிமூலம்.

"எனக்குச் சுத்தமாப் பிடிக்கலண்ணே" என்றாள்.

"ஏன் அப்படிச் சொல்ற..."

"என்னமோ... எனக்குப் பிடிக்கல" என்றாள்.

"அதான் ஏன்னு கேட்கிறேன்ல..."

"பிடிக்கலன்னா விட்டுறேன்."

"சரி விட்டுடுறேன்."

"அந்தப் படம் அவள் மனதில் பெரிய தாக்கத்தை ஏற்படுத்தியிருக்கும்போல" என்று நினைத்துக்கொண்டான்.

சில மாதங்கள் கழித்து ஒருநாள் பூமயிலும் ஆதிமூலமும் கடற்கரையில் மணலில் விளையாடிக்கொண்டிருந்தார்கள்.

ஆதிமூலத்துக்கு பரீட்சை நடந்து கொண்டிருந்தது.

வில்லாயுதமும் தாத்தா சீமைச்சாமியும், வலையை விரித்துப் போட்டு கையில் நரம்புக் கயிறு பண்டல்களை வைத்துப் பிரித்து, வலையின் சேதமான பாகங்களைச் சரிசெய்து கொண்டிருந்தார்கள்.

பக்கத்தில் தாத்தாவிடம் சிலம்பம் கற்றுக்கொள்ள வந்தவர்கள், அவருக்காகக் காத்திருந்து, அவர்களுக்குத் தெரிந்த வீச்சுகளை வீசிக் கொண்டிருந்தார்கள்.

பூமயிலுக்குப் பக்கத்தில் போய் உட்கார்ந்த ஆதிமூலம், "பூமயிலு... நாளைக்கு நம்ம ஊருக்கு ஜெமினி கணேசனும் சாவித்திரியும் வர்றாகளாம்... டெனிஸ்டன் சொன்னான்" என்றான்.

"யாரு, அன்னைக்கு 'பாசமலர்' படம் பார்த்தோமே... அவுக வர்றாகளா..."

"ஆமா..."

பூமயிலு அமைதியானாள். முகம் வாடியதுபோல இருந்தது.

"என்ன பூமயிலு... நாம போய்ப் பார்ப்போம். கூட்டிட்டுப் போறேன்."

"இல்ல நான் வரல..."

ஆதிமூலம் அமைதியானான்.

கொஞ்ச நேரம் ரெண்டுபேருமே பேசாமல் அமைதியாக உட்கார்ந்திருந்தார்கள்.

பூமயிலு மெல்லக் கேட்டாள்

"ஏன்ண்ணே... கல்யாணம் ஆனா எல்லா ஆம்பளைகளும் ஜெமினி கணேசன் மாதிரிதான் இருப்பாங்களா?"

'பாசமலர்' படத்தின் கதை, அவளை ரொம்பவே பாதித்திருந்தது.

"ஏ... கோட்டிப்புள்ள... அது சினிமா. அதுகூட தெரியலயா உனக்கு?"

"நான் நம்பமாட்டேன்... நெசமாவே நடக்கிற மாதிரியே தெரிஞ்சதே?"

"ஆமா... சிவாஜி, ஜெமினி, சாவித்திரி எல்லாருமே நல்லா நடிக்கிறவங்க... அதான் உனக்கு அப்படித் தெரிஞ்சிருக்கு."

"இல்ல... அது நிசமாவே நடந்த மாதிரி இருக்கு."

"அண்ணே, நான் ஒண்ணு சொல்லட்டுமா... எனக்குக் கல்யாணமாகி நீ என் வீட்டுக்கு வரமுடியாம போச்சுன்னா நான் தாங்கமாட்டேன்... செத்துப் போயிடுவேன்..." என்றாள், கண்ணீர் விட்டுக்கொண்டே,

"ஏ கிறுக்கு... உனக்கு நல்ல மாப்பிள்ளைதான் பார்ப்பேன்... அப்படி உனக்கு வர்றவன் சரியில்லன்னா, சிவாஜி மாதிரி

வேடிக்கை பார்க்கமாட்டேன்... அடிச்சுப்போட்டு உன்னை என் வீட்டுக்குக் கூட்டிட்டு வந்துடுவேன்..."

"உன் வீட்டுக்கு வந்தா உன் பொண்டாட்டி என்னை விரட்டிடுவாளே..."

கொஞ்சம் நேரம் மௌனம் காத்த ஆதிமூலம் தெளிவாகச் சொன்னான்.

"நான் கல்யாணமே பண்ணிக்கமாட்டேன். காலமெல்லாம் உன் குடும்பத்தைப் பார்த்துக்கிடுவேன்..." என்றான்.

"நான் ஒண்ணு சொல்லட்டுமாண்ணே..."

"சொல்லு..."

"ரெண்டு பேருமே கல்யாணம் பண்ணிக்காம, இப்படி நம்ம வீட்டிலயே அப்பா அம்மாகூடவே இருந்து செத்துடுவோம்ணே..."

ஆதிமூலம் அமைதியானான். ஒன்றும் பேச வாய் எழவில்லை.

பூமயிலு அவன் முதுகில் சாய்ந்து கட்டிப்பிடித்தாள்.

அப்போது கண்ணீர்த் துளிகள் ஆதிமூலத்தின் தோளில் விழுந்தன.

34

கார் சிவகங்கையைக் கடந்து கல்லல் ஊருக்குள் சென்றது. ஏட்டய்யா பால்ராஜ் திசை சொல்ல டிரைவர் மெல்லத் திரும்பி கல்லல் போலீஸ் ஸ்டேஷன் வாசலில் போய் நிறுத்தினார். அவர் சொன்னதுபோலவே ஆறுமுகம் போலீஸ் யூனிபார்மில் தயாராக வாசலில் நின்றுகொண்டிருந்தார்.

"நீங்க எல்லாம் வண்டியிலேயே இருங்க... நான் இறங்கிப் பேசறேன்..." என்றார் பால்ராஜ்.

இறங்கிப்போய் ஆறுமுகத்திடம் ஏதோ பேசினார்.

"முதல்ல வீட்டுக்குப் போவோம்.... வா" என்றான் ஆறுமுகம்.

ஆறுமுகமும் பால்ராஜும் நடந்தே போக கார் பின்னால் சென்றது.

நூறு மீட்டர் தொலைவில் காவலர் குடியிருப்பு இருந்தது. அதில் கிட்டத்தட்ட நாற்பது வீடுகள் இருக்கும்போலத் தெரிந்தது. எல்லாம் வரிசையாக ஓடு போட்டுத் தனித்தனியாக இருந்தன. ஒவ்வொரு வீட்டிலும் முன்னும்பின்னும் புங்கன், பூவரசு, வேம்பு என்று விதவிதமான மரங்களோடு ஜிலுஜிலுவென்று இருந்தது அந்தச் சூழ்நிலை. குருவிகளும் கரிச்சான்களும் அங்குமிங்கும் பறந்துகொண்டிருந்தன. அணில்கள் வீட்டுக்கு வீடு தாவிக்கொண்ருந்தன.

ஆறுமுகம் நின்று காருக்கு சைகை காட்டி நிறுத்தச் சொன்னார்.

எல்லோரும் இறங்கினார்கள். எல்லோரும் மெல்ல வீட்டுக்குள் நுழைந்தார்கள்.

ஆறுமுகத்தின் மனைவி எல்லோருக்கும் உட்கார பெஞ்ச் நாற்காலிகளைத் துடைத்து வரிசையாகப் போட்டாள்.

எல்லோரும் உட்கார்ந்ததும், ஆறுமுகம், "முதல்ல என்ன சாப்பிடுறீங்க... டீயா... காபியா... இல்லன்னா சர்பத்போடச்சொல்லட்டுமா..." என்றவர் உள்ளே திரும்பி, "பூமயிலு... எலுமிச்சம்பழம் இருக்கா..." என்று கேட்டார். அதுவரை அடக்கிக் கொண்டிருந்த ஆதிமூலம் லேசாக விம்மினான்.

ஆறுமுகம் எதுவும் புரியாமல், "என்ன விசயம்... என்ன கேஸ் விஷயமா வந்திருக்கீங்க... சொல்லுங்க... என்னால முடிஞ்ச ஒத்தாசை பண்ணுறேன்... தயக்கப்படாம சொல்லுங்க...." என்றார்.

பால்ராஜ், ஆறுமுகத்தின் மனைவியைக் கூப்பிட்டு "ஏம்மா... பூமயிலு... உங்கம்மா அப்பா பேரைச் சொல்லும்மா..." என்றார்.

"ஏண்ணே கேக்குறீக...?"

"இல்லை... சொல்லுமா..."

"வில்லாயுதம் - பர்வதம்..." என்றாள்.

"இந்தா உட்கார்ந்திருக்காரே... இவர்பேரு ஆதிமூலம். உங்க அண்ணன்.." என்றார்.

"அண்ணே..." என்று ஒரு நீண்ட பெருமூச்சு ஒன்றை வாங்கிவிட்டு பெருங்குரலெடுத்து ஆதிமூலத்தின் காலடியில் போய் விழுந்தாள் பூமயிலு. ஆதிமூலம் அப்படியே சேரிலிருந்து கீழே தாவிப்போய் உட்கார்ந்து தங்கையைப் பிடித்துத் தேம்பி அழுதான்.

பால்ராஜ் சைகை காட்ட, பால்ராஜ், ஆறுமுகம், ராமகிருஷ்ணன் எல்லோரும் அண்ணண் தங்கையை அங்கேயே விட்டுவிட்டு, ஆளுக்கொரு சேரை கையில் எடுத்துக்கொண்டு வெளியே வந்தார்கள்.

வெளியே தெருவில் ஒரு பூவரச மர நிழலில் ஒரு தாய் நாய் படுத்திருந்தது.

அதனருகே இரண்டு நாய்க்குட்டிகள் ஒன்றையொன்று கடிக்கவும், கழுத்தைக் கவ்வவும் ஓடவும் திரும்ப வந்து கடிக்கவுமாக விளையாடிக்கொண்டிருந்தன.

தாய் நாய், அதை எட்ட நின்று ரசிப்பதுபோலப் பார்த்துக் கொண்டிருந்தது.

35

நிறைகுளம் கிராமத்தில், காலையில் கடையைத் திறந்து அங்கிட்டும் இங்கிட்டும் பார்த்துக் கொண்டிருந்தார் கடைக்காரர். வழக்கமாக 'டீத்தண்ணி' குடிக்க வருகிற அந்த 'நாலு பேர்' கூட்டம் குடித்துவிட்டுக் கிளம்பத் தயாராகிக் கொண்டிருந்தது.

அப்போது அங்கே ஒரு 'டிராக்டர்' டிரெய்லரோ, கலப்பையோ இல்லாமல் வெறும் டிராக்டராக 'டப்பா டப்பா' என்று சத்தம் போட்டுக்கொண்டு வந்தது.

இந்த டிராக்டரில் வருகிற சத்தத்தை அப்படித்தான் சொல்வார் சாத்தூரப்பன்.

சத்தங்களே இல்லாத ஒரு காலமும், சத்தங்கள் ஒவ்வொன்றாக வந்து நுழைந்த ஒரு காலமும் இணைகிற புள்ளியில் வாழுகிற மனிதர்கள் அவர்கள். ஒவ்வொரு சத்தத்தின் வரவும் ஒரு மாற்றத்தை உணர்த்தியதோடு வாழ்க்கையோடு மெல்ல இணைவதைப் படிப்படியாக உணர்ந்துகொண்டே வந்தார்கள்.

ஒருநாள் இவர்களெல்லாம் மந்தையில் வழக்கமாக உட்கார்ந்து பேசும்போது, பேச்சு இந்தச் 'சத்தங்களின்' பல விதங்கள் பற்றியதாக இருந்தது.

"காட்டுல பயிருக்கு மருந்தடிக்கிற மெஷின் சத்தம் எப்படி இருக்கு சொல்லு பாப்போம்" என்றார் கடைக்காரர்.

"தெரியலையே.. எப்படி?" என்று கேட்டான் அங்கிருந்த ஒருத்தன்.

'அது அப்படியே அறுக்கப் போகிற ஆடுமாதிரியே கத்துது பாரு..." என்று சிரித்தார்.

பிளசர் கார் ஊருக்குள் வந்துவிட்டுப் புறப்படும்போது 'ஸ்டார்ட்' பண்ணும் போது 'பொம்பளைப் பிள்ளை' சிரிக்கிற சத்தம் கேட்கிறது என்று சாத்தூரப்பன் தனது கணிப்பைச் சொன்னார்.

இப்படி ஆளாளுக்கு 'காதில்' படுகிற சத்தங்களை ஆராய்ச்சி பண்ணிக்கொண்டார்கள்.

இன்றைக்கு இந்த டிராக்டர் வந்ததும் அதில் வந்த 'டப்பா... டப்பா' சத்தத்தைக் கேட்டு எல்லோரும் பார்த்தார்கள்.

டிராக்டர் நின்றதும் அதிலிருந்து ஒரு நான்கு பேர் மாடு சாணம் போட்டதுபோல 'திபுதிபு'வென்று கீழே குதித்து விழுந்தார்கள்.

வந்தவர்கள் நேராக கடைக்குத்தான் வந்தார்கள். அதில் ஒருத்தர் கொஞ்சம் நடுத்தர வயதுக்காரர். நிதானமாக இருந்தார். இன்னொருவர் வயசானவர். இருந்தாலும் தெம்பாக இருந்தார் மற்ற ரெண்டு பேர் இளந்தாரிகள். கொஞ்சம் வேகமாகத் தெரிந்தார்கள்.

அந்த நடுத்தர வயதுக்காரர், "நாங்க இந்த ஊர்ப் பெரியவர் ராமசுப்புவைப் பார்க்க வந்தோம்... வீடு எங்க இருக்கு?" என்று கேட்டார்.

"என்ன விஷயமா வந்துருக்கீங்க...?" என்றார் கடைக்காரர்.

"ம்... எல்லாம் அவர்கிட்ட பேசிக்கிறோம்..." என்றான், ஓர் இளவட்டம். கொஞ்சம் விறைப்பாகத் தெரிந்தான். நடுத்தர வயதுக்காரர் அவனை லேசாக முறைத்து அதட்டுவதுபோல சைகை காட்டினார்.

'இது ஒண்ணும் சாதாரணமாகப் படலையே... பேச்சு சரியில்லையே' என்று தோன்றியது கடைக்காரருக்கு.

அங்கே உட்கார்ந்திருந்த சாத்தூரப்பனைப் பார்த்து, "இவுகளை ஊர்ப் பெரியவர் ராமசுப்பு வீட்டுக்குள் கூட்டிட்டுப் போரும்... நானும் பின்னாடியே வர்றேன்" என்றார்.

ஊர்ப் பெரியவர் ராமசுப்பு திண்ணையில் உட்கார்ந்து

பெ.மகேந்திரன் | 245

அந்தப் பிள்ளையார் கோயிலின் கணக்கு வழக்குகளைப் பார்க்க ஆரம்பித்திருந்தார். பதினஞ்சு வருசமாக அந்த 'நோட்டுகள்' எல்லாம் அலமாரியில் அப்படியே கிடந்தன. வருசத்துக்கு ஒருமுறை எடுத்து சுத்தம் பண்ணிவைப்பதோடு சரி. இப்போ பிள்ளையார் வந்ததும் கணக்கு வழக்கு பார்க்கிற அவசியம் ஏற்பட்டது. அந்த நோட்டுக்குள்ளே கணக்கில் எஞ்சிய முண்ணூற்று எழுபது ரூபாய் அப்படியே பழைய வாசத்தோடு காகிதங்களில் ஒட்டி இருந்தது.

"இனி பிள்ளையார் கோயிலைப் பராமரிக்கிறதும் பூசை பண்ணுறதும் ஆரம்பிக்கணும்' என்று நினைத்து எல்லாவற்றையும் எடுத்துப் பார்க்க ஆரம்பித்தவர், அப்படியே சாய்ந்துகொண்டார்.

ஊர்ப் பெரியவர் ராமசுப்பு வீட்டுத் திண்ணை கொஞ்சம் மேடாக இருக்கும். கொஞ்சம் குட்டையான ஆளாக இருந்தால் தாவித்தான் ஏறணும். குடும்பத்தில் எல்லோருமே நல்ல ஓங்கு தாங்காக வளர்ந்தவர்களாகவே இருந்ததால், 'கொள்ளுத் தாத்தா' காலத்தில் இருந்தே அந்த திண்ணையை உயரமாகவே அமைத்துக் கட்டியிருந்தார்கள்.

அந்தத் திண்ணையில் ஊர்ப் பெரியவர் ராமசுப்பு வாசலுக்கு முதுகைக் காட்டிப் படுத்திருந்தார். கழுத்து சுளுக்கி இருப்பதுபோல உணர்ந்தார்.

இந்த கழுத்துச் சுளுக்கு இருக்கிறதே... அது ஒரு வினோத நோய். அது கழுத்தோடு நின்றால் பரவாயில்லை. அப்படியெல்லாம் நிற்க ஒப்புக்கொள்ளாது. மொத்த உடம்பையும்கூடச் சேர்த்துக்கொள்ளும்.

யாராவது கூப்பிட்டால்கூட மொத்தமாகத்தான் திரும்பச் சொல்லும்.

உடம்பில் எந்த வியாதி வந்தாலும் அதை அடுத்தவருக்குத் தெரியாமல் மறைத்துச் சமாளித்துவிடலாம். இந்தச் சுளுக்கு

அப்படியல்ல. கொஞ்சம் நகர்ந்தாலே மொத்த ஊருக்கும் காட்டிக் கொடுத்துவிடும்.

உடம்போடு மொத்தமாகத் திரும்புவதிலும் தெகரம் இருக்கிறது. கொஞ்சம் கனமான உடம்பு என்றால் ஒத்துழைக்காது.

சுளுக்கு வலிப்பதில் உள்ள வேதனையைவிட, அதை மறைப்பதில் உள்ள வேதனை ரொம்பக் கொடுமையானது.

இன்றைக்குப் பார்த்தா ஊர்ப் பெரியவர் ராமசுப்புவுக்கு கழுத்து சுளுக்கிக்கொள்ள வேண்டும்?

முதல் நாள் ராத்திரி தூங்கப்போவதற்கு முன்னே சுவற்றில் தலைவைத்து சாய்ந்தவருக்கு, ஊரில் நிலவிய பிள்ளையார் சிலை பிரச்சினை மனசைப் போட்டுப் புரட்டியது.

'இதுக்கு ஒரு தீர்வு கிடைக்காதா?' என்று மனசு கிடந்து அல்லாடிக் கொண்டிருக்க, படுத்தவருக்கு, தான் படுத்திருக்கிற நிலையில் அக்கறையில்லாமல் போனது. ரொம்ப நேரம் அப்படிப் படுத்திருந்ததில்தான் இப்படி சுளுக்கிக் கொண்டது.

ஊர்ப் பெரியவர் ராமசுப்புவின் அம்மா நிறைய கைபக்குவங்கள் தெரிந்த கிழவி. அவள் சொன்ன யோசனைதான் இது,

"கழுத்துக்கு நாழியைவெச்சுப் படுத்துக்கோ..."

கிழவி சொல்ல காலை எழுந்ததும் புருசன் திரும்புகிற லட்சணத்தைப் பார்த்து ஊர்ப் பெரியவர் ராமசுப்புவின் மனைவி அந்த நாழியைக் கொண்டுவந்து அவர் படுத்திருந்த திண்ணையில் தலைக்கடியில் வைத்தாள். நாழி வெளியே தெரியாமல் இருக்க ஒரு 'தேங்காய்ப் பூ டவலை' சுற்றிமறைத்து வைத்திருந்தாள்.

சாத்தூரப்பன், கூட சிலபேரைக் கூட்டிக்கொண்டு வருவதை பேச்சுச் சத்தத்தை வைத்து கணித்துக்கொண்டார். திரும்ப முடியவில்லை. முதுகைக் காட்டியே படுத்திருந்தார். லேசாக கன்னத்தை மட்டும் உயர்த்திப் பார்த்தார். ஒருகோணத்தில் பின்பக்கம் சாத்தூரப்பன் தலை மட்டும் தெரிந்தது.

"அவங்களை உள்ள கூப்பிட்டு டீத்தண்ணி குடு...' என்று அவசரப்படுத்தினார் முகத்தைப் பார்க்காமலேயே. நோக்கம் டீத்தண்ணி கொடுப்பதல்ல... சுளுக்கை மறைப்பதே.

அவர்களை அங்கிருந்து நகர்த்திவிட்டால் அப்புறம் நிதானமாக எழுந்து போய் வரவேற்றுக் கொள்ளலாம்.

இந்த சாத்தூரப்பனுக்கு விவஸ்தை இல்லை. இந்த சுளுக்கு விவகாரம்தான் அவருக்குத் தெரியாதே.

“வந்து...” என்று பக்கத்தில் வந்து உட்கார்ந்து ஆரம்பித்தார் சாத்தூரப்பன்.

“ஏன் சாத்தூரு... முதல்ல உள்ளபோய் டீத்தண்ணி குடியப்பா.. வர்றேன்...” லேசாக அதட்டுவதுபோலச் சொன்னார்.

‘நானே சுளுக்கை மறைக்க போராடிக்கிட்டிருக்கேன்... இங்கிதம் தெரியாம’ என்று மனசுக்குள் நொந்துகொண்டார்.

சாத்தூரப்பன் வேகமாக உள்ளே போனார்.

அவர்கள் உள்ளே போனதும், மனைவியைக் கூப்பிட்டு கைத்தாங்கலாக எழுந்து ‘அவர்கள்’ கண்ணில்படாமல் தன்னை நிதானப்படுத்திக் கொண்டு மெல்ல உள்ளே நடந்தார்.

சுளுக்கையாவது மறைப்பதாவது... நடக்கிற காரியமா அது?

“என்னண்ணே.. கழுத்து சுளுக்கிக்கிடுச்சா...?” பட்டென்று உடைத்தார் சாத்தூரப்பன்.

முழுக்க நனைந்தாகிவிட்டது, இனி ‘முக்காடு’ எதுக்கு?

“ஆமாம்பா... கண்டுபிடிச்சிட்டியா..” என்று அனத்திக் கொண்டே போய் ஒரு நாற்காலியில் உட்கார்ந்தார்.

“அண்ணே... கொஞ்சம் உள்ள வர்றீங்களா...” என்று பெரியவரை வீட்டின் சமையலறைப் பக்கம் அழைத்துச் சென்றார் சாத்தூரப்பன். அங்கே ராமசுப்புவின் மனைவி டீத்தண்ணி ஆற்றிக் கொண்டிருந்தாள் வந்தவர்களுக்கு!

அதையும் தாண்டி கொல்லைப்புற வாசலுக்குப் போய் நிறுத்தி, ஊர்ப் பெரியவர் ராமசுப்புவிடம் விசயத்தைச் சொன்னார்.

“வந்திருக்கிறது அந்தப் பிள்ளையார் திருடிட்டு வந்தோமே... அந்த ஊர்க்காரங்க. துப்பு கிடைச்சு வந்திருக்கிறாங்க... என்ன சொல்ல...?”

லேசாக அதிர்ச்சியுற்ற ஊர்ப் பெரியவர் ராமசுப்புவுக்குப் பாதி சுளுக்கு எடுத்ததுபோல் ஆனது.

“என்னத்த சொல்ல...” அமைதியாக யோசித்தார். அப்புறம், “நாம இல்லைன்னு ‘மொண்டி’ புடுச்சுடுவோம்” என்றார்.

"அதையும் பேசிட்டேண்ணே... அவங்க என்ன சொன்னாங்க தெரியுமா... 'நீங்க ஒண்ணும் பிள்ளையாரைத் தர வேணாம். நாங்களா எடுத்துக்கிடறோம். நீங்க யாரும் குறுக்க நிக்காம இருந்தால் போதும்'னு சொல்றாங்க."

"இருக்கிற இடம்வரைக்கும் தெரிஞ்சு வந்திருக்காங்க."

"அடப்பாவிங்களா... எவனோ ஒருத்தன் நம்ப ஊர் ஆளுதான் பஸ் ஏறிப்போய் துப்பு சொல்லிட்டு வந்திருக்கான்" என்று புலம்பினார் ஊர்ப் பெரியவர் ராமசுப்பு.

"சரி... அதை விடுங்க... இப்போ வேற என்ன யோசனை? பேசாம ஒத்துக்கிட வேண்டியதுதான்"

கூடத்துக்கு வந்தார்கள். டிராக்டரில் வந்தவர்கள் ஆளுக்கொரு டம்ளரை வைத்துக்கொண்டு 'டீ' குடித்துக் கொண்டிருந்தார்கள்.

ஊர்ப் பெரியவர் ராமசுப்பு மெல்ல வாய்திறந்து,

"ஊர் உலகத்துல இல்லாததை நாங்க பண்ணிடல... நடந்தது நடந்துபோச்சு... நாங்க ஒத்துக்கிறோம்..." என்றார்.

"நீங்க என்ன ஒத்துக்கிடறது?" என்று லேசாக முனகினான் அந்த இளவட்டம்.

"ஏலே... நீ சும்மா கிடக்கமாட்டே..." என்று அதட்டினார் அந்த நடுவயதுக்காரர்.

ஊரின் இன்னும் சில முக்கிஸ்தர்களை வரவைத்தார் ஊர்ப் பெரியவர் ராமசுப்பு. எல்லோர் முன்னிலையில் நடந்ததை எல்லாம் வந்தவர்களிடம் சொன்னார்.

அவர்களை மாடிக்குக் கூட்டிட்டுப் போய் பிள்ளையாரைக் காட்டினார்.

வந்தவர்களுக்கு அன்றைக்கு பிள்ளையாரைச் சுமந்து வந்த முத்துராஜே உதவ வேண்டியதாச்சு!

மெல்ல உள்ளே குதிருக்குள் இறங்கி சிலையை மேலே கொண்டுவந்தான்.

"இனி புதுசா பிள்ளையாரை வேற யாரும் தூக்கிட்டுப் போயிட மாட்டாங்க. வாங்க... உட்காருங்க... நாலு இட்லி சாப்பிட்டுப் போங்க..." என்று கூப்பிட்டார் ஊர்ப் பெரியவர் ராமசுப்பு லேசான சிரிப்போடு.

"இருக்கட்டும்... இன்னொரு நாள் வர்றோம்... சீக்கிரம் எங்க கோயில்ல விஷேசம் வெச்சிருக்கோம், வந்து கூப்பிடறோம்... வாங்க..." என்று சமாதானச் செய்தி சொல்லிவிட்டுக் கிளப்பினார்கள் டிராக்டரை.

"டப்பா... டப்பா..." என்ற சத்தத்துக்கு நடுவில் டிராக்டரின் அசைவுக்கு ஏற்றாற்போல அசைந்து புறப்பட்டார் 'பிள்ளையார்'.

முத்துராஜ்தான் 'ஏதோ' பெத்த பிள்ளையைப் பறிகொடுத்த மாதிரி வெறிச்சுப் பார்த்து நின்றான் வெகுநேரம். சைக்கிள், பஸ், மாட்டு வண்டி என்று பிள்ளையார் கூடவே பயணித்தவனாச்சே.

ராமேஸ்வரம் போய் தங்கச்சியைப் பார்த்த சந்தோசத்தை முகத்தில் தேக்கிக்கொண்டே பஸ்ஸில் இருந்து இறங்கிய ஆதிமூலமும், ராமகிருஷ்ணனும் பஸ்ஸிலிருந்து இறங்கி ஊரை ஊரை நோக்கி நடந்து வந்துகொண்டிருந்தார்கள்.

எதிரே அந்த டிராக்டர் போய்க்கொண்டிருந்தது. அதில் ஒருத்தனின் மடியில் பிள்ளையார் உட்கார்ந்து டிராக்டரின் அசைவுக்கேற்ப அசைந்து ஆடிக்கொண்டே போனார். வெறித்துப் பார்த்த ஆதிமூலத்தின் கண்களுக்கு,

"யப்பா... ஆதிமூலம்.... சந்தோசமா... உன் தங்கச்சியைப் பார்த்தாச்சில்லையா... நான் வந்த வேலையை முடிச்சுட்டேன்... கிளம்பிப் போகிறேன் வரட்டுமா?" என்பதுபோல இருந்தது பிள்ளையாரின் பார்வை.

"இப்போ எல்லாருக்கும் சந்தோசமா...." என்று கூட்டத்தைப் பார்த்து ஆதங்கத்தோடு கத்தி சத்தம் போட்டார் சாத்தூரப்பன்.

"நம் ஊரில் எவ்வளவு ஒற்றுமையா வாழறோங்கிற லட்சணத்தை படம்புடிச்சி காட்டிட்டுப் போறாங்க...வந்தவங்க"

மந்தையில் நின்றிருந்தவர்கள் ராமகிருஷ்ணனுக்கும் ஆதிமூலத்துக்கும் நடந்ததை கதை மாதிரி சொன்னார்கள்.

தானும் குருசாமி ஏட்டய்யாவும் சிரமேற்கொண்டு செய்த இந்த காரியம் கைகூடாமல் போனதை எண்ணிப் புலம்பினார் சாத்தூரப்பன்.

ஆதிமூலம், "விடுங்கண்ணே... அதைவிட ஒரு நல்ல சிலையைச் செய்துகொண்டு வந்து வைப்போம்... அதுக்கான ஏற்பாட்டைப்

பண்ணுங்க... எனக்கு அந்தப் பீடத்தில பிள்ளையாரைப் பார்க்கணும்... பூசை பண்ணணும் சீக்கிரமா..."

"இப்பவே ஒரு கூட்டம் போட்டு அதுக்கான ஏற்பாடுகளை ஆரம்பிச்சசுடுவோம்" என்றார் பெரியவர் ராமசுப்பு.

அத்தோடு ஆதிமூலத்துக்கு இன்னொரு கவலையும் பெரிதாக இருந்தது. அது, ராமகிருஷ்ணனின் அணைத் திட்டக் கனவு நிறைவேற வேண்டும் என்கிறதுதான்.

"ராமகிருஷ்ணன்... நீ என்ன செய்வியோ ஏது செய்வியோ... நீ சொல்ற அந்த அணைத்திட்டத்தை கொண்டுவர்றதுக்கு எவ்வளவு பெரிய வேலையானாலும் அதைச் செய்து நிறைவேத்தணும். இப்பப் பண்ணிக்கிட்டிருக்கிற வேலைகள் பத்தாது. பெரிய அளவுல முன்னெடுத்துக் கொண்டு போகணும். அதுக்கு நாங்க எல்லாருமே உனக்கு ஒத்தாசையா இருப்போம். அதுக்காகத்தான் நா என் தங்கச்சியைப் பார்த்த பின்னாலயும் அங்கேயே இருக்காம உன்கூடவே வந்துட்டேன்...?

"நிசம்தாண்ணே... நாம அடுத்தகட்டத்துக்கு இந்தக் கோரிக்கையைப் பெரிசா கொண்டு போகணும்...?"

தொடர்ந்து வந்த நாட்கள் வறட்சியைச் சுமந்து கடந்தன. இது காலமெல்லாம் நான்கைந்து வருசங்களுக்கு ஒரு தடவை கடந்து போகிற வறட்சிதான் என்றாலும் ஒவ்வொரு முறையும் ஒரு நம்பிக்கை, வறட்சியை அந்த மனிதர்கள் மனதில் விதைத்துச் செல்வது வாடிக்கையானது.

ஊர்க்கூட்டத்தில் ஏற்கெனவே முடிவு பண்ணியது போல ஒரு புதுப் பிள்ளையாரைக் கொண்டு வந்து அந்தப் பிள்ளையார்க் கிடங்கு பீடத்தில் பிரதிஸ்டை செய்து வழிபடத் தொடங்கினார்கள்.

பிள்ளையார் சிலை வைத்த சில நாட்களில் லேசாக மழைப் பெய்து நின்றது. தொடர்ந்து வந்த நாட்கள் திரும்பவும் வறட்சிப் பாதையிலேயே பயணிக்கத் தொடங்கின.

அந்த வறட்சியைக் கடக்க அவர்கள் கையாளுகிற உத்திகள் பல.

மகாபாரத கதையின் விராட பருவம் வாசிப்பார்கள். அது முடிந்ததும்,

மழைக்கஞ்சி எடுப்பார்கள்.

பஞ்சாங்கம் வாசிப்பார்கள்.

பஜனை மடத்து வாசற்படியை ஒட்டி ஒரு சிறிய மேடையை அமைத்து விராடபருவம் வாசிக்கத் தொடங்கினார் அப்பண்ணசாமி. அவர்கூடவே சேர்ந்து வாசிக்க நெற்றியிலே திருமண் இட்ட ஒன்றிரண்டு வெள்ளைச் சேலை பாட்டிமார்கள் உட்கார்ந்து கொண்டார்கள். வருகிற போகிறவர்கள் எல்லாம் கொஞ்சநேரம் உட்கார்ந்து கேட்டுப் போனார்கள்.

இன்னொருபக்கம் மழைக்கஞ்சி எடுக்க ஏற்பாடானது. மழைக்கஞ்சி மூன்று நாட்கள் தொடர்ந்து எடுப்பார்கள்.

மழைக் கஞ்சி எடுக்கிற நாட்களில் எல்லாம் சாத்தூரப்பன்தான் அந்த நிகழ்ச்சிக்குத் தலைமை தாங்குகிற மாதிரி முன்னே நிற்பார். இளவட்டங்களும் சிறுவர்களும் சேர்ந்துகொள்வார்கள்.

ஊருக்குள்ளேபோய் வீடுவீடாக ‘மழைக் கஞ்சி’ கேட்டு பிச்சை எடுத்தார்கள்.

சத்தமாக,

“மேகமில்லை மழையுமில்லை

மழைக்கஞ்சி ஊத்துங்கோ...

நீருமில்லை நெருப்புமில்லை

நிறைய கஞ்சி ஊத்துங்கோ...

புல்லும் முளைக்கலை புழுவும் இல்லை

புளிச்ச கஞ்சி ஊத்துங்கோ...”

என்று பாடிக்கொண்டே தெருத்தெருவாக் போய் ஒரு கைப்பிடி வைத்து அண்டாவில் சோறு சேகரித்தார்கள். கம்மஞ்சோறு, அரிசிச்சோறு, கேப்பைக் கூழ், நீராகாரம் என்று ஒரு கலவையான சேகரம் அந்தப் பானையில் நிரம்பியது.

சில வீடுகளில் தனிச் சட்டிகளில் கத்தரிக்காய் வதக்கியது, உப்பு வத்தல், மோர் வத்தல், அதலைக்காய் வத்தல் என்று கொடுத்தார்கள்.

எல்லாம் நிரம்பியதும் ஊரெல்லாம் திரண்டு கூட்டமாக

வறண்டு வெறும் மணல் ஓடும் சிற்றாற்றின் கரையில் கூடினார்கள். வருண பகவானை கும்பிட்டுவிட்டு பொய்யாக நீரைத் தேடி அலைந்தார்கள். எங்கும் தண்ணீர் கிடைக்காமல் பெண்கள் ஒரு கூட்டமாகத் திரண்டு ஒப்பாரி வைத்தார்கள்.

பாலக்கா பாட்டிதான் நடுநாயகமாக இருப்பாள்.

ஒப்பாரிவைத்து முடித்ததும் பாலக்கா பாட்டிக்கு திட்டு விழும்.

'நீதான் மழை பெய்யாம போனதுக்குக் காரணம் கிழவி...' என்று திட்டி கைகளால் செல்லமாக அடிப்பார்கள்.

அவள்மேல் இரக்கப்பட்டு வருண பகவான் மழை தருவானாம்.

மூன்றாவது நாள் கூட்டம் கொஞ்சம் அதிகமாகவே கூடியது. எல்லோரும் போய் மழைக்கஞ்சியைக் கரைத்து, வருண பகவானுக்குப் படைத்துவிட்டு ஆளாளுக்கு கொண்டுபோன தேங்காய்ச் சிரட்டை அல்லது பனை ஓலை தொன்னைகளைச் செய்து அதில் அவர்கள் பங்கை வாங்கிக் குடித்தார்கள்.

இப்படிக் கும்பிட்டுவிட்டு வரும்போது அகஸ்மாத்தாக சில வருசம் மழை பெய்யும்.

இந்த வருசம் அந்த மழையும் பெய்யவில்லை.

இப்படி மழைத் தண்ணி இல்லாமல், வறட்சியைத் தாள முடியாமல் அந்த மக்கள் இப்படி மழைக் கஞ்சி எடுத்து எப்படியாவது வருண பகவானின் கண்ணைத் திறக்க முடியாதா என்று மக்கள் ஒப்பாரிவைத்து வழிபடுவதன் பின்னால் இருக்கிற சோகம் ராமகிருஷ்ணனின் மனசை ரொம்பவே பாதித்தது. கையில் வாங்கிய தேங்காய்ச் சிரட்டையில் இருந்த கஞ்சியைக் குடிக்காமல் யோசனையில் மூழ்கினான்.

ஆதிமூலம்தான் கூப்பிட்டு அவனை நினைவுக்கு கொண்டுவந்தான்.

"என்ன யோசனை... முதல்ல கஞ்சிய குடி... இந்தா அதலைக்காய் வத்தல்... கடிச்சிக்கோ" என்று நீட்டினான்.

அவர்களின் அழுகுரல் வருண பகவானுக்குக் கேட்டதோ இல்லையோ, அதைக் கேட்ட ராமகிருஷ்ணனின் மனசை ஆழமாகத் தைத்தது.

ஒரு தேங்காய்ச் சிரட்டையில் இருந்த மழைக் கஞ்சியை ஒரு வத்தலைக்கடித்துக்கொண்டே ராமகிருஷ்ணன் ஆதிமூலத்திடம்,

"அண்ணே... இத்துயரம் தமிழ்நாட்டுலே வேற எங்கயாச்சும் உண்டா... ஏன்? இந்த மண்ணுக்கு மட்டும் இப்படி நேர்ந்தது? இதற்கான தீர்வை யாருமே யோசிக்க மாட்டேங்கிறாங்களே...

இந்த அவலம் வேற எங்கயும் கேட்டதில்லையே... எப்பவாச்சும் வருகிற பஞ்சத்துல வேணும்னா இந்த ஓலம் இருக்கலாம். காலமெல்லாம் இதே ஓலம்தானா?

இருக்கிற போர்வெல் பம்புகளில்ல எல்லாம் அடிக்கிற சத்தம்தான் கேட்குதே ஒழிய, தண்ணிவருகிற வழியைக் காணோம்.

குடி தண்ணிக்கே மக்கள் அல்லாடுகிற இந்த நிலை மாறாதா...?"

அவன் புலம்புவதைக் கேட்கக் கேட்க ஆதிமூலத்திற்கு மனசு கலங்கியது.

"ஒரு பெரிய அளவிலே உன்னோட கோரிக்கையைக் கொண்டு போகணும் ராமகிருஷ்ணன்... வா புறப்படலாம்"

இருவரும் ஒருவேகத்தோடு அங்கிருந்து கிளம்பினார்கள், மனதில் ஒரு திட்டத்தை வைத்துக்கொண்டு.

36

கடைவாசலில் ஒரு கூட்டம் கூடி இருந்தது. எல்லோரும் பரபரப்பாகப் பேசிக் கொண்டிருந்தார்கள்.

ஆளுக்கொன்றாக கருத்துகளை பரிமாறிக் கொண்டிருந்தார்கள். செல்லம்மாள் தண்ணீர்க் குடங்களை அடுக்கிய தள்ளுவண்டியை ஓரமாக நிறுத்திவிட்டு. ஓரமாக நின்று கடையில் வாங்கிய தேயிலைப் பொட்டலத்தையும் வெல்லத்தையும் எடுத்து மடியில் போட்டுக்கொண்டே,

"யாரு ஜெயிச்சா நமக்கென்ன ஆகப்போகுது? நாம குடம்குடமா தண்ணிக்கு அலையுறது நிக்கவா போகுது?" என்று புலம்பிக்கொண்டே அந்தக் கூட்டத்திலிருந்து விலகி நகர்ந்துபோய்க் கொண்டிருந்தாள்.

'செல்லம்மாள் என்ன சொல்கிறாள்' என்று ஆச்சர்யத்தோடு பார்த்தார் எதிரே வந்த ராமசுப்பு.

வேறு ஒன்றுமில்லை. தேர்தல் அறிவித்திருந்தார்கள்.

அந்த கடும் வறட்சிக்கு நடுவே தேர்தல் சூடுபிடித்துக் கொண்டது. அவ்வளவு வறட்சியிலும் அந்த வெப்பத்தை மறந்து கட்சி விசுவாசத்தை மறக்காமல் ஆளாளுக்கு தேர்தல் வேலைகளில் இறங்கினார்கள்.

கட்சிவேட்பாளர்கள் ஊர்ஊராகப்போய் ஓட்டுவேட்டையில்

இறங்கினார்கள்.

இந்தச் சூழ்நிலையை சாதமாக்கிக்கொள்ள ராமகிருஷ்ணனும் அணைத் திட்டக் குழுவின் பல்வேறு பகுதி நிர்வாகிகளும் ஒரு கூட்டம்போட்டு முடிவெடுத்தார்கள்.

அவர்களின் அணைத் திட்டக் கோரிக்கையை கட்சிகள், அவர்களின் தேர்தல் அறிக்கையில் இடம்பெறச் செய்ய வேண்டும் என்று முனைப்பாய் இறங்கினார்கள்.

இவர்கள் அங்கங்கே கல்யாண மண்டபங்களில் உள்ளரங்கக் கூட்டங்கள் தெருமுனைக் கூட்டங்கள் என்று நடத்திவிட்டுக் ஓட்டு கேட்டு வருகிற வேட்பாளர்களின் கைகளில் அணைத் திட்டம் பற்றிய கோரிக்கை துண்டுப் பிரசுரங்களைக் கொடுக்கச் செய்தார்கள்.

அந்தக் கரிசல் மண்ணை உள்ளடக்கிய ஏழெட்டுத் தொகுதிகளில் வேட்பாளர்களின் மத்தியில் இது பெரிய தாக்கத்தை ஏற்படுத்தியது.

நிறைய பிரசார மேடையில் ‘எங்கள் கட்சி ஆட்சியமைத்தால் நிச்சயம் இந்த மழை மறைவுப் பிரதேசத்தின் வறட்சியைப் போக்கும்விதமாக மேற்குத் தொடர்ச்சி மலையின் ஆறுகளைத் திருப்பி அணைகள் அமைத்து நீர்வளத்தைப் பெருக்குவோம்’ என்று ஆளாளுக்கு வாக்குறுதி அளித்தார்கள்.

சிலகட்சிகள் ஒருபடி மேலே போய், தனது கட்சியின் சார்பாகக் குழுக்களை அமைத்து மலைக்கு அனுப்பிவைத்து ஆய்வு செய்தார்கள். அவர்கள் ஆய்வுசெய்து வந்த செய்தியை பிரசாரத்தில் அறிவித்தார்கள்.

தேர்தல் வந்த வேகத்தில் மளமளவென நடந்து முடிந்தது.

பரபரப்பு ஓய்ந்தது. புதிய ஆட்சி அமைந்தது.

ஆதிமூலம் ராமகிருஷ்ணனிடம், “தேர்தல் முடிந்த சூட்டோடு ஏதாவது பண்ணியாகணும்.... இல்லையென்றால், நாலுமாசத்தில் எல்லாரும் மறந்துபோவாங்க....” என்றான்.

“உண்மைதாண்ணே... அதுக்குஓர் ஏற்பாடு வெச்சிருக்கிறேனே...”

அடுத்த சில நாட்களில் சாத்தூர் மிளகாய் வத்தல் வியாபாரிகள் சங்க கல்யாண மண்டபத்தில் ஒரு பெரிய உள்ளரங்கக் கூட்டத்திற்கு ஏற்பாடு செய்தான் ராமகிருஷ்ணன்.

அந்த வட்டாரத்தின் முக்கிய மனிதர்கள் சிலரை சிறப்பு விருந்தினர்களாக அழைத்தான். அந்த நான்கு மாவட்டங்களின் வறண்ட பகுதிகளிலிருந்தும் பிரதிநிதிகளை சிறு கூட்டத்திற்கு அழைத்துவர ஏற்பாடு செய்தான்.

கூடவே, அந்த வறண்ட மண்ணின் மூன்று மாவட்டங்களைச் சேர்ந்த ஏழு சட்டமன்ற உறுப்பினர்களைச் சிறப்பு விருந்தினர்களாக அழைத்தான். அவர்களும் வரச் சம்மதித்தார்கள். அதில் இரண்டு பேர் அமைச்சர்கள்.

கூட்டம் தொடங்கியது! சேதுராஜ் வரவேற்புரை வழங்கினான்.

ராமகிருஷ்ணன், ஒரு கணிப்பொறித் திரையை அந்த மண்டபத்தின் நடுப்பகுதியில் பொருத்தி வைத்திருந்தான். அந்தத் திரையில் பிரிட்டிஷ் காலத்திலிருந்து, அதாவது 1929-லிருந்து அழகர் அணைத் திட்டம் தொடர்பாக எடுக்கப்பட்டு வந்த நடவடிக்கைகளை சிலைடுகளாகப் போட்டுக் காட்டிவிட்டு, தனது குழுவினரோடு மலைப்பகுதிக்குச் சென்று ஆய்வு செய்துவந்த வீடியோக்களையும் போட்டுக் காட்டிவிட்டு, பேசத் தொடங்கினான்.

"அனைவருக்கும் வணக்கம் இங்கே நமது அழைப்பை ஏற்றுப் பெருந்தன்மையோடு வந்திருந்து இந்த எளிய விவசாயப் பெருமக்களின் எதிர்பார்ப்பை நிறைவேற்றும் அணைத் திட்டம் பற்றிய எனது விளக்கவுரையைக் கேட்கக் காத்திருக்கும் அமைச்சர் மற்றும் சட்டமன்ற உறுப்பினர்களுக்கு எனது வணக்கங்களைத் தெரிவித்துக் கொள்கிறேன்.

நாம் வாழும் இந்த கரிசல் மண், ஒரு வளமான மண். காலங்காலமாக மானாவாரி விவசாயம் குறைவின்றி நடந்துவந்த மண். இந்த வளமான மண்ணில் பருத்தியும் மிளகாயும் குறைவின்றி விளைந்துவந்தது, ஒருகாலத்தில் பெருவாரியான மானாவாரி விவசாயமும் கொஞ்சமாக, புஞ்சைக் காட்டு விவசாயமுமாக குறைவின்றி மக்கள் வாழ்ந்துவந்த மண் இது. வெயிலைப் பொருட்படுத்தாமல் வறட்சியை லேசாகக் கடந்துபோகிற மனப்பக்குவத்தோடு திடமாக உழைத்து வாழ்கிற மக்களைக் கொண்ட பூமி இது."

"ஆனால் நவீன தொழில்களும் தொழிற்சாலைகளும் பெருகப்பெருக இம்மக்கள் அதனை நோக்கிப் போவதைத் தடுக்க வழியில்லாமல் போனது.அதற்குக் காரணம் வறட்சியும் தண்ணீர்ப் பற்றாக்குறையும்தான்."

"தமிழ்நாட்டின் பிறபகுதிகளில் எல்லாம் எவ்வளவு தொழில்கள்

வந்தாலும் அதற்கிடையில் விவசாயம் ஓரளவிற்காவது தடையின்றி நடக்கிறதென்றால், அதற்கு அந்தப் பூமிகளில் கிடைகின்ற நீர்ப்பாசன வசதிகளும் நீர்வள ஆதாரங்களும்தான்.

ஆனால், இந்த வறண்ட மழை மறைவுப் பிரதேசத்தில் குடிப்பதற்கே தண்ணீர்த் தட்டுப்பாடு என்று வந்துவிட்ட நிலையில் விவசாயம் என்பது படிப்படியாகக் குறைந்து குடிதண்ணீருக்கே தவிக்கிற நிலை வந்துவிட்டது.

நாமெல்லாம் அறிந்த ஒன்று இது... யாரையாவது, அரசு உத்தியோகஸ்தர்களை தண்டணையாகப் பணிமாறுதல் செய்ய வேண்டுமென்றால், 'தண்ணியில்லாத காட்டுக்கு மாற்றி விட்டார்கள்' என்பார்கள். அந்தத் தண்ணியில்லாத காடுதான் நம்ம பூமி.

ஆனால், இந்தப் பூமி ஒரு காலத்தில் குறைவின்றி பருத்தி விளையவைத்த பூமி என்பதை மறந்துவிடக் கூடாது. அந்தப் பருத்தியைக் குறிவைத்துதான் ஆங்கிலேயன் தூத்துக்குடி துறைமுகத்தை உருவாக்கினான். இந்தப் பகுதியெல்லாம் தண்டவாளத்தைப் போட்டு ரயில் விட்டான். அந்த அளவுக்கு பருத்தி விளைந்த பூமி இது. இன்றோ கருவேல மரங்களும் ஒடமரங்களும் மூடி எங்கே பார்த்தாலும் பாலைவனம்போலத் தெரிய ஆரம்பித்துவிட்டது. இடையிடையே வேறு வழியில்லாமல் விவசாயம் செய்து வந்த மக்களும் தீப்பெட்டி, பட்டாசுத் தொழில்களை வைத்து மல்லுக்கட்டி வாழ்கிற வாழ்க்கையை ஏற்றுக்கொள்ள ஆரம்பித்துவிட்டார்கள்.

தமிழ்நாட்டின் மேற்குத் தொடர்ச்சி மலைகளில் எத்தனையோ அணைகள் வடக்கே பவானியிலிருந்து கிழக்கே கன்னியாகுமரி வரை ஐம்பதுக்கும் மேற்பட்ட அணைகள் இருக்கின்றன. ஆனால் பெருவாரியாக பருத்தியும் மிளகாயும் விலைந்தக் இந்த ஒரு வட்டாரத்தில் மட்டுமே மேற்குத் தொடர்ச்சி மலையிலே ஒரு அணைகூட இல்லை. உண்மையில், ஆறுகள் அதிகம் உள்ள மலைகள் இங்கேதான் உண்டு.

இங்கே ஒரு வரலாற்று நிகழ்வைச் சொல்ல ஆசைப்படுகிறேன்.

1800களில் பென்னி குயிக் என்ற ஆங்கிலேயப் பொறியாளர் முல்லைப் பெரியாறு அணையை ஏற்படுத்தி, நமக்கு அருகே உள்ள பூமியை வளமாக்கினார்.

அதேபோலவே, இங்கேயும் 1929-ல் ஒரு ஆங்கிலேய பொறியாளரும் அதற்கான ஒரு திட்டத்தை வரைந்தார். அதைப்

பற்றி மிகப்பெரிய ஆலோசனைகள் நடந்தது. ஆனால் அந்த அணைத் திட்டம் 1947-ல் இந்திய விடுதலைக்குப் பிறகு அவரால் தொடர முடியாமல் போனது.

தொடர்ந்து அந்தத் திட்டத்தைப்பற்றி பலரும் ஆராய்ந்து வலியுறுத்தியும் இன்றுவரை அது நிறைவேறவில்லை. அந்த ஆய்வுகளையும் திட்ட வரைவுகளையும்தான் இங்கே உங்கள் முன்னால் போட்டுக் காட்டி இதை நிறைவேற்ற கோரிக்கை வைக்கிறேன். இந்தப் பகுதியில் நீர்வளத்தைப் பெருக்கினால் மண்வளம் பெருகும், எகிப்து நாட்டின் அஸ்வைன் அணைப் பகுதிபோல, இங்கும் நெட்டை இழைப் பருத்தி பெருவாரியாக விளையும். தொழிலும் பெருகும். மக்களும் வளம் பெறுவார்கள்.

எங்கோ பல்லாயிரம் மைல்களுக்கு அப்பால் உள்ள செவ்வாய்க்கிரகத்துக்குச் செயற்கைக்கோளை அனுப்புகிற நம்மால், இதோ அங்கே தெரிகிற நீரைக் கொண்டுவர முடியாதா?"

இங்கே பேசிய பலரும், 'தொடர்ந்து போராடுவோம்' என்று உணர்ச்சிவசப்பட்டார்கள். ஒரு விசயத்தை வேண்டாம் என்று சொல்லவே போராட்டங்கள் தேவை. வேண்டும் என்று சொல்ல 'புரியவைத்தாலே போதும்' என்று நம்புகிறேன். இங்கே புரியவைக்கவே இந்தக் கூட்டத்தை ஏற்பாடு செய்தோம்.

புரியவைத்து விட்டோம். இது உங்கள் பூமி. உங்கள் மண். நீங்கள் எல்லோருமே இந்த மண்ணின் மைந்தர்கள். உங்களுக்கு இல்லாத அக்கறை இல்லை. இதனை இனி உங்கள் கரங்களில் ஒப்படைத்துவிட்டு நாங்கள் விடை பெறுகிறோம்.

இனி, இந்தக் கோரிக்கை குறித்த எந்த நடவடிக்கைகளையும் நாங்கள் தொடரப் போவதில்லை. நன்றி வணக்கம்!"

பேசி முடித்ததும், அணைத் திட்டம் குறித்த அனைத்து விவரங்களும் அடங்கிய புத்தகத்தையும் கணிப்பொறித் தட்டு ஒன்றையும் எல்லா சட்டமன்ற உறுப்பினர் மற்றும் அமைச்சர்களுக்கு வழங்கினான் ராமகிருஷ்ணன்.

கூட்டம் முடிந்து முக்கியஸ்தர்கள் எல்லோரையும் வழியனுப்பி விட்டு வாசலில் நின்ற டிவிஎஸ் 50-யை ஸ்டார்ட் செய்தான். ஆதிமூலம் அதன் பின்னால் ஏறிக் கொண்டான்.

ஸ்டார்ட் செய்தபடியே, "எங்கே சித்தப்பாவைக் காணோம்" என்று சாத்தூரப்பனைத் தேடினான் ராமகிருஷ்ணன்.

"அவர் அரை மணிநேரம் முன்னாடியே கிளம்பிப் போய்ட்டாரே...

பெ.மகேந்திரன் | 259

ஏதோ வேலை இருக்குன்னு போனார்...” என்றான் அங்கிருந்த சேதுராஜ்.

ஆதிமூலத்தைப் பின்னால் உட்காரவைத்துக் கொண்டு நிறைகுளத்தை நோக்கிக் கிளம்பினான் ராமகிருஷ்ணன். ஊர் போய்ச் சேரும்வரை எதுவும் பேசவில்லை இருவரும். ஒரே ஒரு தடவை மட்டும் ஆதிமூலம், “இவ்வளவு சொன்னதுக்கப் புறமாச்சும் ஏதாவது நடக்குதான்னு பார்ப்போம்” என்றான்.

டி.வி.எஸ்-50 ஊரை நெருங்கியது. செல்லும் வழியில் சாத்தூரப்பன் புஞ்சைத் தோட்டத்தில் ஆள் அரவம் தெரிந்தது. வண்டியை நிப்பாட்டிவிட்டு, அங்கே போனார்கள் இருவரும்.

அங்கே, சாத்தூரப்பனும் சுந்தரமும் மோட்டாரைக் கழட்டி கிணற்றின் படிகளில் இறக்கிக் கொண்டிருந்தார்கள். கிணற்றில் நீர்மட்டம் கீழே இறங்கி தரையை ஒட்டித் தெரிந்தது.

பழைய கமலைக் குழிகள் நிரம்பி, அரைஅடி ஆழத்துக்கு தண்ணீர் இருந்தது. மோட்டாரை இப்போது இருக்கிற இடத்திலிருந்து பதினைந்து படிகள் கீழே இறக்கி மாட்டினால்தான், தண்ணீர் குழாயில் ஏறும் என்கிற நிலை. சுந்தரம் கீழ்ப்படிகளில் மெல்ல இறங்கி மோட்டாரை வாங்கி இறக்க, மேல்படிகளில் இருந்து சாத்தூரப்பன் மோட்டாரில் கட்டிய கயிற்றைப் பிடித்து மெல்ல இறக்கினார். ஒவ்வொரு படியாக மோட்டார் இறங்கிக் கொண்டிருந்தது.

வெளியே சாலையில் செல்லம்மாள் ஐந்தாறு தண்ணீர்க் குடங்களை அடுக்கிய தள்ளுவண்டியை ஊருணிக் கிணற்றிலிருந்து இறைத்து நிரப்பி தள்ளிக் கொண்டு சென்றாள். அதிலும் ஒரு குடம் காலியாகவே திரும்பியது.

பாதை ஓரத்தில், இவ்வளவு வறட்சியிலும் ‘நிறைகுளம்’ என்ற பெயரை கம்பீரமாகத் தாங்கி நின்றுகொண்டிருந்தது, அந்தப் பெயர்ப்பலகை.

●